വിജ്ഞാനവർഷം

പുസ്തകം 114

ഡാർവിൻ പറഞ്ഞതും ഡാർവിൻ അറിയാതിരുന്നതും

darwin paranjathum
darwin ariyathirunnathum

•

k usha

•

first edition
february 2015

•

second edition
february 2016

•

third edition
may 2019

•

second impression
january 2021

•

typesetting & published
chintha publishers, thiruvananthapuram

•

cover
ambeesh

വിതരണം

ദേശാഭിമാനി ബുക്ക് ഹൗസ്

H O തിരുവനന്തപുരം-695 035
phone: 0471-2303026, 6063026
www.chinthapublishers.com
chinthapublishers@gmail.com

ബ്രാഞ്ചുകൾ

ഹെഡ്ഡാഫീസ് ബ്രാഞ്ച് കുന്നുകുഴി • സ്റ്റാച്യു തിരുവനന്തപുരം • കെ എസ് ആർ ടി സി ബസ് സ്റ്റേഷൻ ആലപ്പുഴ • കെ എസ് ആർ ടി സി ബസ് സ്റ്റേഷൻ എറണാകുളം • മച്ചിങ്ങൽ ലെയ്ൻ തൃശൂർ • ഐ ജി റോഡ് കോഴിക്കോട് • മാവൂർ റോഡ് കോഴിക്കോട് • എൻ ജി ഒ യൂണിയൻ ബിൽഡിങ് കണ്ണൂർ • സെൻട്രൽ ബസ് ടെർമിനൽ കോംപ്ലക്സ് താവക്കര കണ്ണൂർ

CR - VV. 114 / 2122 / 5047
ISBN - 978-93-85045-59-2

ഡാർവിൻ പറഞ്ഞതും ഡാർവിൻ അറിയാതിരുന്നതും

കെ ഉഷ

ചിന്ത പബ്ലിഷേഴ്സ്
തിരുവനന്തപുരം-695 035

കെ ഉഷ

കണ്ണൂർ ജില്ലയിലെ ഇരിട്ടി സ്വദേശി. ഇപ്പോൾ മട്ടന്നൂർ പഴശ്ശിയിൽ താമസം. ശിവപുരം ഹൈസ്കൂളിലെ പ്രധാനാദ്ധ്യാപികയായി വിരമിച്ചു. *മഹാശാസ്ത്രപ്രതിഭകൾ* ഭാഗം രണ്ട് എന്ന വിജ്ഞാനവർഷം പുസ്തകം ചിന്ത പ്രസിദ്ധീകരിച്ചിട്ടുണ്ട്.

ഹായ്! എന്തുമധുരം, മിന്നാമിനുങ്ങുകൾ, കൂടും കാടും, ഇരുമ്പും തുരുമ്പും, കൊക്കുമനുഷ്യൻ, ശർക്കരപ്പായസം, എങ്ങുനിന്നോ വന്ന തുമ്പി, നല്ല ചങ്ങാതിമാർ എന്നിവയാണ് പ്രസിദ്ധീകരിച്ച ഇതര കൃതികൾ. പ്രമുഖ ഗണിതശാസ്ത്ര അദ്ധ്യാപകനും റിസോഴ്സ് പേഴ്സണുമായ എ പി പ്രഭാകരനാണ് ഭർത്താവ്.

മക്കൾ : ശ്യാം, സന്ദീപ്, സന്ധ്യ

വിലാസം : 'പ്രതിഭ'
പഴശ്ശി, ഉരുവച്ചാൽ തപാൽ,
മട്ടന്നൂർ, കണ്ണൂർ ജില്ല

ഉള്ളടക്കം

പ്രസാധകക്കുറിപ്പ്

ലോകത്തെ, ചാൾസ് റോബർട്ട് ഡാർവിനു മുമ്പും ഡാർവിനു ശേഷവും എന്നു വിഭജിക്കുന്നതിൽ തെറ്റില്ല. ജീവജാലങ്ങളുടെ ഉത്ഭവവും പരിണാമവും ശാസ്ത്രീയമായ അടിത്തറയിൽ നിന്നുകൊണ്ട് തെളിയിക്കുകയായിരുന്നു ഡാർവിൻ. ഡാർവിൻ ഒരിടിവെട്ടു പോലെ ആവിർഭവിച്ച പ്രതിഭാസമല്ല. തന്റെ മുൻഗാമികളുടെ പരീക്ഷണനിരീക്ഷണങ്ങളുടെയും നിഗമനങ്ങളുടെയും തുടർച്ചതന്നെയാണ് ഡാർവിന്റെ കണ്ടെത്തലുകളും. എല്ലാ ജന്തുക്കളും ഒരു പൂർവ്വികനിൽനിന്നാണ് ആവിർഭവിച്ചത് എന്നുമാത്രമല്ല അനാദിയായ ഏതോ ഒരുകാലത്ത് പൊതുവായ ഒരു പൂർവ്വികവംശത്തിൽനിന്നും വേർപിരിഞ്ഞതാണെന്നുമുള്ള ഡാർവിന്റെ നിരീക്ഷണം ഈ ലോകം മനുഷ്യർക്കുമാത്രമുള്ളതല്ല എന്ന സമകാലീന സമ്മതിയിലേക്ക് വിരൽചൂണ്ടുന്നു. പരിണാമത്തെപ്പറ്റിയുള്ള ധാരണകൾ ഡാർവിനിൽനിന്നു തുടങ്ങിയതല്ല എന്നതുപോലെ ഡാർവിനിൽ അവസാനിക്കുന്നുമില്ല. ഡാർവിനുമുമ്പും ഡാർവിനിലൂടെയും ഡാർവിനുശേഷവുമുള്ള ജീവശാസ്ത്രത്തിന്റെ സഞ്ചാരങ്ങളാണ് ഈ പുസ്തകം പ്രതിപാദിക്കുന്നത്.

ചിന്ത പബ്ലിഷേഴ്സ്

1

എല്ലാം എവിടെ നിന്നുണ്ടായി?

ഒരവധി ദിവസം. വീടിനു പുറത്തിറങ്ങി ഒന്നു ചുറ്റിക്കറങ്ങുക. വെറും കൈയോടെയല്ല. കൈയിലൊരു കൊച്ചു പുസ്തകവും പെൻസിലും കൂടിയിരുന്നോട്ടെ. എന്തിനാണെന്നല്ലേ? നടക്കുന്നതിനിടയിൽ നിങ്ങളുടെ കണ്ണിൽപ്പെടുന്ന എല്ലാ സസ്യങ്ങളുടെയും ജന്തുക്കളുടെയും പേരുകൾ അതിൽ കുറിച്ചിടണം. ചെറിയതും വലിയതുമെല്ലാം. ഒന്നിനേയും വിട്ടുകളയരുത്. നോക്കൂ. അത് സാമാന്യം വലിയൊരു പട്ടികതന്നെയായിരിക്കും. അല്ലേ? അവയുടെ എണ്ണം മാത്രമല്ല, നമ്മളെ വിസ്മയിപ്പിക്കുന്നത്, വൈവിദ്ധ്യവും കൂടെയാണ്. സസ്യങ്ങളുടെ കാര്യമെടുക്കുക. ചിലത് കണ്ണിലിട്ടാൽ പോലും കാണാത്ത അത്രയും ചെറുത്. മറ്റു ചിലതോ? മാനത്തോളം ഉയരം വയ്ക്കുന്നവ, ചിലത് കുറ്റിച്ചെടികൾ, ചിലതെല്ലാം വള്ളികളായി പടരുന്നവ. നിറത്തിലും മണത്തിലും, ഇലകളുടെയും ചില്ലകളുടെയും ഘടനയിലും, പൂക്കളുടെ ആകൃതിയിലും, കായകളുടെ വലുപ്പത്തിലുമെല്ലാം എന്തെന്ത് വ്യത്യാസങ്ങൾ. ഇനി ജന്തുക്കളെ നോക്കിയാലോ. അവിടെ വ്യത്യാസങ്ങൾ മാത്രമല്ലേയുള്ളൂ. ചിലത് പറക്കുന്നവ, ചിലത് നീന്തുന്നവ, ചിലത് ഇഴയുന്നവ, ചിലർ നാലുകാലിൽ, ചിലർ ആയിരംകാലിൽ. ഇവയ്ക്കിടയിൽ രണ്ടുകാലിൽ സഞ്ചരിക്കുന്ന മനുഷ്യനും!

ഒരു ചെറിയ സമയം, ചെറിയ യാത്ര. അതിനിടയിൽ ഇത്രയും വൈവിദ്ധ്യങ്ങൾ കാണാൻ പറ്റുമെങ്കിൽ ലോകം മുഴുവൻ സഞ്ചരിക്കാൻ കഴിഞ്ഞാൽ എന്തായിരിക്കാം കഥ? ഏകദേശം നൂറുലക്ഷത്തിലധികം ഇനം സസ്യങ്ങളും ജന്തുക്കളും ഭൂമിയിലുണ്ടെന്നാണ് ഒരു ഏകദേശ കണക്ക്. ഏകദേശമെന്നേ പറയാൻ പറ്റുകയുള്ളൂ. കാരണം കൃത്യമായ കണക്ക് ആരുടെ കൈയിലും ഇല്ല. മനുഷ്യന്റെ കണക്കുകളിൽ വരാത്ത

സസ്യങ്ങളും ജന്തുക്കളും ഇപ്പോഴും എവിടെയൊക്കെയോ ഉണ്ട്. കഴിഞ്ഞ ഒരു വർഷത്തിനിടയിൽ വടക്കൻ കേരളത്തിൽ നിന്നു മാത്രം മൂന്നു പുതിയ ഇനം സപുഷ്പികളായ സസ്യങ്ങളെ കണ്ടെത്തിയിട്ടുണ്ട്. കഴിഞ്ഞ അൻപതുവർഷങ്ങൾക്കിടയിൽ മുഷുവർഗ്ഗത്തിൽപ്പെട്ട മൂന്നിനം മത്സ്യങ്ങളെ മദ്ധ്യകേരളത്തിൽ പലേടത്തും വച്ച് കണ്ടെത്തിയിട്ടുണ്ട്. മനുഷ്യൻ വർഗ്ഗസങ്കരണം വഴി ഉല്പാദിപ്പിക്കുന്ന സസ്യങ്ങളും ജന്തുക്കളും വേറെയുമുണ്ട്. ഇതോടൊപ്പം ഓരോ വർഷവും പല ജീവികളും ഈ ഭൂമുഖത്തുനിന്ന് എന്നെന്നേക്കുമായി അപ്രത്യക്ഷമായിക്കൊണ്ടിരിക്കുന്നു എന്നും നമുക്കറിയാം. അങ്ങനെയാകുമ്പോൾ ഭൂമിയിലുള്ള ജീവജാലങ്ങളുടെ എണ്ണം കൃത്യമായി പറയാൻ പറ്റുമോ?

എങ്ങനെയാണ് ഇവയെല്ലാം ഉണ്ടായത്? ആകാശത്തുനിന്ന് പൊട്ടി വീണതാണോ? ഭൂമിയിൽനിന്ന് മുളച്ച് വന്നതാണോ? ആരെങ്കിലും ഉണ്ടാക്കിയതാണോ? അത്ഭുതകരമായ ഈ വൈവിദ്ധ്യം ആരുടെ മനസ്സിലും ഉയർത്താവുന്ന ചോദ്യങ്ങളല്ലേ ഇവയെല്ലാം? പക്ഷേ, ഇന്ന് ഇത്തരം ചോദ്യങ്ങളുടെ ഉത്തരങ്ങൾ കുട്ടികൾക്ക് പോലുമറിയാം. ജലത്തിലുണ്ടായ ഏകകോശ ജീവികളാണ് ജീവന്റെ ആദിമ രൂപങ്ങൾ. അവയ്ക്കു മാറ്റം അഥവാ പരിണാമം സംഭവിച്ചാണ് ഇക്കാണുന്ന എല്ലാ ജീവിവർഗ്ഗങ്ങളും ഉണ്ടായത്. ജീവപരിണാമം എന്നത് ജീവശാസ്ത്രത്തിന്റെ ഒരു പ്രധാന ശാഖയായി അംഗീകരിക്കപ്പെട്ടിരിക്കുന്നു.

പരിണാമം എന്നാൽ മാറ്റമാണ്. ഒരു ജീവിവർഗ്ഗം മറ്റൊരു ജീവിവർഗ്ഗമായി മാറുന്ന പ്രതിഭാസമാണ്. ഏറ്റവും വേഗതകുറഞ്ഞ മാറ്റമെന്നാണ് പരിണാമത്തെക്കുറിച്ച് പ്രശസ്ത ജീവശാസ്ത്രജ്ഞനായിരുന്ന ജെ ബി എസ് ഹാൽഡേൻ പറഞ്ഞത്. എന്നാൽ മാറ്റത്തേക്കാൾ ഉപരിയായി അതൊരു വികാസമോ പുരോഗതിലേക്കുള്ള സഞ്ചാരമോ ആണ്. കാരണം ആദിമ ഭൂമിയിലുണ്ടായിരുന്ന ജീവികളെല്ലാ ലഘുഘടനയോടുകൂടിയവയായിരുന്നു. അനുക്രമവും എന്നാൽ ദീർഘവുമായ മാറ്റങ്ങൾക്കു വിധേയമായാണ് അവ ഇന്നുകാണുന്ന സങ്കീർണ്ണഘടനയുള്ള ജീവിവർഗ്ഗങ്ങളായി മാറിയത്. പരിണാമത്തെക്കുറിച്ച് തികച്ചും ശാസ്ത്രീയമെന്ന് പറയാനാവില്ലെങ്കിലും യുക്തിബോധത്തിനിണങ്ങുന്ന ഒരു ഏകദേശ ധാരണ രൂപപ്പെടുന്നത് പതിനാറാം നൂറ്റാണ്ടിനിപ്പുറമാണ്. അതുവരെയോ?

വ്യത്യസ്തങ്ങളായ ജീവിവർഗ്ഗങ്ങൾ എങ്ങനെ ഉണ്ടായി എന്ന് മനുഷ്യൻ ചിന്തിക്കാൻ തുടങ്ങിയിട്ട് സഹസ്രാബ്ദങ്ങളായി. എങ്കിലും ആദ്യകാലഘട്ടങ്ങളിൽ ജീവോല്പത്തിയെക്കുറിച്ച് മനുഷ്യരെത്തിച്ചേർന്ന നിഗമനങ്ങളും ഭാവനയിലധിഷ്ഠിതമായിരുന്നു. അവയിലേറ്റവും പ്രധാനം സൃഷ്ടിവാദമാണ്. ദൈവമെന്ന മഹത്തായ ഒരു രാജശില്പി എല്ലാ ജീവികളെയും അതാതിന്റെ രൂപത്തിൽ സൃഷ്ടിച്ചു. ഇതായിരുന്നു സൃഷ്ടിവാദത്തിന്റെ കാതൽ. സംഘടിത മതങ്ങൾ ഈ ധാരണയെ അരക്കിട്ട് ഉറപ്പിക്കുകയും ഓരോ മതവും സ്വന്തം സ്വന്തം ദൈവങ്ങളെ സൃഷ്ടി

യുടെ കാരണക്കാരനായി അവരോധിക്കുകയും ചെയ്തു. ഹിന്ദുമതവിശ്വാസമനുസരിച്ച് ബ്രഹ്മാവാണ് സൃഷ്ടിയുടെ വിഭാഗം കൈകാര്യം ചെയ്യുന്നത്. *ബൈബിളിലെ* ഉല്പത്തി പുസ്തകത്തിലാണ് സൃഷ്ടിയെക്കുറിച്ചുള്ള വിവരണം കൃത്യമായ സമയക്രമമനുസരിച്ച് കൊടുത്തിരിക്കുന്നത്.

ദൈവം നടത്തിയ സൃഷ്ടിക്രമം ഇങ്ങനെയാണത്രെ. ഒന്നാം നാൾ ദൈവം വെളിച്ചം സൃഷ്ടിച്ചു. തൊട്ടടുത്ത ദിവസം ആകാശവും മൂന്നാം ദിവസം ദൈവത്താൽ സൃഷ്ടിക്കപ്പെട്ടതാണ് കരയും കടലും സസ്യജാതികളും. അതു കഴിഞ്ഞ് നാലാം ദിവസമാണ് സൂര്യചന്ദ്രന്മാരും നക്ഷത്രങ്ങളുമുണ്ടാവുന്നത്. സൂര്യനുണ്ടാവുന്നതിന് മുൻപ് സസ്യങ്ങളുണ്ടാവുമോ എന്ന ചോദ്യത്തിനൊന്നും ഇവിടെ പ്രസക്തിയേയില്ല. അടുത്ത ദിവസം, അതായത് അഞ്ചാം ദിവസം ജലത്തിൽ ജീവിക്കുന്ന ജീവികളെയും പക്ഷികളെയും സൃഷ്ടിച്ചു. ആറാമത്തെ ദിവസമാണ് കരയിലെ ജീവികളെയും മനുഷ്യനെയും സൃഷ്ടിച്ചത്. ആറ് ദിവസത്തെ സൃഷ്ടികർമ്മങ്ങൾക്ക് ശേഷം ഏഴാം നാളിൽ ദൈവം വിശ്രമിച്ചെന്നും *ബൈബിൾ* പറയുന്നു.

സൃഷ്ടിയെക്കുറിച്ച് പറയുന്ന മതങ്ങൾ സംഹാരത്തെക്കുറിച്ചും പറയുന്നുണ്ടെന്ന് ശ്രദ്ധിക്കേണ്ടതാണ്. ഹിന്ദുവിശ്വാസമനുസരിച്ച് ഓരോ മന്വന്തരത്തിന്റെയും അവസാനത്തിൽ മഹാപ്രളയമുണ്ടാവുകയും അതിനു ശേഷം കാലമടക്കം എല്ലാം പുതിയതായി ഉണ്ടാവുകയും ചെയ്യും. *ബൈബിളിലും* ഒരു പ്രളയത്തെക്കുറിച്ച് പറയുന്നുണ്ട്. നോഹയുടെ പേടകത്തിൽ രക്ഷപ്പെടാൻ വിധിക്കപ്പെട്ട ജീവികളിൽനിന്ന് വീണ്ടും പുതിയ ലോകം ആരംഭിക്കുന്നു.

എന്നാൽ പ്രാചീന കാലത്ത് തന്നെ ഇത്തരം വിശ്വാസങ്ങളെ ചോദ്യം ചെയ്യുന്ന വാദഗതികളും ലോകത്ത് ഉയർന്നുവന്നിരുന്നു. കണങ്ങൾ കൊണ്ടാണ് എല്ലാം നിർമ്മിക്കപ്പെട്ടത് എന്ന ചിന്താധാര ഉണ്ടായത് ഇന്ത്യയിലാണ്. ഈ വാദം അവതരിപ്പിച്ച ചിന്തകരെ നമ്മൾ കണാദൻ എന്ന് പേരിട്ട് ആദരിച്ചു. ആകാശം, ഭൂമി, വായു, ജലം, അഗ്നി എന്നീ പഞ്ചഭൂതങ്ങൾകൊണ്ടാണ് ജീവശരീരം നിർമ്മിക്കപ്പെട്ടത് എന്നതും ഭാരതീയ ചിന്താണ്. ഗ്രീക്ക് ചിന്തകരെ സംബന്ധിച്ചിടത്തോളം മണ്ണ്, വായു, ജലം അഗ്നി എന്നിങ്ങനെ നാല് ഘടകങ്ങളാണ് എല്ലാത്തിന്റെയും അടിസ്ഥാനം.

ജീവന്റെ ഉല്പത്തി ജലത്തിൽനിന്നായിരിക്കണം എന്ന ചിന്ത ആദ്യമായി അവതരിപ്പിച്ചത് ഗ്രീക്ക് ചിന്തകനായ ഥെയിൽസ് ആണ്. എന്നാൽ ഥെയിൽസിന്റെ സമകാലികനായ അനാക്സിമെനസ് പറഞ്ഞത് എല്ലാത്തിന്റെയും ഉറവിടം വായു അല്ലെങ്കിൽ നീരാവിയാണെന്നാണ്. ഇവർക്ക് ശേഷം വന്ന എംപിഡോക്ലിസ് ഏതെങ്കിലും ഒരു അടിസ്ഥാന മൂലകം എന്ന ആശയത്തെ തിരസ്കരിക്കുകയും മണ്ണ്, വായു, ജലം, അഗ്നി എന്നിവയുടെ ചേരുവയിൽനിന്നാണ് എല്ലാം ഉണ്ടാവുന്നതെന്ന് വിശ്വസിക്കുകയും ചെയ്തു. സൂര്യൻ എല്ലാ ജീവജാലകങ്ങൾക്കും പ്രധാനപ്പെട്ടതാണെന്ന് പൊതുവെ എല്ലാ ഗ്രീക്ക് ചിന്തകരും വിശ്വസിച്ചു.

ഗ്രീക്ക് ചിന്തകനും മഹാനായ പ്ലേറ്റോയുടെ ശിഷ്യനുമായ അരിസ്റ്റോട്ടിലിനെയാണ് ശാസ്ത്രപഠനത്തിന്റെ പിതാവായി കണക്കാക്കുന്നത്. പരീക്ഷണാടിസ്ഥാനത്തിലുള്ള നിഗമനങ്ങളുടെ പരിശോധന ആരംഭിച്ചത് അദ്ദേഹമാണ്. ശാസ്ത്രത്തിന്റെ അടിസ്ഥാനമായ യുക്തിചിന്ത അരിസ്റ്റോട്ടിലിന്റെ സംഭാവനയാണ്. ജന്തുജാലകങ്ങളുടെ വികസനം ക്രമാനുഗതമായിട്ടാണെന്ന് അദ്ദേഹത്തിനറിയാമായിരുന്നു. സസ്യങ്ങളെയും ജന്തുക്കളെയും അവയുടെ സ്വഭാവങ്ങളുടെ അടിസ്ഥാനത്തിൽ വിവിധ വിഭാഗങ്ങളാക്കുന്ന രീതി തുടങ്ങിയതും അരിസ്റ്റോട്ടിലാണ്. എന്നാൽ ചളിയിൽ നിന്നും മത്സ്യങ്ങൾ ഉണ്ടാവുന്നു എന്നും ചീഞ്ഞഴുകുന്ന മാംസത്തിൽ നിന്നാണ് പുഴുക്കളുണ്ടാവുന്നതെന്നും അദ്ദേഹം വിശ്വസിച്ചു.

ക്രിസ്തുമതം ശക്തിപ്രാപിച്ചതോടെ പരിണാമത്തെക്കുറിച്ചുള്ള ചർച്ചകൾ അടിച്ചമർത്തപ്പെടുകയും സൃഷ്ടിവാദം ശക്തിപ്രാപിക്കുകയും ചെയ്തു. ഇതിനെതിരായ ഏത് പ്രസ്താവനയും മതനിന്ദാക്കുറ്റമായി കണക്കാക്കപ്പെട്ടു. പക്ഷേ മതത്തിന്റെ പ്രതിരോധം എത്ര ശക്തിയുള്ളതായാലും അതിന് മനുഷ്യന്റെ സ്വതന്ത്രചിന്തയെ തടഞ്ഞുവെക്കാനാവില്ല എന്നതിന് ചരിത്രം സാക്ഷിയാവുന്നതാണ് നാം പിന്നീട് കാണുന്നത്.

കോപ്പർനിക്കസ്

1543 ൽ സൂര്യനാണ് പ്രപഞ്ചകേന്ദ്രം എന്ന് പ്രഖ്യാപിച്ചുകൊണ്ട് കോപ്പർനിക്കസ് ഒരു വിചാരവിപ്ലവത്തിന് തിരികൊളുത്തി. തന്റെ ദൂരദർശിനിയിലൂടെ അനന്തവിഹായസ്സിലേക്ക് കണ്ണയച്ച് കണ്ടെത്തിയ കാര്യങ്ങൾ ഗലീലിയോ വിളിച്ചു പറഞ്ഞപ്പോൾ മതത്തിന്റെ കോട്ടകൾ വീണ്ടും കുലുങ്ങി. ഗലീലിയോവിനെ തടവിലിട്ട മതനേതൃത്വത്തിന് അദ്ദേഹത്തിന്റെ ചിന്തകളെ ഒളിപ്പിച്ചു വെക്കാൻ കഴിഞ്ഞില്ല. ഗലീലിയോ തെളിച്ച വഴിയിലൂടെ യാത്ര തുടർന്ന ഐസക്ന്യൂട്ടൺ പ്രകൃതിപ്രതിഭാസങ്ങൾക്ക് ആധാരമായ ഭൗതിക നിയമങ്ങൾ വിശദീകരിച്ചു. ഭൗതിക ശാസ്ത്ര മേഖലയിൽ ന്യൂട്ടൺ ഉയർത്തിയ വിചാരവിപ്ലവം പരിണാമത്തെയും ഒരു പ്രകൃതിപ്രതിഭാസമായി കാണാനും പഠിക്കാനും ജീവശാസ്ത്രജ്ഞന്മാരെ പ്രേരിപ്പിച്ചു.

ശാസ്ത്രം വിസ്ഫോടകാത്മകമായ രീതിയിൽ ജീവിതത്തിന്റെ സമസ്തമേഖലകളെയും മാറ്റിമറിക്കാൻ തുടങ്ങിയ കാലത്തും തീവ്രമായ മതബോധത്തോടെ സൃഷ്ടിവാദത്തെ പിന്തുടർന്നിരുന്ന ചിന്തകരും ഉണ്ടായിരുന്നു എന്ന് മറക്കരുത്. കേംബ്രിഡ്ജ് സർവ്വകലാശാലയിലെ ചാൻസലറും പ്രമുഖ മതശാസ്ത്രജ്ഞനുമായ ജോൺലൈറ്റ്ഫുട്ട് 1620 ൽ

കാൾ ലിനയസ്

രസകരമായ ഒരു കണ്ടുപിടിത്തം നടത്തി. 4004 ബി സി, ഒക്ടോബർ 21-ാം തീയതിയാണ് ദൈവം ആദ്യത്തെ മനുഷ്യനായ ആദാമിനെ സൃഷ്ടിച്ചതെന്ന്! ബൈബിൾ കഥാപാത്രങ്ങളുടെ ആയുസ്സ് കൂട്ടിയും ഗണിച്ചുമാണ് അദ്ദേഹം ഈ കണ്ടുപിടുത്തത്തിലെത്തിയത്. മറ്റൊരു പ്രകൃതി ശാസ്ത്രജ്ഞനായ കുവിയർ (1769–1832) മഹാനാശ സിദ്ധാന്തത്തിന്റെ വക്താവായി രംഗത്ത് വന്നു. ഈ സിദ്ധാന്തമനുസരിച്ച് ഭൂകമ്പം, അഗ്നിപർവ്വത സ്ഫോടനം, വെള്ളപ്പൊക്കം തുടങ്ങിയ പ്രകൃതിദുരന്തങ്ങൾ ഒരു പ്രദേശത്തെ ജീവജാലകങ്ങളെ പൂർണ്ണമായും ഇല്ലാതാക്കുന്നു. മറ്റുഭാഗങ്ങളിൽനിന്നും ജീവികൾ അങ്ങോട്ട് കുടിയേറി പുതിയ ജീവിവർഗ്ഗമായി താമസമാരംഭിക്കുന്നു. ഇങ്ങനെ നാശത്തിനിരയാവുന്ന ജീവികളുടെ അവശിഷ്ടങ്ങളാണ് ഫോസിലുകൾ എന്നദ്ദേഹം വാദിച്ചു. എന്തിനധികം! വർഗ്ഗീകരണ ശാസ്ത്രത്തിന് അടിത്തറയിടുകയും സസ്യങ്ങൾക്കും ജന്തുക്കൾക്കും ശാസ്ത്രീയമായി പേര് കൊടുക്കുന്ന സമ്പ്രദായം തുടങ്ങുകയും ചെയ്ത ഡച്ച് പ്രകൃതിശാസ്ത്രജ്ഞനായ കാൾ ലിനയസ് (1707–1778) പോലും ജീവികളെ അതാതിന്റെ രൂപത്തിൽ പ്രത്യേകം സൃഷ്ടിച്ചതാണെന്ന് ഉറച്ചു വിശ്വസിച്ചിരുന്നു.

1789 ൽ നടന്ന ഫ്രഞ്ച് വിപ്ലവം രാഷ്ട്രീയ, സാമൂഹ്യ, സാമ്പത്തിക സാംസ്കാരിക മേഖലകളിലെല്ലാം വലിയ മാറ്റങ്ങൾക്ക് കാരണമായി. ശാസ്ത്രത്തിന്റെ ഭാഗത്തുനിന്നും പുതിയ ചിന്തകളും സിദ്ധാന്തങ്ങളും ഈ കാലത്ത് ഉയർന്നുവന്നതായി നമുക്ക് കാണാം. പരിണാമ സംബന്ധിയായും ഏറ്റവും വിപ്ലവകരമെന്ന് പറയാവുന്ന ആശയങ്ങൾ ആദ്യം ഉയർന്നുവന്നത് ഫ്രാൻസിൽനിന്നു തന്നെയാണ്.

പ്രശസ്ത പ്രകൃതിശാസ്ത്രജ്ഞനായിരുന്ന കൊംതെ ഡി ബഫന് പ്രചോദനമായത് ന്യൂട്ടൺ ആവിഷ്കരിച്ച ഭൗതിക ശാസ്ത്ര നിയമങ്ങളായിരുന്നു. ജീവികൾക്ക് ഒരു പൊതു പൂർവ്വികനുണ്ടാവാം എന്ന വിപ്ലവകരമായ ആശയം ആദ്യമായി അവതരിപ്പിച്ചത് അദ്ദേഹമാണ്. ചില ജീവജാതികൾ തമ്മിലുള്ള സാദൃശ്യമാണ് അദ്ദേഹത്തെ അതിന് പ്രേരിപ്പിച്ചത്. മനുഷ്യനും കുരങ്ങുകളും ഒരു പൊതു പൂർവ്വികനിൽ നിന്ന് പരിണമിച്ചുണ്ടായതാണെന്ന് അദ്ദേഹം ഉറച്ചു വിശ്വസിച്ചു. അതുപോലെ മനുഷ്യൻ മെരുക്കി വളർത്തുന്ന കന്നുകാലിയിനങ്ങളുടെ ബന്ധുക്കളെ വനത്തിൽ കണ്ടെത്താൻ കഴിയുമെന്നും അദ്ദേഹം പറഞ്ഞു. ഭൂമിക്ക് ബൈബിളിൽ പറയുന്നതിനേക്കാൾ അൻപത് ലക്ഷം വർഷം പഴക്കമുണ്ടെന്നും അദ്ദേഹത്തിന് നല്ല ഉറപ്പുണ്ടായിരുന്നു. പക്ഷേ ബഫൻ ഒരു നല്ല

ക്രിസ്തുമത വിശ്വാസിയായിരുന്നു. സൃഷ്ടിവാദത്തിനെതിരായി അവതരിപ്പിക്കപ്പെടുന്ന ഏത് ആശയവും തന്നെ അപകടത്തിലാക്കുമെന്ന് അദ്ദേഹത്തിന് നല്ല ഉറപ്പുണ്ടായിരുന്നു. അതുകൊണ്ടായിരിക്കണം സ്വന്തം നിഗമനങ്ങൾ കേവലം സാദ്ധ്യതകൾ എന്ന നിലയിൽ മാത്രം അദ്ദേഹം തന്റെ പ്രബന്ധങ്ങളിൽ പ്രസ്താവിക്കുന്നത്. എങ്കിലും മൗലികമായ ആശയങ്ങളുടെ പേരിൽ ആധുനിക ജീവശാസ്ത്രജ്ഞർ അദ്ദേഹത്തെ പരിണാമവാദത്തിന്റെ പിതാവായി കണക്കാക്കുന്നു.

എന്നാൽ തന്റെ ആശയങ്ങളേക്കാൾ വലിയൊരു സംഭാവന ബഫൻ ശാസ്ത്രലോകത്തിന് നല്കിയിട്ടുണ്ട്. അതാണ് ജീൻ ബാപ്റ്റിസ്റ്റ് ലാമാർക്ക് എന്ന പ്രകൃതിശാസ്ത്രജ്ഞൻ. ആരാണ് ഈ ലാമാർക്ക്? നമുക്ക് നോക്കാം.

2

ജിറാഫിന്റെ കഴുത്തും പാമ്പിന്റെ കാലുകളും

ജീൻ ബാപ്റ്റിസ്റ്റ് ലാമാർക്ക്

പരിണാമം നിശ്ചിതമായ ചില പ്രകൃതിനിയമങ്ങൾക്ക് അനുസരിച്ചാണ് നടക്കുന്നത് എന്ന് സധൈര്യം ആദ്യമായി പ്രഖ്യാപിച്ച ജീവശാസ്ത്രജ്ഞനാണ് ജീൻ ബാപ്റ്റിസ്റ്റ് ലാമാർക്ക്.

1744 ആഗസ്ത് 1-ാം തീയതി വടക്കൻ ഫ്രാൻസിലെ പിക്കാർഡി നഗരത്തിലാണ് ലാമാർക്ക് ജനിച്ചത്. കുലീനമെങ്കിലും ദരിദ്രമായിരുന്നു അദ്ദേഹത്തിന്റെ കുടുംബം. പുരുഷന്മാരായ അംഗങ്ങളെല്ലാം സൈനികസേവനത്തിന് പോവുന്ന ഒരു പാരമ്പര്യം ആ കുടുംബത്തിനുണ്ടായിരുന്നു. ബാലനായ ലാമാർക്കിനും പട്ടാളക്കാരനാവാൻ ഇഷ്ടമായിരുന്നു. എന്നാൽ തന്റെ ഇളയപുത്രൻ കോളേജിൽ പോയി പഠിക്കണമെന്നാണ് അദ്ദേഹത്തിന്റെ അച്ഛൻ തീരുമാനിച്ചത്.

എന്നാൽ ലാമാർക്ക് ചെയ്തതെന്താണെന്നോ? പിതാവ് മരിക്കുന്നതുവരെ പഠനം തുടർന്നു. 1760 ൽ അച്ഛൻ മരിച്ചയുടൻ ഒരു കുതിരയെയും വിലയ്ക്കു വാങ്ങി പട്ടാളത്തിൽ ചേരാൻ യാത്ര തിരിച്ചു. ഫ്രഞ്ച് പട്ടാളം അന്ന് ജർമ്മനിയിൽ പ്രഷ്യയുമായി യുദ്ധത്തിലേർപ്പെട്ടിരിക്കുകയായിരുന്നു. അങ്ങോട്ടാണ് അദ്ദേഹവും പോയത്. അപ്പോൾ ലാമാർക്കിന്റെ പ്രായം വെറും പതിനേഴായിരുന്നു എന്നോർക്കണം.

യുദ്ധക്കളത്തിൽ ആ യുവാവ് പ്രദർശിപ്പിച്ച ധീരതയും പോരാട്ടവീ

ര്യവും എല്ലാവരേയും അത്ഭുതപ്പെടുത്തി. യുദ്ധരംഗത്ത് വച്ചു തന്നെ മേലുദ്യോഗസ്ഥൻ ലാമാർക്കിന് ഓഫീസറായി സ്ഥാനക്കയറ്റം നല്കി. ഈ സ്ഥാനക്കയറ്റത്തിൽ അനുമോദിക്കാനായി സുഹൃത്തുക്കളിലൊരാൾ ലാമാർക്കിനെ കളിയായി എടുത്തുയർത്തി. കഷ്ടകാലമെന്നല്ലാതെ എന്ത് പറയാൻ? ലാമാർക്കിന്റെ കഴുത്തിലെ ഗ്രന്ഥികൾക്കുണ്ടായ ഗുരുതരമായ പരുക്കിലാണ് ഈ ആഹ്ലാദപ്രകടനം അവസാനിച്ചത്. ചികിത്സയ്ക്കായി അദ്ദേഹത്തെ പാരീസിലേക്ക് അയച്ചു. വളരെ സങ്കീർണ്ണമായ ഒരു ശസ്ത്ര ക്രിയയ്ക്ക് വിധേയനാവേണ്ടി വന്ന അദ്ദേഹത്തിന്റെ ചികിത്സ ഒരു വർഷത്തോളം നീണ്ടുനിന്നു. വെറും 400 ഫ്രാങ്കിന്റെ വാർഷിക പെൻഷനുമായി വീട്ടിലൊതുങ്ങിക്കഴിയാൻ ലാമാർക്ക് നിർബ്ബന്ധിതനായി. അനുയോജ്യമായ മറ്റൊരു ജോലി കണ്ടെത്താൻ അദ്ദേഹം ശ്രമം തുടങ്ങി. മെഡിസിൻ പഠിക്കാൻ ചേർന്നെങ്കിലും അത് പാതിക്ക് വച്ച് ഉപേക്ഷിക്കേണ്ടി വന്നു. തുടർന്ന് പ്രശസ്ത ഫ്രഞ്ച് പ്രകൃതിശാസ്ത്രജ്ഞനായിരുന്ന ബർനാഡ് ദെ ജെസ്യൂവിന്റെ കീഴിൽ സസ്യശാസ്ത്രം പഠിക്കാൻ ചേർന്നു. തുടർന്നുള്ള പത്തു വർഷം അദ്ദേഹം ഫ്രാൻസിലെ സസ്യവർഗ്ഗങ്ങളെക്കുറിച്ച് പഠനം നടത്തി.

ഈ പഠനങ്ങളെത്തുടർന്ന് ലാമാർക്ക് പ്രസിദ്ധീകരിച്ച ഗ്രന്ഥം അദ്ദേഹത്തിന് ഫ്രഞ്ച് ശാസ്ത്രലോകത്ത് തന്റേതായ ഒരു സ്ഥാനം നേടിക്കൊടുത്തു. അങ്ങനെയാണ് ലാമാർക്ക് ബഫന്റെ ശ്രദ്ധയിൽപ്പെടുന്നത്. ബഫനാണ് അദ്ദേഹത്തെ 'ഫ്രഞ്ച് അക്കാദമി ഓഫ് സയൻസസി' ൽ അംഗത്വം നേടാൻ സഹായിക്കുന്നത്. 1781 ൽ രാജകൊട്ടാരത്തിലെ സസ്യശാസ്ത്രജ്ഞനെന്ന നിലയിൽ വിവിധ മ്യൂസിയങ്ങളും സസ്യശാസ്ത്രോദ്യാനങ്ങളും സന്ദർശിക്കാൻ അദ്ദേഹത്തിന് അവസരം ലഭിച്ചു. ഈ യാത്രയ്ക്കിടയിൽ ഫ്രാൻസിലെ മ്യൂസിയങ്ങളിലും ഉദ്യാനങ്ങളിലുമില്ലാത്ത അനേകം അപൂർവ്വ വസ്തുക്കളും സസ്യങ്ങളും അദ്ദേഹം ശേഖരിച്ചു. 1788 ൽ രാജകീയ ഉദ്യാനത്തിൽ 'ഹെർബേറിയം സൂക്ഷിപ്പുകാരൻ' എന്ന തസ്തികയിൽ ലാമാർക്ക് നിയമിതനായി. ഫ്രഞ്ച് വിപ്ലവം കൊടുമ്പിരികൊള്ളുന്ന സമയത്ത് ഉദ്യാനത്തിന്റെ പേരിൽ മാറ്റം വരുത്തിയാണ് ലാമാർക്ക് അതിനെ നാശത്തിൽനിന്നും രക്ഷിച്ചതെന്നൊരു കഥയുണ്ട്. അഞ്ചു വർഷങ്ങൾക്ക് ശേഷം ലാമാർക്ക് പാരീസിലെ നാചറൽ ഹിസ്റ്ററി മ്യൂസിയത്തിന്റെ ക്യൂറേറ്റർ എന്ന പദവിയിലേക്കുയർത്തപ്പെട്ടു.

ആ കാലഘട്ടത്തിൽ ജീവിച്ചിരുന്ന മറ്റുപലരേയും പോലെ ലാമാർക്കും സൃഷ്ടിവാദത്തിൽ വിശ്വസിച്ചിരുന്നു. എന്നാൽ മ്യൂസിയത്തിലുണ്ടായിരുന്ന ഫോസിലുകൾ ലാമാർക്കിന്റെ ചിന്തകളെ മറ്റൊരു വഴിയിലേക്ക് നയിച്ചു. ഇന്നില്ലാത്ത പല ജീവികളും പ്രാചീനകാലത്ത് ഭൂമിയിൽ ജീവിച്ചിരുന്നു എന്നതിന്റെ തെളിവല്ലേ ഫോസിലുകൾ? അങ്ങനെയാണെങ്കിൽ അവ ഏതു വിധത്തിലാണ് നശിച്ചുപോയത്? സ്രഷ്ടാവായ ദൈവം അവയെ നശിപ്പിക്കുമോ? ജീവികൾ നശിക്കുന്നതല്ലെന്നും അവ ഒരു രൂപത്തിൽനിന്നും മറ്റൊന്നിലേക്ക് മാറുക മാത്രമാണ് ചെയ്യുന്ന

തെന്നും എന്ന നിഗമനത്തിലാണ് അദ്ദേഹമെത്തിച്ചേർന്നത്. പരിണാമത്തെക്കുറിച്ചുള്ള തന്റെ ആശയങ്ങൾ 1802 ൽ ഒരു ഗവേഷണ പ്രബന്ധത്തിലൂടെ അദ്ദേഹം അവതരിപ്പിച്ചു.

ലഘു ഘടനയുള്ള ജീവികൾക്ക് പലവിധത്തിലുള്ള മാറ്റങ്ങൾ വന്നാണ് ഉയർന്ന വിതാനത്തിലുള്ള ജീവികളുണ്ടായതെന്നായിരുന്നു ലാമാർക്കിന്റെ ഒരു പ്രധാന സിദ്ധാന്തം. എങ്ങനെയാണ് മാറ്റങ്ങൾ ഉണ്ടാവുന്നത്? ഒരു ജീവി ജീവിക്കുന്ന ചുറ്റുപാടുകളാണ് അതിന്റെ ശരീരത്തിൽ ഘടനാപരമായ മാറ്റങ്ങളുണ്ടാവാൻ പ്രേരകമാവുന്നതെന്ന് ലാമാർക്ക് വാദിച്ചു. ജീവപരിണാമം സാദ്ധ്യമാകുന്ന രണ്ട് ബലങ്ങളെക്കുറിച്ച് അദ്ദേഹം വിശദീകരിക്കുന്നു. ഇതിൽ ഒന്നാമത്തേത് ലഘുഘടനയുള്ള ജീവികളെ സങ്കീർണ്ണഘടനകളിലേക്ക് നയിക്കുന്നു. രണ്ടാമത്തേത് ചുറ്റുപാടുകൾക്കനുസരിച്ച് ജീവികളിൽ ഘടനാപരമായ മാറ്റങ്ങളുണ്ടാക്കുകയും അങ്ങനെ ഒരു ജീവിവർഗ്ഗത്തെ മറ്റൊരു ജീവിവർഗ്ഗത്തിൽനിന്ന് വ്യത്യസ്തമാക്കുകയും ചെയ്യുന്നു. അങ്ങനെ വരുമ്പോൾ കേവലം ഭൗതിക സിദ്ധാന്തങ്ങളെ ആധാരമാക്കി നമുക്ക് ജീവപരിണാമത്തെ വിശദീകരിക്കാൻ കഴിയും. ജീവലോകത്തിന്റെ നിർമ്മിതിയിൽ ഒരു ദിവ്യഹസ്തത്തിന്റെ സാന്നിദ്ധ്യത്തെ നിഷേധിക്കുക തന്നെയാണ് ലാമാർക്ക് ചെയ്തത്.

ചുറ്റുപാടുകളിൽ മാറ്റമുണ്ടാവുമ്പോൾ ജീവികൾക്കും മാറ്റങ്ങളുണ്ടാവണമെങ്കിൽ അതിനും ഒരു കാരണമുണ്ടാവുമല്ലോ. ലാമാർക്ക് അതിങ്ങനെ വിശദീകരിക്കുന്നു. പരിസ്ഥിതിയിലുണ്ടാവുന്ന മാറ്റങ്ങൾ ചില അവയവങ്ങൾ കൂടുതലായി ഉപയോഗിക്കാൻ ജീവികളെ നിർബ്ബന്ധിതരാക്കുന്നു. ചില അവയവങ്ങൾ തീരെ ഉപയോഗിക്കാതെയുമാവുന്നു. ധാരാളമായി ഉപയോഗിക്കുന്ന അവയവങ്ങൾ വികാസം പ്രാപിച്ച് പുതിയ രൂപത്തിലാവുന്നു. തീരെ ഉപയോഗിക്കാത്ത ഭാഗങ്ങൾ ലോപിച്ച് ക്രമേണ അപ്രത്യക്ഷമാവുന്നു. ഇത്തരം മാറ്റങ്ങൾ പാരമ്പര്യമായി കൈമാറ്റപ്പെടുന്നതിനാൽ മൂന്നോ നാലോ തലമുറ പിന്നിടുമ്പോഴേക്കും ആദ്യത്തെ ജീവിയിൽനിന്നും അതിന്റെ പിൻഗാമി തീർത്തും വ്യത്യസ്തമാവുന്നു. കേൾക്കാൻ രസമുള്ള ആശയം, അല്ലേ?

ഇനി, എങ്ങനെയാണ് ജീവികളിൽ ഇത്തരം മാറ്റങ്ങൾ ഉണ്ടാവുന്നത്? അതും ലാമാർക്ക് വിശദീകരിക്കുന്നുണ്ട്. ജീവശരീരത്തിനകത്തെ ചില ദ്രാവകങ്ങളുടെ പ്രവാഹമാണ് ഒരു പ്രത്യേക അവയവത്തിന്റെ വളർച്ചയ്ക്കോ അപ്രത്യക്ഷമാകലിനോ കാരണമെന്നാണ് അദ്ദേഹം പറഞ്ഞത്. അതായത് ഒരു ജീവിക്ക് ഒരു പ്രത്യേക അവയവത്തിന്റെ അല്ലെങ്കിൽ ഒരു അവയവം കൂടുതൽ വികസനമാവേണ്ടുന്ന ഒരു സാഹചര്യമുണ്ടായി എന്ന് കരുതുക. മേൽപ്പറഞ്ഞ ജീവദ്രാവകങ്ങൾ ആ ഭാഗത്തേക്ക് ഒഴുകുകയും അത് പുതിയൊരു ശരീരഭാഗത്തിന്റെ വളർച്ചയ്ക്ക് കാരണമാവുകയും ചെയ്യും. ഉപയോഗം നഷ്ടപ്പെടുന്ന അവയവങ്ങളിൽ നിന്ന് ഈ ദ്രാവകം ശരീരാന്തർഭാഗത്തേക്ക് പിൻവലിക്കപ്പെടുന്നു. ഇവിടെ ഒരു

കാര്യം കൂടി ഓർക്കാനുണ്ട്. രസതന്ത്രം വളരെയധികം വളർന്ന ഒരു കാലഘട്ടത്തിലാണ് ജീവിച്ചിരുന്നതെങ്കിലും ജീവശരീരത്തിനാധാരം "വായു, ഭൂമി, അഗ്നി, ജലം" എന്നീ നാല് 'മൂലകങ്ങളാ'ണെന്ന പ്രാകൃത വിശ്വാസത്തെയാണ് ലാമാർക്ക് പ്രമാണമായും സ്വീകരിച്ചത്. അതിനാൽ തന്റെ സമകാലികനും ആധുനിക രസതന്ത്രത്തിന്റെ പിതാവുമായ ലാവോസിയറുടെ സിദ്ധാന്തങ്ങളെ ലാമാർക്ക് നിഷ്കരുണം നിരാകരിച്ചിരുന്നു.

തികച്ചും ശാസ്ത്രീയമായ രീതിയിൽ തന്നെയാണ് ലാമാർക്ക് തന്റെ ആശയങ്ങൾ അവതരിപ്പിച്ചത്. നിരവധി ഉദാഹരണങ്ങളും അദ്ദേഹം മുന്നോട്ടു വച്ചിരുന്നു. മാളങ്ങളിൽ സ്ഥിരമായി കഴിയുന്ന ചിലയിനം തുരപ്പൻമാർക്ക് കണ്ണുകളില്ലാത്തതും പക്ഷികൾക്ക് പല്ലില്ലാത്തതും നിരുപയോഗതയിലൂടെ വന്ന മാറ്റങ്ങളാണെന്ന് അദ്ദേഹം വാദിച്ചു. ലാമാർക്കിന്റെ ഏറ്റവും പ്രശസ്തമായ ഉദാഹരണങ്ങൾ ജിറാഫിന്റെ കഴുത്തും പാമ്പിന്റെ കാലുകളുമാണ്.

ലാമാർക്കിന്റെ അഭിപ്രായത്തിൽ ജിറാഫിന്റെ പൂർവ്വിക ജീവികൾ കുറിയ കഴുത്തോടു കൂടിയവയായിരുന്നു. ഏതോ ചില സാഹചര്യത്തിൽ അവയ്ക്ക് തറയിൽ ആഹാരലഭ്യത കുറയുകയും കഴുത്തുയർത്തി മരച്ചില്ലകളിൽനിന്ന് ഇലകൾ കടിച്ചെടുക്കേണ്ടിയും വന്നു. തുടർച്ചയായ ഉപയോഗം കഴുത്തിന് നീളം കൂടാൻ കാരണമായി. ഈ മാറ്റം അടുത്ത തലമുറയിലേക്ക് കൈമാറപ്പെട്ടു. ഇങ്ങനെ ഏതാനും തലമുറകൾ പിന്നിട്ടപ്പോഴേക്കും നാം ഇന്നു കാണുന്ന നീണ്ട കഴുത്തുള്ള ജീറാഫുകൾ രൂപംകൊണ്ടു. പാമ്പുകളുടെ കഥ മറ്റൊരു വിധത്തിലാണ്. അവയുടെ പൂർവ്വികർ കാലുപയോഗിച്ച് സഞ്ചരിച്ചിരുന്നവയാണ്. എന്നാൽ സ്ഥിരമായി ഇഴഞ്ഞു സഞ്ചരിച്ചതിന്റെ ഫലമായി അവയുടെ കാലുകൾ ക്രമേണ അപ്രത്യക്ഷമായി! ഇത് നിരുപയോഗതയുടെ ഫലം.

ലാമാർക്കിന്റെ സിദ്ധാന്തങ്ങളെ, ഉപയോഗതാ നിരുപയോഗതാ വാദമെന്നും ആർജ്ജിത സ്വഭാവങ്ങളുടെ പാരമ്പര്യ പ്രേക്ഷണമെന്നുമെല്ലാമുള്ള പേരിലാണ് വിളിക്കുന്നത്. ഇന്ന് അവയ്ക്ക് പരിണാമത്തെക്കുറിച്ച് പറയുന്നിടത്ത് ചരിത്രപരമായ പ്രാധാന്യം മാത്രമേയുള്ളൂ. കാരണം പാരമ്പര്യസ്വഭാവങ്ങൾ എങ്ങനെ തലമുറകളിലേക്ക് കൈമാറ്റം ചെയ്യപ്പെടുന്നു എന്ന ഒരു ധാരണയുമില്ലാതിരുന്ന ഒരു കാലത്താണ് ഈ സിദ്ധാന്തങ്ങൾ പിറവിയെടുത്തത്. ആർജ്ജിത സ്വഭാവങ്ങൾ പാരമ്പര്യമായി കൈമാറ്റം ചെയ്യപ്പെടില്ലെന്ന് ഇന്ന് ഏത് സാധാരണക്കാരനുമറിയാം. അത് തെളിയിക്കുന്ന ഉദാഹരണങ്ങൾ മനുഷ്യചരിത്രത്തിൽത്തന്നെ സുലഭവുമാണ്.

കാതും മൂക്കും തുളച്ചു ആഭരണങ്ങളണിയുന്ന രീതി മിക്കവാറും എല്ലാ പ്രാചീന ജനസമൂഹങ്ങളിലും നിലനിന്നിരുന്നു. ആണും പെണ്ണും ഒരേപോലെ ഈ വിധത്തിൽ സ്വന്തം ശരീരങ്ങൾ അലങ്കരിച്ചിരുന്നു. ഇന്നും നമ്മൾ ഈ ശീലം ഉപേക്ഷിച്ചിട്ടുമില്ല. എന്നാൽ ഇന്നുവരെ ലോകത്തൊരിടത്തും കാതിനും മൂക്കിനും ദ്വാരങ്ങളോടെ ഒരു കുഞ്ഞും ജനിച്ചു

വീണതായി രേഖപ്പെടുത്തിയിട്ടില്ല. ആർജ്ജിത സ്വഭാവങ്ങൾ പാരമ്പര്യമായി പ്രേഷണം ചെയ്യുമെങ്കിൽ മറിച്ചല്ലേ സംഭവിക്കേണ്ടത്? ചൈനയിലെ സ്ത്രീകളുടെ കാലുകളാണ് മറ്റൊരു ഉദാഹരണമായി എടുത്തുകാണിക്കാനുള്ളത്. പ്രാചീനകാലത്ത് ചൈനയിൽ ചെറിയ പാദങ്ങൾ സ്ത്രീസൗന്ദര്യത്തിന്റെ ലക്ഷണമായി കണക്കാക്കിയിരുന്നു. അതുകൊണ്ട് പെൺകുട്ടികൾ നന്നെ കുഞ്ഞായിരിക്കുമ്പോൾത്തന്നെ അവരുടെ പാദങ്ങൾ വരിഞ്ഞു മുറുക്കിക്കെട്ടിയും വിരലുകൾ പിന്നിലേക്ക് മടക്കിയും പാദങ്ങൾ പരമാവധി ചെറുതാക്കാൻ ശ്രമം നടത്തുമായിരുന്നു. എന്നാൽ എത്ര തലമുറ കഴിഞ്ഞാലും സാധാരണ കാലുകളോടെയാണ് പെൺകുട്ടികൾ ജനിച്ചത്.

എങ്ങനെയാണ് പാരമ്പര്യ സ്വഭാവങ്ങൾ തലമുറകളിലേക്ക് കൈമാറ്റം ചെയ്യപ്പെടുന്നതെന്ന് ശാസ്ത്രലോകം കണ്ടെത്തിയത് പിന്നെയും വർഷങ്ങൾക്ക് ശേഷമാണ്. അതിനാൽ ലാമാർക്ക് വിമർശനങ്ങൾ കേട്ടത് അദ്ദേഹത്തിന്റെ സിദ്ധാന്തങ്ങളുടെ അശാസ്ത്രീയതയുടെ പേരിലല്ല, മറിച്ച് അന്ന് നിലവിലുണ്ടായിരുന്ന സൃഷ്ടിവാദത്തെ എതിർത്തു എന്നതിന്റെ പേരിലാണ്. ഇതിനെത്തുടർന്ന് സാമൂഹിക ഭ്രഷ്ട് വരെ അദ്ദേഹത്തിനു നേരിടേണ്ടി വന്നു. ശാസ്ത്രലോകത്തു നിന്നും കുവിയറുടെ നേതൃത്വത്തിൽ സംഘടിതമായ ആക്രമണമാണ് ലാമാർക്കിന് നേരെ ഉണ്ടായത്. ജീവികൾ ക്രമാനുഗതമായ മാറ്റങ്ങൾക്ക് വിധേയമായിക്കൊണ്ടിരിക്കുന്നു എന്ന വാദം അംഗീകരിക്കപ്പെട്ടാൽ, ഓരോ ജീവിയും നാം കാണുന്ന രൂപത്തിൽ സൃഷ്ടിക്കപ്പെട്ടതാണെന്ന സിദ്ധാന്തത്തിന് പിന്നെ നിലനില്പില്ലല്ലോ.

ലാമാർക്കിന്റെ വാർദ്ധക്യം ദുരിത പൂർണ്ണമായിരുന്നു. അന്ധതയും ദാരിദ്ര്യവും അദ്ദേഹത്തെ അലട്ടി. 1829 ഡിസംബർ 18 നാണ് ലാമാർക്ക് അന്തരിച്ചത്. കല്ലറ പണിയുന്നതിന് സാമ്പത്തിക ശേഷിയില്ലാത്തതിനാൽ താൽക്കാലികമായി ഒരു കുഴിയെടുത്താണ് അദ്ദേഹത്തെ അടക്കം ചെയ്തത്. പരിണാമത്തിനു പുറമേ ജീവശാസ്ത്രത്തിന്റെ മറ്റ് മേഖലകളിലും മികച്ച സംഭാവന നല്കിയ ഒരു ശാസ്ത്രജ്ഞനാണ് ഈ ഗതികേട് വന്നതെന്നോർക്കണം. മരണശേഷം കുവിയർ എഴുതിയ ജീവചരിത്രക്കുറിപ്പ് പോലും ലാമാർക്കിനെ നിന്ദിക്കുന്നതായിരുന്നത്രേ.

ലാമാർക്കിനെ എത്ര കഠിനമായി വിമർശിക്കുമ്പോഴും നമ്മൾ മറക്കാൻ പാടില്ലാത്ത ഒരു സത്യമുണ്ട്. വിക്ടോറിയൻ ബൗദ്ധികലോകത്ത് ഡാർവിൻ പ്രത്യക്ഷപ്പെടുന്ന കാലത്ത് അറിയപ്പെട്ടിരുന്ന ഒരേയൊരു പരിണാമ സിദ്ധാന്തം ലാമാർക്കിന്റെ ആർജ്ജിത സ്വഭാവങ്ങളുടെ പാരമ്പര്യ പ്രേക്ഷണം മാത്രമായിരുന്നു.

ലാമാർക്കിനു ശേഷം, ഡാർവിന് മുൻപായി പുതിയ ജീവിവർഗ്ഗങ്ങളുടെ ഉത്ഭവത്തെക്കുറിച്ച് പുസ്തകമെഴുതിയ ഒരാളുണ്ട്. പേര് റോബർട്ട് ചേംബേഴ്സ്. ജീവശാസ്ത്രജ്ഞനല്ല. താല്പര്യമുള്ള വിഷയം ഭൂവിഞ്ജാനീയമായിരുന്നു. ശാസ്ത്രീയമായ തെളിവുകളൊന്നുമില്ലാതെ

യാണ് അദ്ദേഹം തന്റെ വാദഗതി അവതരിപ്പിച്ചത്. ഭൂമിയിൽ പുതിയൊരു ജീവിവർഗ്ഗം ഉണ്ടാവണമെന്ന് ദൈവം തീരുമാനിക്കുമ്പോൾ, നേരത്തെ ഉണ്ടായിരുന്ന ഒരു ജീവി അത്തരമൊരു ശിശുവിന് ജന്മം നല്കും. ചേംബേഴ്സിന്റെ അഭിപ്രായമനുസരിച്ച് ഭ്രൂണത്തിന്റെ വളർച്ചാഘട്ടത്തിലാണ് മാറ്റങ്ങൾ ഉണ്ടാവുന്നത്. മാതാപിതാക്കളിൽനിന്ന് വ്യത്യസ്തരായി ജനിക്കുന്ന കുഞ്ഞുങ്ങൾ പുതിയ ഇനം ജീവികളായി വളരുന്നു.

ദൈവഹിതമനുസരിച്ചാണ് ജീവികൾ ഉണ്ടാവുന്നതെന്ന് പറഞ്ഞിട്ടുപോലും തന്റെ പുസ്തകം ഗ്രന്ഥകാരന്റെ പേര് വെക്കാതെയാണ് ചേംബേഴ്സ് പ്രസിദ്ധീകരിച്ചത്. ഇങ്ങനെ അത്ഭുതജീവികളുടെ പിറവികളാണ് പരിണാമത്തിന്റെ പടവുകളിലൂടെ ജീവികൾ ലഘുഘടനയിൽ നിന്നും സങ്കീർണ്ണഘടനയിലേക്ക് എത്താൻ കാരണം എന്ന് വിശദീകരിച്ച ഈ പുസ്തകം വായനക്കാർക്ക് വളരെ രസിച്ചു. ഗ്രന്ഥകർത്താവിന്റെ പേരില്ലെങ്കിലും പുസ്തകം പന്ത്രണ്ട് പതിപ്പുകളിറങ്ങി. ഇന്ന് ആ ഗ്രന്ഥം എവിടെയും ഓർമ്മിക്കപ്പെടുന്നു പോലുമില്ല. എങ്കിലും ജീവശാസ്ത്രത്തിന്റെ ചരിത്രത്തിൽ *സൃഷ്ടിയുടെ പ്രകൃതി ചരിത്രരേഖകൾ* എന്ന ആ പുസ്തകത്തിന് ഒരു സ്ഥാനമുണ്ട്. ഡാർവിന്റെ ഗ്രന്ഥമിറങ്ങുന്നതിനു മുൻപ് ഈ വിഷയത്തെക്കുറിച്ച് സാധാരണക്കാർ ഏറ്റവുമധികം വായിച്ച ഒരു കൃതിയാണ് ഇത്. എന്നാൽ ശാസ്ത്രലോകം അതിനെ പുച്ഛിച്ചു തള്ളുകയാണ് ചെയ്തത്.

3

ഡാർവിൻ യാത്ര തുടങ്ങുന്നു

ചാൾസ് ഡാർവിൻ

ആയിരത്തി എണ്ണൂറ്റി ഒൻപത് ഫെബ്രവരി 12-ാം തീയതിയാണ് ചാൾസ് റോബർട്ട് ഡാർവിൻ ജനിച്ചത്. അദ്ദേഹത്തിന്റെ പിതാവ് റോബർട്ട് ഡാർവിനും മുത്തച്ഛൻ ഇറാസ്മസ് ഡാർവിനും ഡോക്ടർമാരായിരുന്നു. ഇംഗ്ലണ്ടിലെ ഷോപ്ഷെയർ എന്ന മനോഹരമായ ഗ്രാമത്തിലെ സമ്പന്ന കുടുംബങ്ങളിലൊന്നായിരുന്നു ഡാർവിന്റേത്. റോബർട്ട് ഡാർവിന്റെയും സൂസന്ന ഡാർവിന്റെയും ആറുമക്കളിൽ അഞ്ചാമനായിരുന്നു ചാൾസ് ഡാർവിൻ. വീട്ടുകാർ അവനെ വാത്സല്യത്തോടെ 'ബോബി' എന്നും 'ചാർലി' എന്നും വിളിച്ചു.

ഫാക്ടറികളിൽനിന്ന് വ്യവസായ വിപ്ലവത്തിന്റെ സൈറനുകൾ മുഴങ്ങാൻ തുടങ്ങുകയും നീണ്ട ചൂളംവിളിയോടെ തീവണ്ടികൾ ഓടിത്തുടങ്ങുകയും ചെയ്തിരുന്ന ആ കാലം ഇംഗ്ലണ്ടിന്റെ ചരിത്രത്തിൽ വളരെയധികം പ്രത്യേകതകൾ നിറഞ്ഞതായിരുന്നു. വിക്ടോറിയ രാജ്ഞിയുടെ കൊടിയടയാളവുമായി കപ്പലുകൾ വിദൂരദേശങ്ങൾ തേടി സമുദ്രസഞ്ചാരം നടത്തി. വ്യവസായങ്ങൾക്കാവശ്യമായ അസംസ്കൃതവസ്തുക്കളും അതോടൊപ്പം തങ്ങളുടെ ഉല്പന്നങ്ങൾക്ക് പുതിയ വിപണികളും കണ്ടെത്തുകയായിരുന്നു ഈ സമുദ്രയാത്രകളുടെ പ്രധാന ലക്ഷ്യങ്ങൾ.

അതേസമയം തന്നെ മതവിരുദ്ധമായ ചെറിയ ചിന്തകളെപ്പോലും

പൊറുപ്പിക്കാത്ത പൗരോഹിത്യമായിരുന്നു ഇംഗ്ലണ്ടിലെ വിജ്ഞാന കേന്ദ്രങ്ങളായ ഓക്സ്ഫോഡ്, കേംബ്രിഡ്ജ് എന്നീ സർവ്വകലാശാല കളെ നിയന്ത്രിച്ചിരുന്നത്. മതമേധാവികളെയും രാജകൊട്ടാരത്തെയും പ്രഭുത്വത്തെയും ഭയപ്പെട്ടിരുന്ന മറ്റൊരു സംഭവവും ഏതാനും ദശ കങ്ങൾക്ക് മുമ്പുണ്ടായതായി കഴിഞ്ഞ അദ്ധ്യായത്തിൽ പറഞ്ഞല്ലോ . ഇംഗ്ലീഷ് ചാനലിനപ്പുറം 1789 ൽ നടന്ന വിപ്ലവം. പക്ഷേ അധികാരസ്ഥാ നങ്ങളിലിരുന്നവർ എത്രതന്നെ ശ്രമിച്ചിട്ടും ഇംഗ്ലീഷ് അന്തരീക്ഷത്തിൽ പ്രസരിച്ച സ്വാതന്ത്ര്യത്തെക്കുറിച്ചും സമത്വത്തെക്കുറിച്ചും ജനാധിപത്യ ത്തെക്കുറിച്ചുമുള്ള ആശയങ്ങളെ തടവിലിടാൻ കഴിഞ്ഞില്ല. ഈ കാല ഘട്ടത്തിലാണ് വിദൂരദേശങ്ങൾ സന്ദർശിച്ച സമുദ്ര സഞ്ചാരികൾ അതു വരെ ആരും കണ്ടിട്ടും കേട്ടിട്ടും ഇല്ലാത്ത പുതിയ കാര്യങ്ങൾ ഇംഗ്ലണ്ടിൽ വന്നു പറയുന്നത്.

തുടർച്ചയായി നടന്ന സമുദ്രസഞ്ചാരങ്ങൾ പുരാവസ്തുശാസ്ത്ര ത്തിലും ഭൂവിജ്ഞാനീയത്തിലും താല്പര്യമുള്ളവർക്ക് പഠിക്കാൻ വേണ്ടത്ര വിഭവങ്ങൾ നല്കി. ഭൂമിയുടെ പ്രായം ബിഷപ്പ് ലൈറ്റ്ഫുട്ട് കണക്കാക്കിയതിനേക്കാൾ വളരെ കൂടുതലാണെന്ന് ശാസ്ത്രജ്ഞർ ഉറ പ്പിച്ചു പറഞ്ഞു. ഫോസിലുകളെക്കുറിച്ചുള്ള പഠനം ലാമാർക്കിനെപ്പോലെ മറ്റു പലരേയും സൃഷ്ടിവാദത്തിനപ്പുറമുള്ള പ്രകൃതിനിയമങ്ങളെക്കുറിച്ച് ചിന്തിക്കുവാൻ പ്രേരിപ്പിച്ചു. ഇതോടൊപ്പം തന്നെ ലോകംചുറ്റി വന്നവർ വിദൂരദേശങ്ങളിൽ തങ്ങൾ കണ്ടുമുട്ടിയ മനുഷ്യരെക്കുറിച്ചുള്ള വിവര ണങ്ങളുമായും രംഗത്ത് വന്നു. ആഫ്രിക്കയിലും ഇന്ത്യയിലും വെസ്റ്റിൻ ഡീസിലും ആസ്ട്രേലിയയിലുമൊക്കെ അവർ കണ്ടുമുട്ടിയ മനുഷ്യരുടെ ആകാരവും ശരീരഘടനയും യൂറോപ്യൻമാരിൽനിന്ന് തികച്ചും വ്യത്യ സ്തമാണല്ലോ. ദൈവം എല്ലാവരേയും തന്റെ രൂപത്തിൽ സൃഷ്ടിച്ചതാ ണെങ്കിൽ ഇത്രയും വൈവിദ്ധ്യം വന്നതെങ്ങനെയാണ്? ഇത്തരം അന്വേ ഷണങ്ങൾ ശാസ്ത്രലോകത്ത് സജീവമായി നിലനില്ക്കുന്ന കാലത്താണ് കൊച്ചു ഡാർവിൻ തന്റെ സ്കൂൾ വിദ്യാഭ്യാസം തുടങ്ങുന്നത്.

പുരോഗമന ചിന്താഗതി വച്ചുപുലർത്തിയിരുന്ന ഒന്നായിരുന്നു അദ്ദേ ഹത്തിന്റെ കുടുംബം. സ്വതന്ത്രചിന്തകളെ അംഗീകരിച്ചിരുന്ന അദ്ദേഹ ത്തിന്റെ പിതാവ് റോബർട്ട് ഡാർവിൻ സ്വകാര്യജീവിതത്തിൽ മതങ്ങ ളിലോ ദൈവങ്ങളിലോ വിശ്വസിച്ചിരുന്നില്ല. തന്റെ ഇളയമകൻ തന്നെ പ്പോലെ ഒരു ഡോക്ടറാവണമെന്ന് ആ പിതാവ് ആഗ്രഹിച്ചിരുന്നു.

ഒരു ധനിക കുടുംബത്തിലെ ലാളിച്ചു വഷളാക്കപ്പെട്ട കുട്ടിയായി രുന്നു കൊച്ചു ചാർലി. ഒരു വിഷയത്തോടും പ്രത്യേക ആഭിമുഖ്യമോ ഉയർന്ന ധിഷണാശക്തിയോ പ്രകടിപ്പിക്കാത്ത ഒരു കുട്ടി. എന്നാൽ വീടിന് പുറത്തെ ലോകം അവന് പ്രിയപ്പെട്ടതായിരുന്നു. പുഴയുടെ തീരത്ത് അല ഞ്ഞുനടക്കലും വേലിചാടി അയൽക്കാരുടെ തോട്ടങ്ങളിലെ മരങ്ങളിൽ വലിഞ്ഞുകയറി പഴങ്ങൾ മോഷ്ടിക്കുന്നതും ആ ബാലന്റെ ഇഷ്ടവിനോ ദങ്ങളായിരുന്നു. പ്രകൃതി ആ കുട്ടിയെ വല്ലാതെ വശീകരിച്ചു. ദീർഘ

ദൂരം യാത്രചെയ്യണമെന്നും വിസ്മയകരമായ കാഴ്ചകൾ കാണണമെന്നുമുള്ള മോഹം ഡാർവിൻ ചെറുപ്രായത്തിൽ തന്നെ ഉള്ളിൽ സൂക്ഷിച്ചിരുന്നു.

കാണുന്നതെന്തും ശേഖരിക്കുക എന്നൊരു ശീലവും ഡാർവിന് ചെറുപ്പകാലം മുതലുണ്ടായിരുന്നു. ചെടികളും പ്രാണികളും കല്ലുമെല്ലാം ആ കുട്ടിയുടെ ശേഖരണത്തിലുണ്ടായിരുന്നു. ചാൾസിന് എട്ടു വയസ്സു മാത്രം പ്രായമുണ്ടായിരുന്നപ്പോഴാണ് അദ്ദേഹത്തിന്റെ അമ്മ മരിക്കുന്നത്. ആ സംഭവം കുടുംബത്തിലാകെ ദുഃഖത്തിന്റെ കരിനിഴൽ പടർത്തി. എന്നാൽ മൂത്തസഹോദരിമാർ കുടുംബഭരണവും ഇളയവരുടെ സംരക്ഷണവുമേറ്റെടുത്തതിനാൽ അമ്മയില്ലാത്ത ദുഃഖം കൊച്ചു ഡാർവിന് അധികമൊന്നും അനുഭവിക്കേണ്ടിവന്നില്ല.

കുറച്ചുനാൾ വീടിനടുത്തുള്ള ഒരു സ്കൂളിൽ പഠിച്ച ഡാർവിൻ പിന്നീട് സഹോദരനോടൊപ്പം സാമുവൽ ബട്ലർ എന്നൊരു പുരോഹിതൻ നടത്തിയിരുന്ന ഒരു സ്കൂളിലേക്ക് പോകാൻ തുടങ്ങി. ഗ്രീക്കും ലാറ്റിനുമായിരുന്നു ബട്ലറച്ചന്റെ സ്കൂളിലെ പ്രധാന പഠനവിഷയങ്ങൾ. ഡാർവിനാകട്ടെ അവ പഠിക്കാൻ തീരെ ഇഷ്ടമുണ്ടായിരുന്നില്ല. രസതന്ത്ര ക്ലാസുകൾ മാത്രമാണ് അവിടെ ഡാർവിനെ രസിപ്പിച്ചത്. വീട്ടിൽ ജ്യേഷ്ഠൻ തയാറാക്കിയ രസതന്ത്ര പരീക്ഷണശാലയിൽ, അദ്ദേഹത്തിന്റെ സഹായിയായി കൂടാൻ ഡാർവിന് അനുമതി കിട്ടി. രസതന്ത്ര സംബന്ധിയായ ധാരാളം പുസ്തകങ്ങളും ഈ കാലത്ത് ഡാർവിൻ വായിച്ചു. എന്നാൽ ഈ വിവരം സ്കൂളിലറിഞ്ഞപ്പോൾ ഹെഡ്മാസ്റ്റർ കഠിനമായി ശകാരിക്കുകയും ഇത്തരം പ്രയോജനമില്ലാത്ത കാര്യങ്ങൾക്കായി സമയം ചെലവിടരുതെന്ന് ഉപദേശിക്കുകയും ചെയ്തു.

സ്കൂൾ പഠനകാലത്താണ് ഡാർവിൻ തോക്ക് ഉപയോഗിക്കുന്നതിൽ വിദഗ്ദ്ധനായി മാറിയത്. പക്ഷേ, പക്ഷികളെ വെടിവച്ചുകൊല്ലുന്നതിലുള്ള താല്പര്യം വളരെ പെട്ടെന്ന് തന്നെ അവയുടെ ചേഷ്ടകൾ നിരീക്ഷിക്കുന്നതിലേക്കും കുറിപ്പുകൾ തയ്യാറാക്കുന്നതിലേക്കും മാറി. സയൻസും കണക്കും വളരെ ഇഷ്ടമുള്ള വിഷയങ്ങളായിരുന്നിട്ടും ഏഴു വർഷത്തെ സ്കൂൾ ജീവിതത്തിൽ ഒരു കാര്യത്തിലും മിടുക്ക് തെളിയിക്കാൻ ചാൾസ് ഡാർവിന് കഴിഞ്ഞില്ല. മൂത്ത സഹോദരൻ ഇതിനകം മെഡിക്കൽ വിദ്യാഭ്യാസത്തിനായി ചേർന്നിരുന്നു. ഒന്നിനും "കൊള്ളാത്ത" ഇളയമകനെ ഓർത്ത് അച്ഛൻ സദാ ഉൽക്കണ്ഠാകുലനായിരുന്നു. ഒരിക്കൽ അച്ഛൻ ശകാരിച്ച കഥ ഡാർവിൻ തന്റെ ആത്മകഥയിൽ പറയുന്നുണ്ട്.

"പക്ഷികളെ വേട്ടയാടിയും നായ്ക്കളെ കളിപ്പിച്ചും എലികളെ പിടിച്ചും നടക്കാനല്ലാതെ മറ്റെന്താണ് നിനക്കറിയാവുന്നത്? ഈ കുടുംബത്തിന് തന്റെ അപമാനമാണ് നീ" എന്നാണത്രേ അച്ഛൻ പറഞ്ഞത്. ഒരു തലമുറയുടെ മുഴുവൻ ചിന്താധാരയെയും ജീവിത വീക്ഷണത്തെയും മാറ്റി മറിക്കാൻ പോകുന്ന മഹാപ്രതിഭാശാലിയാണ് തന്റെ മകനെന്ന് അന്ന് ആ പിതാവിന് അറിയുമായിരുന്നില്ലല്ലോ. ഒടുവിൽ അദ്ദേഹം

അവനെ എഡിൻബറോവിലെ പ്രശസ്തമായ മെഡിക്കൽ സ്കൂളിലേക്ക് അയക്കാൻ തീരുമാനിച്ചു.

അക്കാലത്ത് മയക്കുമരുന്നുകൾ കണ്ടുപിടിച്ചിരുന്നില്ല. ബോധം കെടുത്താതെയാണ് ശസ്ത്രക്രിയകൾ നിർവ്വഹിച്ചിരുന്നത്. അലറിക്കരയുന്ന രോഗിയെ ആളുകൾ ബലമായി പിടിച്ചു വച്ചായിരുന്നു ശസ്ത്രക്രിയകൾ! ചോരകാണുമ്പോൾ തലചുറ്റൽ വരുന്ന ഡാർവിന് ഇത്തരം രംഗങ്ങൾക്ക് സാക്ഷിയാവേണ്ടിവന്നു. മെഡിക്കൽ വിദ്യാഭ്യാസത്തോട് മടുപ്പ് തോന്നാൻ വേറെ വല്ല കാരണവും വേണോ? പക്ഷേ അവിടെ രണ്ടു കാര്യങ്ങൾ ഡാർവിന് വളരെ ഇഷ്ടമായി. പ്രൊഫസർ തോമസ് ഹോപ് പഠിപ്പിച്ചിരുന്ന രസതന്ത്രമായിരുന്നു അതിലൊന്ന്. രണ്ടാമത്തേത് 'ടാക്സിഡെർമി'യും. ജീവികളുടെ മൃതശരീരങ്ങളിൽനിന്നും തോലെടുത്ത് സ്റ്റഫ് ചെയ്ത് സൂക്ഷിക്കുന്നതിനാണ് 'ടാക്സി ഡെർമി' എന്നു പറയുന്നത്. ജോൺ എഡോൺസ്റ്റോൺ എന്നൊരാളിൽനിന്നാണ് ഡാർവിൻ ഈ വിദ്യ പഠിച്ചത്. കറുത്ത വർഗ്ഗക്കാരനായ അദ്ദേഹം കുറേക്കാലം തെക്കേ അമേരിക്കയിലെ ഗയാനയിൽ അടിമയായി കഴിഞ്ഞിരുന്നു. അദ്ദേഹം ഡാർവിനുമായി മണിക്കൂറുകളോളം സംസാരിച്ചിരിക്കും. അദ്ദേഹത്തിന്റെ തെക്കേ അമേരിക്കൻ അനുഭവങ്ങളായിരുന്നു സംഭാഷണ വിഷയം.

ഈ സംഭാഷണങ്ങൾ ഡാർവിന്റെ ഭാവനയെ ഉണർത്തി. തെക്കേ അമേരിക്കയിലെ നിഗൂഢമായ ഇരുണ്ട ഉഷ്ണമേഖലാവനങ്ങൾ ആ യുവാവ് ഭാവനയിൽ കണ്ടു. അവിടെ ജീവിക്കുന്ന വിചിത്രമായ മൃഗങ്ങളും പക്ഷികളും അയാളുടെ ദിവാസ്വപ്നങ്ങളിൽ നിറഞ്ഞു. ഈ സ്വപ്നങ്ങൾ ക്ലാസ്മുറികളിലെ വിരസതയെ അതിജീവിക്കാൻ ഡാർവിനെ സഹായിച്ചു. അങ്ങനെ ഒരുവർഷം ഡാർവിൻ അവിടെ തള്ളിനീക്കി.

രണ്ടാം വർഷം ഡാർവിന്റെ സ്ഥിതി കൂടുതൽ കഷ്ടമായി. സഹോദരൻ പഠനം പൂർത്തിയാക്കി പോയിരുന്നു. വിരസമായ ക്ലാസ്മുറികളിൽ നിന്നും രക്ഷനേടാൻ അയാൾ പ്രകൃതിശാസ്ത്ര മ്യൂസിയത്തിൽ അഭയം തേടി. ആ സമയത്ത് അവിടെ 'പ്ലിനിയൻ സൊസൈറ്റി' എന്നൊരു ചെറിയ സംഘടന ഉണ്ടായിരുന്നു. ഇതിലെ അംഗങ്ങൾ ഇടയ്ക്കിടെ ഒത്തു ചേർന്ന് ശാസ്ത്ര വിഷയങ്ങൾ ചർച്ച ചെയ്യും. ഡാർവിൻ ഈ ചർച്ചകളിൽ സജീവമായി പങ്കെടുക്കാൻ തുടങ്ങി. ഈ ചർച്ചകളിൽ നിന്നാണ് *ബൈബിളിൽ* പറയുന്ന എല്ലാ കാര്യങ്ങളും അക്ഷരാർത്ഥത്തിൽ സ്വീകരിക്കേണ്ടതില്ല എന്ന ധാരണ അദ്ദേഹത്തിനുണ്ടായത്. *ബൈബിൾ,* അന്നത്തെ ലണ്ടൻ സമൂഹത്തിന്റെ ജീവിതത്തിന്റെ ഒരു ഭാഗം തന്നെയായിരുന്നു. അതിനാൽ ഡാർവിൻ തന്റെ ആശയം പുറത്തു പറയാൻ ധൈര്യപ്പെട്ടില്ല.

എഡിൻബറോയിൽ ഡാർവിന് റോബർട്ട് ഗ്രാന്റ് എന്നൊരു സുഹൃത്തിനെ കിട്ടി. ജീവശാസ്ത്രജ്ഞനായ ഈ സുഹൃത്താണ് ജീവപരിണാമം എന്ന ആശയം ഡാർവിന്റെ മുന്നിൽ വയ്ക്കുന്നത്. അതുവരെ മറ്റേതൊരു ക്രിസ്ത്യാനിയെയും പോലെ ഓരോ ജീവിയെയും അതാതിന്റെ രൂപത്തിൽ ദൈവം സൃഷ്ടിച്ചു എന്നാണ് ഡാർവിനും വിശ്വസിച്ചി

രുന്നത്. റോബർട്ട് ഗ്രാന്റ് തന്നെയാണ് ലാമാർക്കിന്റെ ഉപയോഗതാ നിരുപയോഗതാ സിദ്ധാന്തത്തെക്കുറിച്ച് ആദ്യമായി ഡാർവിനോട് പറഞ്ഞതും. ലാമാർക്കിന്റെ നിഗമനങ്ങൾ രസകരമായി തോന്നിയെങ്കിലും അവയ്ക്ക് ശാസ്ത്രീയമായ തെളിവുകളുടെ പിൻബലമില്ലെന്ന് ഡാർവിൻ അന്നുതന്നെ നിരീക്ഷിച്ചിരുന്നു. ഇതിന്റെയൊക്കെയിടയിൽ ഡാർവിന്റെ പഠനം മുടങ്ങി. മെഡിക്കൽ വിദ്യാഭ്യാസം ഉപേക്ഷിച്ച അദ്ദേഹം അമ്മാവനോടൊപ്പം പാരീസിലേക്ക് ഒരു യാത്രപോയി.

തന്റെ പണവും ഉപയോഗിച്ച് ഇങ്ങനെ അലസനായി ചുറ്റി നടക്കാൻ മകനെ അനുവദിക്കില്ലെന്ന ദൃഢനിശ്ചയത്തിലായിരുന്നു റോബർട്ട് ഡാർവിൻ. അദ്ദേഹം തന്റെ മുടിയനായ പുത്രനെ കേംബ്രിഡ്ജിലെ ക്രൈസ്റ്റ് കോളേജിൽ പുരോഹിത പട്ടത്തിനായി പഠിക്കാൻ ചേർത്തു. എന്നാൽ സെമിനാരിയിലെ പഠനത്തേക്കാൾ ആ മകൻ താല്പര്യം കാണിച്ചത് വണ്ടുകളെ ശേഖരിക്കുന്നതിലാണ്. പക്ഷേ കേംബ്രിഡ്ജിൽ മറ്റൊരു ഭാഗ്യം ഡാർവിനെ കാത്തിരിക്കുന്നുണ്ടായിരുന്നു.

കേംബ്രിഡ്ജിലെ ബോട്ടണി പ്രൊഫസറായിരുന്നു റവ.ജോൺ സ്റ്റീവൻസ് ഹെൻസ്‌ലോ. അദ്ദേഹത്തിന്റെ ലക്ചർ ക്ലാസുകൾ ചാൾസ് ഡാർവിനെ ഹഠാദാകർഷിച്ചു. അവരുടെ പരിചയം ഗാഢമായതോടെ ഡാർവിൻ പ്രൊഫസറുടെ വീട്ടിലെ നിത്യസന്ദർശകനായി മാറി. അവിടെ ഒത്തുകൂടിയിരുന്ന ആളുകളുടെ ചർച്ചകൾ, പ്രൊഫസറുടെ നിർദ്ദേശമനുസരിച്ച് വായിച്ച പുസ്തകങ്ങൾ എന്നിവ ഡാർവിനെ ഒരു പുതിയ വഴിയിലേക്ക് നയിച്ചു. പ്രകൃതിയുടെ നിഗൂഢരഹസ്യങ്ങൾ തേടിയുള്ള ശാസ്ത്രീയാന്വേഷണത്തിന്റെ വഴിയായിരുന്നു അത്. താൻ ഭാവിയിൽ സ്വീകരിക്കുന്ന തൊഴിൽ പ്രകൃതിപഠനവുമായി ബന്ധപ്പെട്ട ഒന്നായിരിക്കുമെന്ന് ഡാർവിൻ തീരുമാനമെടുക്കുകയും ചെയ്തു. പുരോഹിതവൃത്തി പഠിക്കാനാണ് അച്ഛൻ ഡാർവിനെ പറഞ്ഞയച്ചത്. താൻ ആ ജോലിക്ക് ചേർന്നവനാണോ എന്നൊരു സംശയവും അക്കാലത്തു തന്നെ അദ്ദേഹത്തെ പിടികൂടി. എന്തായാലും പരീക്ഷകളെല്ലാം ഒരുവിധം നല്ല നിലയിൽത്തന്നെ അദ്ദേഹം പാസ്സായി.

പ്രകൃതിശാസ്ത്രത്തിലുള്ള ഡാർവിന്റെ താല്പര്യം മനസ്സിലാക്കിയ റവ. ഹെൻസ്‌ലോ ഏതെങ്കിലും ഒരു ഉഷ്ണമേഖലാ പ്രദേശത്തേക്ക് ഒരു പഠനയാത്ര നടത്താൻ ഉപദേശിച്ചു. അതനുസരിച്ച് കാനറി ദ്വീപുകളിലേക്ക് ഒരു യാത്ര നടത്താനാവശ്യമായ ഒരുക്കങ്ങളെല്ലാം ഡാർവിൻ നടത്തി. റാംസെ എന്ന ഒരു സ്നേഹിതൻ അദ്ദേഹത്തെ അനുഗമിക്കാനും തയാറായി. എന്നാൽ റാംസെയുടെ ആകസ്മിക മരണം ഈ പദ്ധതിയാകെ തകിടംമറിച്ചു. യാത്ര മുടങ്ങിയ ഡാർവിൻ നിരാശനായി. വീണ്ടും ഹെൻസ്‌ലോ അദ്ദേഹത്തിന്റെ സഹായത്തിനെത്തി.

ബ്രിട്ടീഷ് സർക്കാറിന്റെ ആവശ്യപ്രകാരം തെക്കെ അമേരിക്കയുടെ തീരപ്രദേശങ്ങളിൽ സർവ്വെ നടത്താൻ എച്ച് എം എസ് ബീഗിൾ എന്നൊരു കപ്പൽ ലണ്ടനിൽനിന്ന് പുറപ്പെടുന്നുണ്ടായിരുന്നു. ഈ കപ്പ

ലിന്റെ കപ്പിത്താനായ ക്യാപ്റ്റൻ ഫിറ്റ്സ് റോയ് പ്രകൃതിശാസ്ത്രജ്ഞനായ ഒരു സഹായിയെത്തേടി ഹെൻസ്ലോവിനെ സമീപിച്ചു. ആൾ മിടുക്കനും കഠിനാദ്ധ്വാനിയുമായിരിക്കണം. ക്യാപ്റ്റന്റെ ക്യാബിനിൽ താമസിക്കാം. പക്ഷേ ശമ്പളമില്ലാതെ ജോലി ചെയ്യാൻ തയ്യാറാവണമെന്ന് മാത്രം. ചാൾസ് ഡാർവിന്റെ പേര് നിർദ്ദേശിക്കാൻ റവ. ഹെൻസ്ലോവിന് രണ്ടാമതൊന്ന് ആലോചിക്കേണ്ടിവന്നില്ല.

വിവരമറിഞ്ഞ ഡാർവിൻ ആഹ്ലാദം കൊണ്ട് തുള്ളിച്ചാടി. എന്നാൽ അച്ഛന്റെ സമ്മതം വേണം. അത് കിട്ടാനെന്താണ് വഴി? ഒന്നിൽനിന്ന് മറ്റൊന്നിലേക്ക് ചാടിക്കളിക്കുന്ന ഡാർവിന്റെ സ്വഭാവം നന്നായി അറിയാവുന്ന അച്ഛൻ, ഈ യാത്രയും അത്തരമൊരു കമ്പമാണെന്ന് പറഞ്ഞ് മകനെ നിരുത്സാഹപ്പെടുത്തി. സഹോദരിമാരും അച്ഛനോടൊപ്പം നിന്നതോടെ ചാർലി ധർമ്മസങ്കടത്തിലായി. ഒടുവിൽ മാതൃസഹോദരനായ ജോഷ്വാ വെഡ്ജ്വുഡ് മരുമകന്റെ സഹായത്തിനെത്തി. ഈ യാത്ര ഡാർവിന്റെ അഭിരുചികൾക്ക് ഏറ്റവും യോജിച്ച ഒന്നാണെന്നും തന്റെ ഇഷ്ടവിഷയമായ പ്രകൃതിശാസ്ത്രത്തിൽ കൂടുതൽ പ്രാവീണ്യം നേടാൻ അത് സഹായിക്കുമെന്നും അദ്ദേഹം സഹോദരീഭർത്താവിനെ ബോദ്ധ്യപ്പെടുത്തി. അങ്ങനെ പിതാവിന്റെ സമ്മതവും സാമ്പത്തിക സഹായവും നേടിയെടുക്കാൻ ഡാർവിന് കഴിഞ്ഞു.

ഒടുവിൽ 1831 ഡിസംബർ 27-ാം തീയതി എച്ച് എം എസ് ബീഗിൾ എന്ന കപ്പൽ ഇംഗ്ലണ്ടിലെ പ്ലിമൗത്ത് തുറമുഖത്ത് നിന്നും യാത്ര പുറപ്പെട്ടു. അതുവരെ ആരും സഞ്ചരിച്ചിട്ടില്ലാത്ത ഒരു പുതിയ പാതയിലേക്ക് ശാസ്ത്രത്തെ നയിക്കാൻ വിധിക്കപ്പെട്ട ചാൾസ് റോബർട്ട് ഡാർവിൻ എന്ന ഇരുപത്തിരണ്ടുകാരൻ, ഹൃദയം നിറയെ സ്വപ്നങ്ങളുമായി ജന്മനാടിനോട് യാത്ര പറഞ്ഞു.

4

ഒരു പുസ്തകത്തിന്റെ ഉത്ഭവം

അച്ഛനെയും സഹോദരങ്ങളെയും പിരിഞ്ഞ് ഇത്രയും അകലേക്ക് ആദ്യമായാണ് ഡാർവിൻ യാത്ര ചെയ്യുന്നത്. പോരാത്തതിന് ആദ്യത്തെ കടൽയാത്ര നല്കിയ പ്രയാസങ്ങളും. ശരീരത്തിന്റെയും മനസ്സിന്റെയും അസ്വസ്ഥതകളെ മറികടക്കാൻ ഡാർവിൻ പുസ്തകങ്ങളെ അഭയംപ്രാപിച്ചു. അടുത്ത സുഹൃത്തായ ചാൾസ് ലയൽ എഴുതിയ *ഭൂവിജ്ഞാനീയത്തിന്റെ അടിസ്ഥാന തത്ത്വങ്ങൾ* എന്ന കൃതി പലവട്ടം വായിച്ചു.

ലയൽ, മഹാനാശസിദ്ധാന്തത്തോട് ശക്തമായി വിയോജിച്ചിരുന്നു. പെട്ടെന്നുണ്ടാവുന്ന മാറ്റങ്ങൾക്കല്ല, സാവധാനത്തിലും തുടർച്ചയായും ഉണ്ടാവുന്ന മാറ്റങ്ങൾക്കാണ് ഭൂമി വിധേയമായിക്കൊണ്ടിരിക്കുന്നത് എന്നായിരുന്നു ലയൽ മുന്നോട്ടു വച്ച വാദം. ഡാർവിന് ഈ ആശയം വളരെ ഇഷ്ടമായി. തെക്കെ അമേരിക്കയിലെ സാൻഡിയാഗോ തീരത്ത് വച്ചാണ് ഈ സിദ്ധാന്തം ന്യായീകരിക്കാൻ പറ്റിയ ഒരു തെളിവ് ഡാർവിന്റെ മുന്നിൽ വന്നുപെട്ടത്. അവിടെ കടൽപ്പരപ്പിൽനിന്നും നാൽപ്പത്തഞ്ചോളം അടി ഉയരത്തിലുള്ള പാറക്കെട്ടുകളിൽ പറ്റിപ്പിടിച്ചിരിക്കുന്ന ചിപ്പികൾ അദ്ദേഹത്തിന്റെ ശ്രദ്ധയിൽപ്പെട്ടു. അത്രയും ഉയരത്തിൽ അവ ചെന്നെത്തിയതെങ്ങനെ? തീർച്ചയായും ഒരുകാലത്ത് കടൽ അത്രയും ഉയരത്തിലായിരുന്നിരിക്കണം. ഭൂമിയുടെ ഉപരിതലത്തിന് മാറ്റങ്ങളുണ്ടാവുന്നു എന്നതിന്റെ ഒരു തെളിവായി ഇതിനെ കണക്കാക്കാമല്ലോ.

വിസ്മയങ്ങൾ ഡാർവിനെ കാത്തിരിക്കുന്നതേ ഉണ്ടായിരുന്നുള്ളൂ. ബ്രസീലിലെ മഴക്കാടുകളിലൂടെയുള്ള യാത്രയിൽ അദ്ദേഹം കണ്ടത് അതുവരെ കണ്ടിട്ടില്ലാത്ത ഷഡ്പദങ്ങളും സസ്യങ്ങളും. മാതൃകകൾ ശേഖരിക്കാനും അവയെ കേടുവരാതെ സൂക്ഷിക്കാനും നേരത്തേ നേടിയ പരിശീലനം ഇവിടെ ഡാർവിന് സഹായമായി. താൻ ശേഖരിച്ച ജീവി

ഗാലപ്പാഗോസ് ദ്വീപുകൾ

കൾ, സസ്യങ്ങൾ പാറക്കഷണങ്ങൾ, ഉരുളൻകല്ലുകൾ തുടങ്ങിയവയെല്ലാം ഡാർവിൻ പ്രൊഫസർ ഹെൻസ്‌ലോവിന്റെ മേൽവിലാസത്തിൽ ലണ്ടനിലേക്കയച്ചു. പലതവണയായി ഡാർവിൻ ലണ്ടനിലേക്കയച്ച ചരക്കുകളുടെ കൂട്ടത്തിൽ ഏതാനും ഫോസിലുകളുമുണ്ടായിരുന്നു. എന്തിനാണ് ഈ ചവറുകളെല്ലാം നാട്ടിലേക്കയക്കുന്നത് എന്നായിരുന്നു ക്യാപ്റ്റൻ ഫിറ്റ്സ് റോയ്‌യുടെ സംശയം. വിചിത്രമായ ജന്തുക്കളെ മാത്രമല്ല, അതുവരെ കേട്ടിട്ടു പോലുമില്ലാത്ത ആകൃതിയും പ്രകൃതിയുമുള്ള ജനങ്ങളെയും ഡാർവിൻ കണ്ടു. എങ്ങനെയാണ് അവർ തങ്ങളിൽനിന്നും ഇത്രയധികം വിഭിന്നരായതെന്ന ചിന്ത അദ്ദേഹത്തെ അലട്ടി. 1835 സെപ്തംബർ 7-ാം തീയതി അവരുടെ കപ്പൽ ഗാലപ്പാഗോസ് ദ്വീപു സമൂഹങ്ങളിലേക്ക് പുറപ്പെട്ടു. ഡാർവിന്റെ യാത്രയിലെ ഏറ്റവും പ്രധാന ഘട്ടവും ഈ ദ്വീപ് സമൂഹങ്ങളുമായി ബന്ധപ്പെട്ടു നടത്തിയ പര്യവേക്ഷണങ്ങളാണ്. ദ്വീപിലെ പടുകൂറ്റൻ ആമകളെക്കണ്ട് ഡാർവിൻ അത്ഭുതസ്തബ്ധനായി നിന്നുപോയി. കപ്പലിലെ മറ്റു ജോലിക്കാർ ഇറച്ചിക്ക് വേണ്ടി അവയെ പിടികൂടിയപ്പോൾ ഡാർവിൻ ഒന്നുരണ്ടെണ്ണത്തെ പിടിച്ച് ഇംഗ്ലണ്ടിലെ സ്നേഹിതന്മാർക്ക് അയക്കാനായി ഒളിച്ചുവച്ചു. ദ്വീപസമൂഹത്തിലെ സഞ്ചാരത്തിനിടയിൽ മറ്റൊരു കാര്യവും ഡാർവിനിൽ വിസ്മയമുണർത്തി. എല്ലാ ദ്വീപുകളിലും ധാരാളം പക്ഷികളുണ്ടായിരുന്നു. പ്രത്യേകിച്ചും കുരുവികൾ. എന്നാൽ ഓരോ ദ്വീപിലും ഇവയുടെ ശരീരത്തിന്റെ ബാഹ്യഘടനയിലും ഭക്ഷണരീതിയിലും വലിയ വ്യത്യാസങ്ങൾ ഡാർവിൻ കണ്ടു. വ്യത്യസ്തയിനം കുരുവികളെയും ഡാർവിൻ ശേഖ

രിച്ചു. അദ്ദേഹത്തിന്റെ ശ്രദ്ധയാകർഷിച്ച മറ്റൊരു ജീവി ഇഗ്വാനകളായിരുന്നു. ഉടുമ്പിന്റെയും പല്ലിയുടെയും വർഗ്ഗത്തിൽപ്പെടുന്ന ഒരു ഉരഗമാണ് ഇഗ്വാന. പക്ഷേ അവ വളരെയധികം വലുപ്പമുള്ളവയാണ്. കരയിൽ സസ്യങ്ങൾ തിന്നു ജീവിക്കുന്ന ഒരിനം ഇഗ്വാനയെയും വെള്ളത്തിൽ സുഖമായി നീന്തുകയും കടൽപ്പായലും സസ്യങ്ങളും ഭക്ഷിക്കുകയും ചെയ്യുന്ന മറ്റൊരിനം ഇഗ്വാനയെയും ഡാർവിൻ ആ ദ്വീപുകളിൽ കണ്ടു. ഒരേ പ്രദേശത്ത് കഴിയുന്ന ജീവികളിൽ ഈവിധത്തിലുള്ള വൈവിദ്ധ്യമെങ്ങനെയാണ് ഉണ്ടായത്? ഡാർവിന്റെ മനസ്സ് നിറയെ ഇത്തരം ചോദ്യങ്ങളായിരുന്നു. എന്നാൽ അന്നത്തെ തിരക്കുകൾക്കിടയിൽ ഒരിടത്തിരുന്ന് ഈ ചോദ്യങ്ങളുടെ ഉത്തരം കണ്ടെത്താനുള്ള സാവകാശം അദ്ദേഹത്തിന് ലഭിച്ചതുമില്ല. ഇനി വല്ലപ്പോഴും ബുദ്ധിയിലുദിച്ച ഉത്തരങ്ങളാകട്ടെ, താൻ പഠിച്ചു വളർന്ന മതപാഠങ്ങൾക്ക് നേരെ വിപരീതമായവയും!

എച്ച് എം എസ് ബീഗിൾ ഡാർവിനെയും കൊണ്ട് യാത്ര തുടർന്നു കൊണ്ടേയിരുന്നു. തെക്കെ അമേരിക്കയിൽനിന്ന് ന്യൂസിലാൻഡിലേക്ക്. അവിടെനിന്ന് ആസ്ട്രേലിയയിലേക്ക്. ഇവിടെയും പ്രത്യേകതരം മനുഷ്യരെയും അനേകം വിചിത്രജീവികളെയും ഡാർവിൻ കണ്ടു. തന്റെ മുന്നിലേക്ക് ചാടിവന്ന ആദ്യത്തെ കംഗാരുവിനെയും നോക്കി ചാൾസ് ഡാർവിൻ നിന്ന നില്പ് ഒന്ന് ഭാവനയിൽ കണ്ടുനോക്കൂ. അന്ന് ആസ്ട്രേലിയയെയും ന്യൂസിലാൻഡിനെയും ചേർത്ത് 'ആന്റിപോഡ്സ്' എന്നാണ് ഇംഗ്ലണ്ടിൽ പറഞ്ഞിരുന്നത്. ആന്റിപോഡ്സിലേക്ക് മാത്രമായി ദൈവം പ്രത്യേക സൃഷ്ടി നടത്തിയതാണോ എന്നായിരുന്നു ഡാർവിന്റെ സംശയം. മൗറീഷ്യസ് കേപ്ടൗൺ, സെന്റ് ഹെലീന എന്നീ സ്ഥലങ്ങൾ കൂടി സന്ദർശിച്ച ശേഷം 1836 ഒക്ടോബർ 2-ാം തീയതി അവരുടെ കപ്പൽ ഇംഗ്ലണ്ടിലെ ഫാൾമൗത്ത് തുറമുഖത്ത് നങ്കൂരമിട്ടു. നാലു വർഷവും ഒൻപത് മാസവും അഞ്ചു ദിവസവും നീണ്ടുനിന്ന പ്രവാസത്തിനൊടുവിൽ ഡാർവിൻ വീട്ടിൽ തിരിച്ചെത്തി. അപ്പോഴേക്കും വീടു വിട്ടുപോയ ഇരുപത്തിരണ്ടുകാരൻ മാനസികമായും ഒരുപാട് വളർന്നിരുന്നു.

ഈ കാലത്ത് ഇംഗ്ലണ്ടിൽ പ്രൊഫസർ ഹെൻസ്‌ലോ വെറുതെയിരിക്കുകയായിരുന്നില്ല. വിവിധ തുറമുഖങ്ങളിൽനിന്ന് ഡാർവിൻ അയച്ചിരുന്ന പാർസലുകൾ അദ്ദേഹവും ശാസ്ത്രജ്ഞരായ മറ്റു സ്നേഹിതന്മാരും സൂക്ഷ്മപരിശോധനയ്ക്ക് വിധേയമാക്കിക്കൊണ്ടിരുന്നു. അവരുടെ കണ്ടെത്തലുകൾ അന്നത്തെ ശാസ്ത്രലോകത്തെ ആവേശംകൊള്ളിച്ചു. ഒരു ഉദാഹരണം പറയാം. ഗാലപ്പാഗോസ് ദ്വീപുകളിൽ നിന്ന് ഡാർവിൻ പതിമൂന്ന് വ്യത്യസ്തയിനം കുരുവികളെ ശേഖരിച്ചിരുന്നു. അവ പതിമൂന്ന് വ്യത്യസ്ത സ്പീഷീസുകൾ തന്നെയാണെന്ന് ജീവശാസ്ത്രജ്ഞർ കണ്ടെത്തി. സ്പീഷീസ് എന്നു പറഞ്ഞാലെന്താണെന്നറിയാമോ? ഒരേ സ്വഭാവഗുണങ്ങളുള്ള ജീവികളെയാണ് ഒരു സ്പീഷീസ് എന്നു പറയുന്നത്. അവയ്ക്ക് പരസ്പരം ഇണചേരാനും പ്രത്യുല്പാദനശേഷിയുള്ള സന്താനങ്ങളെ ഉല്പാദിപ്പിക്കുവാനും കഴിയും. ഈ മാനദണ്ഡങ്ങൾ വച്ചു

നോക്കിയാൽ ബാഹ്യപ്രകൃതി എത്ര തന്നെ വ്യത്യസ്തമാണെങ്കിലും എല്ലാ മനുഷ്യരും ഒരു സ്പീഷീസ് ആണെന്ന് കാണാം.

ഡാർവിൻ അയച്ച ഫോസിലുകളും ശാസ്ത്രജ്ഞന്മാരെ ഇരുത്തി ചിന്തിപ്പിച്ചു. അവയ്ക്ക്, ആ പ്രദേശത്ത് കാണപ്പെടുന്ന ജീവികളുമായി സാദൃശ്യമുണ്ടായിരുന്നു. അതേസമയം അവ വ്യത്യസ്തവുമായിരുന്നു. ഏതായാലും ഇംഗ്ലണ്ടിലെ പ്രകൃതിശാസ്ത്രജ്ഞരുടെയിടയിൽ ഡാർവിന് സ്വന്തമായി ഒരു ഇരിപ്പിടവും ഒരുക്കിയാണ് സ്നേഹിതർ അദ്ദേഹത്തെ കാത്തിരുന്നത്. പക്ഷേ തന്റെ കണ്ടെത്തലുകളും ഊഹങ്ങളും നിഗമനങ്ങളും ലോകം അംഗീകരിക്കുന്ന ശാസ്ത്രസിദ്ധാന്തങ്ങളായി മാറണമെങ്കിൽ താനിനിയും ഏറെ പണിയെടുക്കേണ്ടതുണ്ട് എന്ന് മറ്റാരേക്കാളും നന്നായി അറിയാമായിരുന്നത് ഡാർവിന് തന്നെയായിരുന്നു. സ്വന്തം ജീവിതത്തിലെ തുടർന്നു വന്ന രണ്ട് ദശാബ്ദങ്ങൾ അദ്ദേഹം ഇതിനായി മാറ്റി വയ്ക്കുകയും ചെയ്തു.

ഗാലപ്പാഗോസ് ദ്വീപുകളിൽ കണ്ട കുരുവികളാണ് ഡാർവിനിൽ ജീവപരിണാമം എന്ന ആശയത്തിന്റെ വിത്തിട്ടത്. തെക്കെ അമേരിക്കാ വൻകരയിലും ഗാലപ്പാഗോസ് ദ്വീപുകളിലും കണ്ട കുരുവികൾ ഒന്നിനൊന്ന് വ്യത്യസ്തമായിരുന്നു എന്ന് നേരത്തേ പറഞ്ഞല്ലോ. എന്നാൽ അവ തമ്മിൽ വളരെയധികം സാദൃശ്യങ്ങളുണ്ടായിരുന്നു. അതിനാൽ ഇവയെല്ലാം ഒരു പൊതു പൂർവ്വികനിൽനിന്ന് പരിണമിച്ചുണ്ടായതാവാം എന്ന നിഗമനത്തിലെത്താൻ ഡാർവിനെ പ്രേരിപ്പിച്ചു. പക്ഷികളുടെ കാര്യത്തിൽ മാത്രമല്ല മറ്റു ജീവികളിലും ഇത് ശരിയാവാമല്ലോ. ജീവികൾക്ക് നിരന്തരമായ വ്യതിയാനങ്ങൾ സംഭവിച്ചു കൊണ്ടിരിക്കുന്നു. അതിൽ കുറേ വ്യതിയാനങ്ങൾ അടുത്ത തലമുറയിലേക്ക് കൈമാറ്റം ചെയ്യപ്പെടുന്നു. ക്രമേണ അവ പുതിയ ജീവിവർഗ്ഗമായി മാറുന്നു. അങ്ങനെയാവുമ്പോൾ എല്ലാവർക്കും ഒരു പൊതുപൂർവ്വികൻ കാണണമല്ലോ. മനുഷ്യന്റെ കാര്യത്തിലും ഇതു തന്നെയാണ് സംഭവിച്ചത്. എല്ലാ മനുഷ്യരും ഒരു പൊതു പൂർവ്വികനിൽനിന്ന് പരിണമിച്ചുണ്ടായതാണ്.

നല്ല ആശയം. എന്നാൽ വിക്ടോറിയൻ ഇംഗ്ലണ്ടിൽ ഇതങ്ങനെ ഉറക്കെ പറയാൻ പറ്റില്ലല്ലോ. *ബൈബിളാണ്* അന്നത്തെ ആധികാരിക ഗ്രന്ഥം. *ബൈബിൾ* പറയുന്നത് മനുഷ്യൻ ദൈവത്തിന്റെ ഒരു പ്രത്യേക സൃഷ്ടിയാണെന്നാണ്. അതുമാത്രമല്ല, കറുത്ത തൊലിയുള്ള മനുഷ്യർ വെള്ളക്കാരെക്കാൾ താഴ്ന്നവരായിട്ടാണ് അന്ന് കരുതപ്പെട്ടിരുന്നത്. സ്ത്രീകൾക്കും പുരുഷനേക്കാൾ താഴ്ന്ന സ്ഥാനമേയുള്ളൂ. അവിടെ, എല്ലാ ജീവികളും ഒരു പൊതു പൂർവ്വികനിൽ നിന്ന് പരിണമിച്ചുണ്ടായതാണെന്നും എല്ലാവരും തുല്യപ്രാധാന്യമുള്ളവരാണെന്നും പറയുന്നയാളെ, അത് ചാൾസ് ഡാർവിനാണെങ്കിൽപ്പോലും സമൂഹം വെറുതെ വിടില്ല. കൂടുതൽ വ്യക്തതയുള്ള തെളിവുകൾ സംഭരിക്കുകയായിരുന്നു ഡാർവിന്റെ ലക്ഷ്യം. എന്നാൽ അടുത്ത സുഹൃത്തുക്കളുമായുള്ള സ്വകാര്യ ചർച്ചകളിൽ അദ്ദേഹം തന്റെ ആശയങ്ങൾ പങ്കുവച്ചിരുന്നു.

ഇതിനിടയിൽ ഡാർവിൻ തന്റെ ബീഗിൾ യാത്രയെക്കുറിച്ചും അനുഭവങ്ങളെക്കുറിച്ചും ഏതാനും ലേഖനങ്ങളും പുസ്തകങ്ങളും എഴുതി. പ്രഭാഷണങ്ങൾ നടത്തി. ഭൂമിശാസ്ത്രപരമായ ചില കണ്ടെത്തലുകൾ, പവിഴപ്പുറ്റുകളുടെ ഘടന, വിദൂരദേശങ്ങളിൽ താൻ കണ്ട ജീവികൾ, മനുഷ്യർ തുടങ്ങിയവയായിരുന്നു പ്രധാന വിഷയങ്ങൾ. ഇക്കാലത്താണ്, കൃത്യമായി പറഞ്ഞാൽ 1838 ൽ റവ. മാൽത്തൂസ് ജനസംഖ്യാ വർദ്ധനവിനെക്കുറിച്ചെഴുതിയ ഒരു ലേഖനം ഡാർവിന്റെ കൈയിൽ കിട്ടുന്നത്.

മാൽത്തൂസ്

ആരായിരുന്നു ഈ മാൽത്തൂസ് എന്നല്ലേ? റവറന്റ് ടി ആർ മാൽത്തൂസ് ഈസ്റ്റിൻഡ്യാ കമ്പനിയിലെ ഒരു സാമ്പത്തിക വിദഗ്ദ്ധനായിരുന്നു. ജനസംഖ്യാവർദ്ധനവിന്റെ അപകടകരമായ ഒരവസ്ഥയെക്കുറിച്ചാണ് മാൽത്തൂസ് തന്റെ ലേഖനത്തിൽ പറഞ്ഞിരുന്നത്. ഇംഗ്ലണ്ടിലെ വ്യവസായശാലകൾ ധാരാളം തൊഴിലാളികളെ നഗരത്തിലേക്ക് ആകർഷിച്ചുകൊണ്ടിരുന്നു. ജനങ്ങളുടെ എണ്ണം പെരുകുന്നതിനനുസരിച്ച് താമസിക്കാനുള്ള സ്ഥലമോ ഭക്ഷ്യവസ്തുക്കളോ മറ്റ് അവശ്യവസ്തുക്കളോ വർദ്ധിക്കുന്നില്ല. ഇത് അടിസ്ഥാനാവശ്യങ്ങൾക്കായി ജനങ്ങൾക്കിടയിൽ ഒരു കിടമത്സരം നടക്കുന്നതിനിടയാക്കും. ഈ മത്സരത്തിൽ ആർക്കാവും ജയം? സംശയമെന്താ? ഏറ്റവും മിടുക്കുള്ളവർ തന്നെ. അങ്ങനെവരുമ്പോൾ ഒരു വലിയ വിഭാഗം ജനങ്ങൾ പട്ടിണിയിലേക്കും ദാരിദ്ര്യത്തിലേക്കും പതിക്കുകയും ക്രമേണ ഭൂമിയിൽനിന്ന് തുടച്ചുമാറ്റപ്പെടുകയും ചെയ്യുന്നു. ദരിദ്രർ ഇങ്ങനെ ഇല്ലാതാവുന്നതിൽ സങ്കടമുള്ള ആളൊന്നുമായിരുന്നില്ല മാൽത്തൂസ്. എന്നു മാത്രമല്ല കുറെ പാവങ്ങൾ ചത്തു തീരുന്നത് രാജ്യത്തിന്റെ പുരോഗതിക്ക് ആവശ്യമാണെന്നു തന്നെ അദ്ദേഹം വിശ്വസിച്ചിരുന്നു. ജനപ്പെരുപ്പത്തിന് ഒരു പ്രതിവിധിയായി കുറേ ദരിദ്രരെ ആസ്ട്രേലിയയിലേക്ക് കപ്പൽ കയറ്റിയയക്കണമെന്നുവരെ പറഞ്ഞയാളാണ് അദ്ദേഹം.

മാൽത്തൂസിന്റെ സിദ്ധാന്തങ്ങളല്ല ഡാർവിനെ ആകർഷിച്ചത്, നിലനില്പിനു വേണ്ടിയുള്ള സമരം എന്ന ആശയമാണ്. വ്യതിയാനം സംഭവിച്ച ജീവികൾക്കിടയിലും ഇത്തരമൊരു മത്സരം നടക്കുന്നതായി ഡാർവിൻ സങ്കല്പിച്ചു. അങ്ങനെയാണെങ്കിൽ ആരാണ് ജയിക്കുക? ചുറ്റുപാടുകളുമായി നന്നായി ഇണങ്ങാൻ കഴിവുള്ളവ മാത്രമായിരിക്കില്ലേ? ഇത് പുതിയ ജീവിവർഗ്ഗങ്ങളുടെ രൂപീകരണത്തിലേക്ക് നയിക്കില്ലേ? മെച്ചപ്പെട്ട വ്യതിയാനങ്ങളുള്ള ജീവികളെ പ്രകൃതിതന്നെ തെരഞ്ഞെടുക്കുന്നു എന്ന് കരുതിയാലോ? പ്രകൃതി നടത്തുന്ന ഈ തെരഞ്ഞെടുപ്പ് അഥവാ 'പ്രകൃതി നിർദ്ധാരണ' മാണ് പുതിയ ജീവിവർഗ്ഗങ്ങൾ ഉണ്ടാകാൻ കാരണമാകുന്നത്.

മാൽത്തൂസിന്റെ സിദ്ധാന്തം തന്നെ സ്വാധീനിച്ചതിനെക്കുറിച്ച് ഡാർവിൻ ആത്മകഥയിൽ പറയുന്നുണ്ട്. എന്നാൽ ചിലർ അഭിപ്രായപ്പെടുന്നതുപോലെ ഡാർവിന്റെ പരിണാമ സിദ്ധാന്തത്തിന്റെ കാരണക്കാരനായി മാൽത്തൂസിനെ കരുതാനാവില്ല. അങ്ങനെ ചെയ്താൽ ഡാർവിന്റെ പര്യവേക്ഷണത്തെയും അന്വേഷണബുദ്ധിയേയും ഗവേഷണ പ്രതിഭയെയും യുക്തിബോധത്തെയും നമ്മൾ കുറച്ചു കാണലാവും. അങ്ങനെ 1838 ൽത്തന്നെ തന്റെ പ്രിയപ്പെട്ട സിദ്ധാന്തം ഡാർവിന്റെ മനസ്സിൽ വ്യക്തമായി രൂപംകൊണ്ടിരുന്നു. എന്നാൽ പിന്നെയും നാലു വർഷം കഴിഞ്ഞിട്ടാണ് അദ്ദേഹം അത് എഴുതാൻ തുടങ്ങിയത്. 1842 ൽ അദ്ദേഹം അത് 35 പേജിലൊതുങ്ങുന്ന ഒരു പ്രബന്ധരൂപത്തിലാണ് ആദ്യമെഴുതിയത്. 1844 ൽ അത് കുറച്ചുകൂടി വിപുലീകരിച്ച് 270 പേജുള്ള ഒരു പുസ്തകമാക്കി. എന്നിട്ടും അദ്ദേഹം അത് പ്രസാധകന് കൈമാറിയില്ല. ഡാർവിന്റെ സ്നേഹിതനും ഉപദേഷ്ടാവുമായ ചാൾസ് ലയൽ ഈ സിദ്ധാന്തങ്ങൾ പൂർണ്ണരൂപത്തിൽ എഴുതി പ്രസിദ്ധീകരിക്കാൻ അദ്ദേഹത്തെ നിർബബ്ബന്ധിച്ചുകൊണ്ടിരുന്നു. അതിനിടയിൽ മറ്റൊരു സംഭവമുണ്ടായി.

മലായ് ദ്വീപുസമൂഹങ്ങളിൽ പര്യവേക്ഷണം നടത്തുന്ന ആൽഫ്രഡ് റസൽ വാലസ് എന്ന ഒരു യുവ പ്രകൃതിശാസ്ത്രജ്ഞൻ തന്റെ ചില നിഗമനങ്ങളടങ്ങിയ ഒരു ലേഖനം ഡാർവിന് അയച്ചുകൊടുത്തു. ലേഖനം കൊള്ളാമെങ്കിൽ ഡാർവിന്റെ സ്നേഹിതരായ മറ്റു പ്രകൃതിശാസ്ത്രജ്ഞരേയും കാണിക്കണമെന്ന ഒരഭ്യർത്ഥനയും അതോടൊപ്പമുണ്ടായിരുന്നു. അത് വായിച്ചു നോക്കിയ ഡാർവിൻ ഞെട്ടിപ്പോയി.

ജീവികളിലുണ്ടാവുന്ന വ്യതിയാനങ്ങളാണ് പുതിയ സ്പീഷീസുകൾ ഉണ്ടാവാൻ കാരണമാവുന്നത് എന്ന തന്റെ നിഗമനത്തിൽത്തന്നെയാണ് വാലസും എത്തിച്ചേർന്നിരിക്കുന്നത്. എന്നാൽ വീണ്ടും വീണ്ടും വായിച്ചപ്പോൾ തങ്ങൾ രണ്ടുപേരുടെയും നിഗമനങ്ങൾ തമ്മിൽ കാതലായ ചില വ്യത്യാസമുണ്ടെന്ന് കണ്ടെത്തിയതോടെ ഡാർവിന് ആശ്വാസമായി.

പരിണാമത്തിന്റെ പരമമായ ലക്ഷ്യം മനുഷ്യനാണെന്ന് വാലസ് വിശ്വസിച്ചു. ഉയർന്ന ധാർമ്മികബോധവും ചിന്താശേഷിയുമുള്ള ഒരു സമ്പൂർണ്ണ മനുഷ്യൻ. എന്നാൽ പരിണാമത്തിന് അത്തരമൊരു ലക്ഷ്യമില്ലെന്നും ഓരോ ജീവിയും ഓരോ യാദൃച്ഛികതയാണെന്നുമായിരുന്നു ഡാർവിന്റെ ചിന്ത. അതാത് കാലത്തെ പരിസ്ഥിതി മാത്രമാണ് പരിണാമത്തെ നിശ്ചയിച്ചത്. പരിണാമ പ്രക്രിയ നടക്കുന്നത്. ഒരു അതീത ശക്തിയുടെ നിയന്ത്രണത്തിലാണെന്നായിരുന്നു വാലസിന്റെ വാദം. ജീവികളിലുണ്ടാവുന്ന വ്യതിയാനങ്ങളുടെ ഉത്തരവാദിത്വം ചില പ്രകൃതിനിയമങ്ങൾക്ക് മാത്രമാണെന്ന് ഡാർവിൻ ഉറച്ചു വിശ്വസിച്ചു. പരിണാമത്തിനാധാരം ജീവികളുടെ പരസ്പരസഹകരണമാണെന്ന് വാലസ് പറഞ്ഞപ്പോൾ നേരെ എതിർഭാഗത്തായിരുന്നു ഡാർവിന്റെ സ്ഥാനം. പരസ്പര മത്സരമാണ് പരിണാമത്തെ മുന്നോട്ടു നയിക്കുന്നത്. ഇത്രയുമൊക്കെ

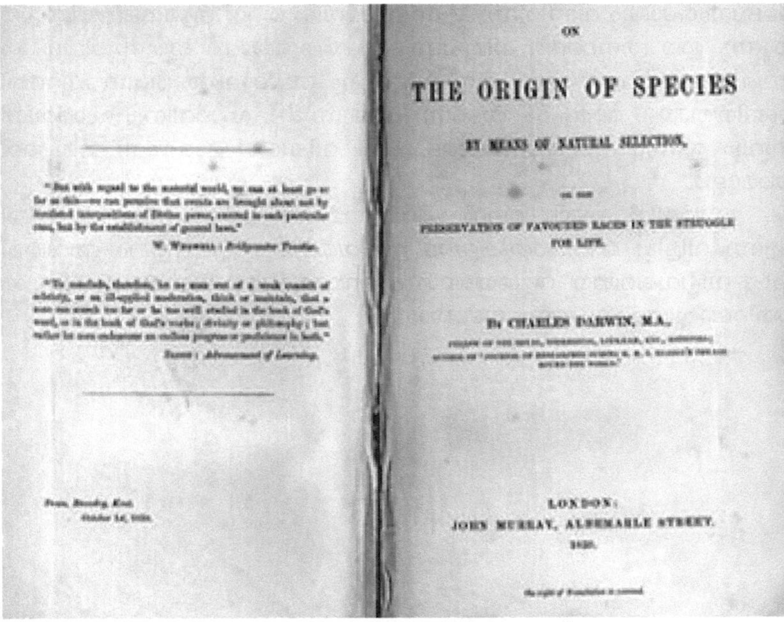

ഒറിജിൻ ഓഫ് സ്പീഷ്യസ് എന്ന പുസ്തകം

വ്യത്യാസങ്ങളുണ്ടെങ്കിലും രണ്ടുപേരുടെയും അടിസ്ഥാനാശയങ്ങൾ ഒന്നു തന്നെയായിരുന്നു. റസലിന്റെ പ്രബന്ധത്തോടൊപ്പം തന്റെ കൃതിയും വെളിച്ചം കാണിക്കാതെ നിവൃത്തിയില്ലെന്ന് ഡാർവിൻ മനസ്സിലാക്കി. 1858 ലായിരുന്നു ഇതെല്ലാം നടന്നത്. അതേ വർഷം തന്നെ വാലസിന്റെ പ്രബന്ധവും ഡാർവിന്റെ പ്രധാന ആശയങ്ങളുടെ ഒരു സംഗ്രഹവും ഒരുമിച്ച് ലണ്ടനിലെ ലിനയൻ സൊസൈറ്റി മുമ്പാകെ അവതരിപ്പിക്കപ്പെട്ടു. അന്ന് അവ ശാസ്ത്രലോകത്ത് വലിയ ചലനമൊന്നും സൃഷ്ടിച്ചില്ല. ഡാർവിൻ തന്റെ കൃതിയുടെ മിനുക്കുപണിയിലേക്ക് മടങ്ങി. ഒടുവിൽ 1859 നവംബർ 24-ാം തീയതി *പ്രകൃതി നിർദ്ധാരണം വഴിയുള്ള ജീവജാതികളുടെ ഉത്ഭവം* എന്ന പേരിൽ ഡാർവിന്റെ പുസ്തകം പുറത്തിറങ്ങി. അച്ചടിച്ച 1250 കോപ്പികളും അന്നു തന്നെ വിറ്റു തീർന്നു എന്നത് ചരിത്രം. 1860 ജനുവരി 7-ാം തീയതി രണ്ടാം പതിപ്പിറങ്ങി. ഇത്തവണ 3000 കോപ്പികളാണ് അച്ചടിച്ചത്. 1876 വരെ പുസ്തകത്തിന്റെ പതിനാറായിരം കോപ്പികളാണ് ഇംഗ്ലണ്ടിൽ മാത്രം വിറ്റുപോയത്. ഒരു ശസ്ത്രക്രിയയെ സംബന്ധിച്ചിടത്തോളം അന്നത്തെ കാലത്ത് ഇതൊരു റിക്കാർഡ് വില്പന തന്നെയാണ്. ഡാർവിൻ ജീവിച്ചിരുന്ന കാലത്തു തന്നെ റഷ്യനടക്കമുള്ള മിക്കവാറും എല്ലാ യൂറോപ്യൻ ഭാഷയിലേക്കും ഈ കൃതി വിവർത്തനം ചെയ്യപ്പെട്ടിരുന്നു. ഈ സിദ്ധാന്തങ്ങളെല്ലാം പഴയ നിയമത്തിൽ നേരത്തേ പറഞ്ഞിട്ടുണ്ടെന്ന് അവകാശപ്പെട്ടുകൊണ്ട് ഹീബ്രുഭാഷയിൽ ഒരു

ലേഖനംപോലും വന്നിരുന്നു എന്ന് ഡാർവിൻ തന്റെ ആത്മകഥയിൽ പറയുന്നു. ഈ ഗ്രന്ഥത്തെ നിരൂപണം ചെയ്തുകൊണ്ട് ഇരുന്നൂറിലധികം ലേഖനങ്ങളും ഏതാനും പുസ്തകങ്ങളും അക്കാലത്തുതന്നെ പുറത്തിറങ്ങിയതായും അദ്ദേഹം തുടർന്ന് പറയുന്നുണ്ട്. ഡാർവിനും ഡാർവിനിസവും ഇന്നും എഴുത്തുകാരുടെ പ്രിയ വിഷയങ്ങളാണെന്ന് നമുക്കറിയാമല്ലോ.

ഡാർവിൻ സ്വയം തന്റെ ജീവിതത്തിലെ ഏറ്റവും പ്രധാന കൃതി എന്നു വിളിച്ച *ജീവജാതികളുടെ ഉദ്ഭവത്തിലൂടെ* അദ്ദേഹം അവതരിപ്പിച്ച വിപ്ലവകരമായ ആശയങ്ങൾ എന്തൊക്കെയാണ്? നമുക്ക് ചുരുക്കത്തിലൊരു അന്വേഷണം നടത്താം.

5

എത്രയെത്ര വകഭേദങ്ങൾ

ഈ കൃതിയുടെ രചന നടത്തിയിരുന്ന കാലത്ത് വംശപാരമ്പര്യ നിയമങ്ങളെക്കുറിച്ച് ഒന്നും അറിയുമായിരുന്നില്ല. ഈ അജ്ഞത അദ്ദേഹം തുറന്നു സമ്മതിക്കുന്നുമുണ്ട്. ഡാർവിന്റെ സമകാലികനായ ഗ്രിഗർ മെൻഡൽ എന്ന ആസ്ട്രിയൻ പുരോഹിതൻ സ്വന്തം ഗവേഷണത്തിലൂടെ പാരമ്പര്യ സ്വഭാവങ്ങൾ എങ്ങനെ മാതാപിതാക്കളിൽനിന്ന് സന്താനങ്ങളിലേക്ക് വ്യാപരിക്കുന്നു എന്ന് കണ്ടെത്തിയിരുന്നെങ്കിലും അന്നത്തെ ശാസ്ത്രലോകം ആ വിവരം അറിഞ്ഞിരുന്നില്ല. ആ കഥ വഴിയെ പറയാം. നമുക്ക് ഡാർവിനിലേക്ക് വരാം.

മനുഷ്യർ മെരുക്കി വളർത്തുന്ന ജീവികളിൽ കാണപ്പെടുന്ന വൈവിദ്ധ്യങ്ങൾ ചൂണ്ടിക്കാട്ടിയാണ് ഡാർവിൻ തന്റെ കൃതി തുടങ്ങുന്നത്. കാലവസ്ഥ, ഭക്ഷണരീതി, ജീവിത സാഹചര്യങ്ങൾ എന്നിവ ജീവികളിൽ വ്യതിയാനങ്ങൾ ഉണ്ടാവുന്നതിന് കാരണമാവുന്നു എന്ന് പറയാം. എന്നാൽ ഒരേ കായയിലെ വിത്തുകൾ മുളച്ചുണ്ടാവുന്ന സസ്യങ്ങൾ തമ്മിലും ഒരേ പ്രസവത്തിലുണ്ടാവുന്ന കുഞ്ഞുങ്ങൾ തമ്മിലും വ്യത്യാസങ്ങൾ കാണപ്പെടുന്നത് സാധാരണയാണ്. അങ്ങനെ വരുമ്പോൾ പാരമ്പര്യം, വളർച്ച, പ്രത്യുല്പാദനം എന്നിവയ്ക്കാധാരമായ പ്രകൃതിനിയമങ്ങളാണ്, ജീവിത സാഹചര്യങ്ങളേക്കാൾ ഈ വ്യത്യാസത്തിന് കാരണമെന്ന് കരുതേണ്ടി വരും. എങ്കിലും മാതാപിതാക്കളിലും സന്താനങ്ങളിലും കാണുന്ന ഒരേ സ്വഭാവഗുണങ്ങളെല്ലാം പാരമ്പര്യത്തിലധിഷ്ഠിതമാണെന്നും പറയാനാവില്ല. കാരണം അവ മിക്കവാറും ഒരേ ജീവിതസാഹചര്യത്തിൽ കഴിയുന്നവയാണല്ലോ. എന്നാൽ പാരമ്പര്യനിഷ്ഠമെന്നു തന്നെ പറയാവുന്ന ചില ഉദാഹരണങ്ങൾ ഡാർവിൻ ചൂണ്ടിക്കാണിക്കുന്നുണ്ട്. അതിലൊന്ന്

ആൽബിനിസമാണ്. ചർമ്മത്തിൽ വർണ്ണകോശങ്ങളുടെ അസാന്നിദ്ധ്യം നിമിത്തമുണ്ടാവുന്ന വെള്ളനിറമാണ് ആൽബിനിസം. ഈ ലക്ഷണം ഒരേ കുടുംബങ്ങളിലെ പല അംഗങ്ങളിൽ പാരമ്പര്യമായി കാണപ്പെടാറുണ്ട്. ഇത്തരമൊരു വൈകല്യം പാരമ്പര്യമായി കൈമാറപ്പെടാമെങ്കിൽ എന്തുകൊണ്ട് സാധാരണ ശാരീരിക ലക്ഷണങ്ങൾ പാരമ്പര്യമായി പ്രേക്ഷണം ചെയ്യപ്പെട്ടുകൂടാ? അതുകൊണ്ടാണ് ശാരീരിക ലക്ഷണങ്ങളിൽ ബഹുഭൂരിപക്ഷവും പാരമ്പര്യാധിഷ്ഠിതമാണ് എന്ന് ഡാർവിൻ കരുതിയത്.

മനുഷ്യൻ മെരുക്കിവളർത്തുന്ന ജീവി ഇനങ്ങളിൽ, വന്യ പരിസ്ഥിതിയിൽ കാണപ്പെടുന്ന അവയുടെ സമാനജീവജാതികളിൽ കാണപ്പെടുന്നതിനേക്കാൾ രൂപവൈവിദ്ധ്യം നിലവിലുള്ളതായി ഡാർവിൻ കണ്ടു. നമ്മുടെ വളർത്തുനായ്ക്കളും കാട്ടിൽ ജീവിക്കുന്ന ചെന്നായ്ക്കളും ഉറ്റബന്ധുക്കളാണ്. എന്നാൽ വളർത്തുനായ്ക്കളിൽ കാണുന്ന അത്രയും വൈവിദ്ധ്യം ചെന്നായ്ക്കൾക്കിടയിൽ കാണുന്നില്ല. ചെന്നായ്ക്കളും മനുഷ്യർ ഇണക്കി വളർത്തുന്ന സ്പാനിയൽ, ടെറിയർ, വേട്ടനായ, പൊമറേനിയൻ തുടങ്ങിയവയും ഒരു പൂർവ്വികയിനത്തിൽ നിന്ന് രൂപാന്തരപ്പെട്ട് ഉണ്ടായവയാണെന്ന് തെളിയിക്കാൻ കഴിഞ്ഞാൽ, പ്രകൃതിയിലെ ജീവജാതികൾ സൃഷ്ടിക്കപ്പെട്ടകാലം മുതൽ ഒരു മാറ്റവുമില്ലാതെ തുടരുകയാണെന്ന വാദത്തിന് നല്ലൊരു മറുവാദമാകും. കോഴി, താറാവ്, മുയൽ, കുതിര തുടങ്ങിയ ജീവികളിലും ഇങ്ങനെയൊരു സാദ്ധ്യതയുണ്ടെന്നും ഡാർവിൻ കണ്ടെത്തി. വളർത്തുജീവികളുടെ ഓരോ ഇനവും ഓരോ പൂർവ്വികയിനത്തിൽനിന്ന് ഉണ്ടായവയാണെന്ന് വിശ്വസിക്കുന്നവർ അന്നുണ്ടായിരുന്നു. അങ്ങനെയാണെങ്കിൽ യൂറോപ്പിൽ മാത്രം ഏകദേശം ഇരുപത് വ്യത്യസ്തയിനം കാട്ടുപശുക്കളും അത്രതന്നെ കാട്ടാടുകളും ഉണ്ടായിരുന്നു എന്നും കരുതേണ്ടി വരും. ഇത് സാമാന്യയുക്തിക്ക് ഇണങ്ങുന്നതല്ല. ഈ കാര്യത്തിൽ ഒരു വ്യക്തത ലഭിക്കാനായി വളർത്തുപ്രാവുകളെക്കുറിച്ച് പ്രത്യേകം പഠിക്കാൻ ഡാർവിൻ തീരുമാനിച്ചു.

പഠനം നടത്തുന്നത് ചാൾസ് ഡാർവിനായതിനാൽ ഒരു ചെറിയ പ്രത്യേകതപോലും അവഗണിക്കാതെ, വളരെ സമഗ്രമായ ഒന്നായിരുന്നു അത്. ഇംഗ്ലണ്ടിലെ ധാരാളം പ്രാവു വളർത്തലുകാരുമായി അദ്ദേഹം ബന്ധം സ്ഥാപിച്ചു. ഏതാനും പ്രാവ് പറത്തൽ ക്ലബുകളിൽ അംഗത്വമെടുത്തു. കിട്ടാവുന്ന എല്ലായിനം പ്രാവുകളെയും സ്വന്തമാക്കി. ഇന്ത്യ പേർഷ്യ തുടങ്ങിയ വിദൂരരാജ്യങ്ങളിൽനിന്നും സ്നേഹിതന്മാർ മുഖാന്തരം സ്റ്റഫ് ചെയ്ത പ്രാവുകളുടെ തൊലി ശേഖരിച്ചു. ഈ വിഷയത്തെക്കുറിച്ച് ലഭിക്കാവുന്ന എല്ലാ ലേഖനങ്ങളും വായിച്ചു. അങ്ങനെ പ്രാവുകളെക്കുറിച്ച് ആരോടും ആധികാരികമായി പറയാവുന്ന നിലയിലെത്തി.

പ്രാവിനങ്ങൾക്കിടയിൽ സാദൃശ്യത്തേക്കാൾ ശ്രദ്ധിക്കപ്പെടുന്നത് വ്യത്യാസങ്ങളായിരുന്നു. പ്രാവുവളർത്തൽകാർക്കും ആ വ്യത്യാസങ്ങളാണ് പ്രാധാന്യമുള്ളതായി തോന്നിയിരുന്നത്. എന്നാൽ വളർത്തുപ്രാവുകളുടെ എല്ലായിനങ്ങളും 'കൊളംബാ ലിവിയ' എന്ന ഒരിനം കാട്ടുപ്രാവിൽനിന്ന് ഉത്ഭവിച്ചുണ്ടായതാണെന്ന് ശാസ്ത്രീയമായ പഠനങ്ങളിലൂടെ ഡാർവിൻ കണ്ടെത്തി. പ്രാവുകളെ പരിചയമുള്ള ആരും കേട്ടാൽ ചിരിച്ചുപോവുന്ന ഒരു കണ്ടെത്തൽ. എന്നാൽ ഈ പ്രാവിനങ്ങളെയെല്ലാം പരസ്പരം ഇണചേർത്ത് പ്രത്യുല്പാദനശേഷിയുള്ള സന്താനങ്ങളെ ഉല്പാദിപ്പിക്കാൻ കഴിയുമെന്നത് ഡാർവിന്റെ കണ്ടെത്തലിനെ ശരിവച്ചു.

വളർത്തുജീവികളുടെ പഴയ ഇനങ്ങളിൽ ചിലപ്പോൾ പ്രകടമായ വ്യതിയാനങ്ങളോടുകൂടിയ ചില ജീവികൾ പ്രത്യക്ഷപ്പെടാറുണ്ട്. ഇത്തരം വകഭേദങ്ങളെ തെരഞ്ഞെടുത്ത് വളർത്തി, വംശവർദ്ധനവ് നടത്തി പുതിയ ഇനങ്ങളെ സൃഷ്ടിക്കാറുമുണ്ട്. ഇങ്ങനെ ജീവികളെ പരിപാലിക്കുന്നവർ പോലും വളർത്തുജീവികളിൽ ഇന്നു കാണുന്ന വകഭേദങ്ങൾ ഏതോ പൂർവികജീവിയിൽ നിന്ന് ഉത്ഭവിച്ചതായിരിക്കാമെന്ന അനുമാനത്തെ എതിർക്കുകയും ചെയ്യും.

വളർത്തുജീവികൾക്കിടയിൽ എങ്ങനെയാണ് വ്യത്യസ്തയിനങ്ങൾ രൂപംകൊള്ളുന്നത്? പല പ്രത്യേകതകളും ചില ജീവികളിൽ പെട്ടെന്ന് പ്രത്യക്ഷപ്പെടുകയാണ് ചെയ്യുന്നത്. ഇവിടെ ഒരു കാര്യം പ്രത്യേകം ഓർക്കാനുണ്ട്. വളർത്തുജീവികളുടെ പല പ്രത്യേകതകളും ആ ജീവികൾക്കല്ല അവയെ വളർത്തുന്ന മനുഷ്യർക്കാണ് പ്രയോജനപ്പെടുന്നത്. അതുകൊണ്ട് ഗുണമേന്മ പ്രകടിപ്പിക്കുന്ന ജീവികളെ മാത്രം വേർതിരിച്ചെടുത്ത വംശവർദ്ധനവ് നടത്തിയാണ് കർഷകർ ഗുണമേന്മകൂടിയ ഇനങ്ങളെ സൃഷ്ടിക്കുന്നത്. അനേകം തലമുറകളിലൂടെ ഈ തെരഞ്ഞെടുക്കൽ അഥവാ നിർദ്ധാരണം നടത്തുന്നതിന്റെ ഫലമായി ഓരോ തലമുറയിലേക്കും ചെറിയ ചെറിയ വ്യതിയാനങ്ങൾ ഒന്നുചേർന്ന് വലിയ വ്യത്യാസങ്ങളായി മാറുന്നു. അനേകവർഷങ്ങളായി നടക്കുന്ന തുടർച്ചയായ നിർദ്ധാരണത്തിന്റെ ഫലമായാണ് ഇന്ന് കാണുന്ന പല വ്യത്യസ്ത ഇനങ്ങളും ഉണ്ടായിട്ടുള്ളത്.

മെച്ചപ്പെട്ടയിനം വളർത്തുജീവികളെ ഉണ്ടാക്കിയെടുക്കുക എന്ന ലക്ഷ്യത്തോടെയാണ് മനുഷ്യൻ നിർദ്ധാരണരീതികൾ പ്രാവർത്തികമാക്കിയത്. പ്രാചീനകാലം മുതൽ വിവിധ ജനസമൂഹങ്ങളിൽ ഇത്തരം നിർദ്ധാരണ രീതികൾ നിലവിലുണ്ടായിരുന്നു എന്നതിന് അനേകം തെളിവുകളും ഡാർവിൻ ശേഖരിച്ചിരുന്നു. ചില ജീവികളുടെ ഇറക്കുമതി പ്രോത്സാഹിപ്പിക്കുകയും മറ്റു ചിലതിന്റെ കയറ്റുമതി നിരോധിക്കുകയും

ചെയ്യുന്ന നിയമങ്ങൾ ഇംഗ്ലണ്ടിലുണ്ടായിരുന്നു. പഴയകാലം മുതൽ കർഷകർ കൃഷിയിടത്തിലെ സസ്യങ്ങളിൽനിന്നും വളർത്തുജീവികളുടെ പറ്റങ്ങളിൽനിന്നും ഗുണമില്ലാത്ത ജീവികളെ തെരഞ്ഞുപിടിച്ച് നശിപ്പിച്ചിരുന്നു. എന്തിന്, *ബൈബിൾ* പഴയ നിയമത്തിൽപ്പോലും ചില പ്രത്യേക നിറത്തിലുള്ള വളർത്തുമൃഗങ്ങൾക്കായിരുന്നു അക്കാലത്ത് പ്രിയമെന്ന് പറയുന്നുണ്ട്. ഇത് മാത്രമല്ല, പ്രാചീനകാലം മുതൽ ആളുകൾ ക്ഷാമമോ പ്രകൃതിക്ഷോഭമോ ഉണ്ടാവുമ്പോൾ തങ്ങളുടെ പ്രിയപ്പെട്ട വളർത്തുമൃഗങ്ങളെ പ്രത്യേകം സംരക്ഷിച്ചിരുന്നു. ഇങ്ങനെ സംരക്ഷിക്കപ്പെടുന്ന മൃഗങ്ങൾക്ക് വംശവർദ്ധനവിനുള്ള സാദ്ധ്യതകൾ കൂടുതലാണല്ലോ.

വളരെക്കാലമായി മനുഷ്യർ പ്രത്യേകം തെരഞ്ഞെടുക്കുകയും സംരക്ഷിക്കുകയും വംശവർദ്ധനവ് നടത്തുകയും ചെയ്തതിന്റെ ഫലമാണ് നാം ഇന്നു കാണുന്ന സസ്യങ്ങളും ജന്തുക്കളും. തലമുറകൾ പലതും പിന്നിട്ടതിനാൽ ഇവയുടെ പൂർവ്വികരെ തേടിയുള്ള അന്വേഷണം വിജയത്തിലെത്തണമെന്നില്ല.

ആയിരം വർഷങ്ങൾകൊണ്ട് മനുഷ്യർ ആയിരക്കണക്കിന് സസ്യങ്ങളെയും ജന്തുക്കളെയും നിർദ്ധാരണം വഴി വികസിപ്പിച്ചെടുത്തു. അപ്പോൾ 3000 ദശലക്ഷം വർഷങ്ങൾകൊണ്ട് പ്രകൃതി നിർമ്മിച്ചവയാണ് ഈ കാണുന്ന ജീവികളെല്ലാം എന്ന് വിശ്വസിക്കാൻ എന്തിന് മടിക്കണം? പ്രകൃതിയിൽ ജീവികൾക്കുണ്ടാവുന്ന രൂപവ്യതിയാനങ്ങളെക്കുറിച്ചാണ് തുടർന്ന് ഡാർവിൻ പറയുന്നത്.

ഒരു സ്പീഷീസിലെ എല്ലാ അംഗങ്ങളും ഒരേപോലെയല്ല. അംഗങ്ങൾക്കിടയിലുണ്ടാവുന്ന ചെറിയ ചെറിയ വ്യതിയാനങ്ങൾ വളരെ പ്രധാനപ്പെട്ടതാണ്. കാരണം പ്രകൃതിനിർദ്ധാരണത്തിലൂടെ സമാഹരിക്കപ്പെടുന്ന ഈ വ്യതിയാനങ്ങളാണ് വലിയ വ്യത്യാസങ്ങളായി മാറുന്നതെന്ന് നേരത്തേ പറഞ്ഞല്ലോ. എന്നാൽ ഒരു സ്പീഷീസിനെയും അതിന്റെ വകഭേദങ്ങളെയും തിരിച്ചറിയുക പലപ്പോഴും ശ്രമകരമായൊരു കാര്യമാണ്. ചിലപ്പോഴെല്ലാം ഓരോ വകഭേദത്തേയും ഓരോ പ്രത്യേക സ്പീഷീസായി പ്രകൃതിശാസ്ത്രജ്ഞന്മാർപോലും തെറ്റായി ധരിക്കാറുണ്ട്. ഇനി ഒരാൾ എല്ലാ വകഭേദങ്ങളേയും ഒരൊറ്റ സ്പീഷീസായി കണക്കാക്കിയാൽത്തന്നെ അയാളോട് വിയോജിക്കുന്നവരായിരിക്കും കൂടുതലും. ഒരു സ്പീഷീസിലെ അംഗങ്ങൾക്കിടയിൽ നിലനില്ക്കുന്ന വ്യക്തിഗതങ്ങളായ വ്യത്യാസങ്ങൾ വർഗ്ഗീകരണ വിദഗ്ദ്ധർ അത്ര പ്രാധാന്യമുള്ളതായി കണക്കാക്കിയിട്ടില്ല. എങ്കിലും വ്യക്തവും സ്ഥിരവുമായ വകഭേദങ്ങൾ കൂടുതൽ വ്യക്തവും കൂടുതൽ സ്ഥിരവുമായ വകഭേദങ്ങളിലേക്കും തുടർന്ന് സബ്-സ്പീഷീസിലേക്കും അവിടെ നിന്ന് പുതിയ സ്പീഷീസിലേക്കും നയിക്കപ്പെടാവുന്നവയാണെന്ന് ഡാർവിൻ വിശ്വസിച്ചു.

വ്യത്യസ്ത ഭൂപ്രദേശങ്ങളിലെ വ്യത്യസ്തങ്ങളായ ഭൗതികസാഹചര്യങ്ങളിൽ ദീർഘനാളായി കഴിയുന്നതിന്റെ ഫലമായിട്ടാണ് ഒരു തലത്തിലുള്ള രൂപഭേദം മറ്റൊരു തലത്തിലേക്ക് വികസിക്കുന്നത് എന്ന് ചിലർക്കെല്ലാം അഭിപ്രായമുണ്ടായിരുന്നു. എന്നാൽ ഡാർവിൻ അത് അംഗീകരിക്കാൻ തയ്യാറായില്ല. ശരീരഘടനയിലുണ്ടാവുന്ന ചെറിയ ചെറിയ വ്യതിയാനങ്ങളെ സമാഹരിക്കാൻ പ്രകൃതിനിർദ്ധാരണത്തിന് സാധിക്കുന്നതുകൊണ്ടാണ് പുതിയ സ്പീഷീസുകൾ രൂപംകൊള്ളുന്നതെന്ന് ഡാർവിൻ പ്രസ്താവിച്ചു. അങ്ങനെ വരുമ്പോൾ വകഭേദങ്ങളെ ഒരു പുതിയ സ്പീഷീസിന്റെ ആദിമരൂപമായി അല്ലെങ്കിൽ പ്രാഗ് രൂപമായി കരുതാം. എന്നാൽ എല്ലാ പ്രാഗ് രൂപങ്ങളും പുതിയ സ്പീഷീസായി രൂപാന്തരപ്പെടണമെന്നില്ല. ചിലത് പ്രാഗ് രൂപത്തിൽത്തന്നെ വംശം നിന്നുപോയി എന്നുവരാം. മറ്റു ചിലത് വകഭേദങ്ങളായിത്തന്നെ ദീർഘകാലം നിലനിന്നുവെന്നും വരാം. വളരെ വിശാലമായ ഭൂമേഖലകളിൽ ചിതറിപ്പാർക്കുന്നവയും കൂടുതൽ അംഗസംഖ്യയുള്ളവയുമായ സ്പീഷീസുകളിലാണ് വകഭേദങ്ങൾ ഏറെ കണ്ടുവന്നിട്ടുള്ളത്. ചെറിയ ഇടങ്ങളിൽ ജീവിക്കുന്നവയേക്കാൾ വൈവിദ്ധ്യമേറിയ ഭൗതിക സാഹചര്യങ്ങൾക്കും മറ്റു ജീവികളിൽനിന്നുള്ള മത്സരങ്ങൾക്കും അവ വിധേയമാവുന്നതുകൊണ്ടാവാം ഇങ്ങനെ സംഭവിക്കുന്നത്.

ഒരു പ്രത്യേക ഭൂപ്രദേശത്ത് ഏതെങ്കിലും ഒരു സ്പീഷീസിൽപ്പെട്ട ജീവികളെ ധാരാളമായി കാണുന്നു എന്ന് വിചാരിക്കുക. ആ ജീവികൾക്ക് ജീവിക്കാൻ അനുകൂലമായ ഏതെങ്കിലും സവിശേഷ ഘടകങ്ങൾ അവിടത്തെ ചുറ്റുപാടുകളിലുണ്ടാവുമെന്ന് ന്യായമായും ഊഹിക്കാമല്ലോ. അതുപോലെ ഏതെങ്കിലും ഒരു സ്പീഷീസിന് ഒരു പ്രത്യേകസ്ഥലത്ത് വലിയ തോതിൽ വ്യതിയാനങ്ങൾ സംഭവിച്ചിട്ടുണ്ടെങ്കിൽ അതിനും സഹായകമായ ഘടകങ്ങൾ ആ ചുറ്റുപാടുകളിലുണ്ടാവും. എന്നാൽ ഓരോ ജീവിവർഗ്ഗവും പ്രത്യേകം സൃഷ്ടിക്കപ്പെട്ടതാണെന്ന് കരുതിയാൽ അവയുടെ കാരണമന്വേഷിച്ച് കണ്ടെത്താൻ കഴിയുകയുമില്ല എന്നദ്ദേഹം ഓർമ്മിപ്പിക്കുന്നു.

അതേസമയം തന്നെ അംഗസംഖ്യയിൽ മികച്ചു നില്ക്കുന്ന സ്പീഷീസുകൾ എപ്പോഴും ആ സ്ഥിതിയിൽ തുടരണമെന്നില്ല. ഒരു ഘട്ടത്തിൽ അംഗസംഖ്യയിലും വൈവിദ്ധ്യവൽക്കരണത്തിലും തീരെ പിന്നിലായിരുന്ന ചില സ്പീഷീസുകൾ പിന്നീട് എണ്ണത്തിൽ പെരുകിയതിനും ആദ്യകാലത്ത് വ്യാപകമായി കാണപ്പെട്ടിരുന്ന ചിലയിനങ്ങൾ എണ്ണം കുറഞ്ഞ് നാശത്തിന്റെ വക്കിലെത്തിയതിനും പിന്നീട് വംശമറ്റ് പോയതിനും ധാരാളം തെളിവുകളുണ്ട്. അവയുടെ ചുറ്റുപാടുകളിലുണ്ടാവുന്ന മാറ്റമാണ് ഇതിന് കാരണമാവുന്നത്.

ഒന്നര നൂറ്റാണ്ട് മുമ്പാണ് ഡാർവിൻ ഇത്തരം നിരീക്ഷണങ്ങൾ നടത്തിയതും ഇതെല്ലാം വിശദമായി എഴുതിയതും. നമ്മുടെ ഇന്നത്തെ സാഹചര്യത്തിലും ഇവ ശരിയാവുന്നുണ്ടെന്ന് കാണാം. വംശനാശം വന്നുകൊണ്ടിരിക്കുന്ന ജീവികളുടെ കണക്കുകളെഴുതാൻ 'റെഡ് ഡാറ്റാ ബുക്കും' തയ്യാറാക്കി ഇരിക്കുന്നവരാണ് നമ്മൾ. കഴിഞ്ഞ നൂറ്റാണ്ടിൽ അനേകം സ്പീഷീസുകൾക്ക് വംശനാശം സംഭവിച്ചു കഴിഞ്ഞു. മലിനീകരണംപോലെ പരിസ്ഥിതിയിലുണ്ടാവുന്ന അപകടകരമായ മാറ്റങ്ങൾ പല സ്പീഷിസുകളിലും വകഭേദങ്ങളുണ്ടാവാൻ കാരണമാവുന്നു. ഭാവിയിൽ ഈ വകഭേദങ്ങൾ മനുഷ്യന് തന്നെ അപകടമായേക്കാവുന്ന സ്പീഷീസുകളായി മാറില്ലെന്ന് ഉറപ്പു പറയാൻ ആർക്കുമാവില്ല. ആന്റിബയോട്ടിക്കുകളെ ചെറുക്കുന്ന ബാക്ടീരിയകളും കീടനാശിനിയോട് പ്രതിരോധം വളർത്തിയെടുത്ത കീടങ്ങളും യാഥാർത്ഥ്യമായി മാറിയിരിക്കുന്നു.

ജീവജാതികളെയും വകഭേദങ്ങളെയും അവയുടെ രൂപവ്യത്യാസത്തിന്റെ അടിസ്ഥാനത്തിലാണ് വേർതിരിക്കുന്നത്. നേരിയ വ്യത്യാസം മാത്രമുള്ളവയെ വകഭേദങ്ങളെന്നും ശ്രദ്ധേയമായ വ്യത്യാസങ്ങളുള്ളവയെ സ്പീഷീസുകളെന്നും പ്രകൃതിശാസ്ത്രജ്ഞർ വിളിച്ചുപോന്നു. പരസ്പരം സാദൃശ്യമുള്ള ഒന്നിലധികം സ്പീഷീസുകൾ ചേർന്നാണ് ഒരു ജീനസ് ഉണ്ടാവുന്നത്. ഒരു ജീനസിൽപ്പെടുന്ന സ്പീഷീസുകൾ തമ്മിലും പലപ്പോഴും വളരെ നേരിയ വ്യത്യാസം മാത്രമേ ഉണ്ടായിരിക്കുകയുള്ളൂ. പല ജീവിവർഗ്ഗങ്ങളിലും ഇത് ഒരു സ്പീഷീസിലെ വകഭേദങ്ങൾ തമ്മിലുള്ളതിനേക്കാൾ അധികമൊന്നുമാവില്ല. അതായത് ഒരു സ്പീഷീസിലെ വകഭേദങ്ങൾ തമ്മിലുള്ള ബന്ധം തന്നെയാണ് ഒരു ജീനസിലെ വിവിധ സ്പീഷീസുകൾക്ക് തമ്മിലും ഉള്ളത്.

ജീവികൾക്കുണ്ടാവുന്ന വ്യതിയാനങ്ങളും ഒരു സ്പീഷീസിൽ തന്നെയുണ്ടാവുന്ന വകഭേദങ്ങളും ജീവജാതികളുടെ ഉത്ഭവത്തിന് കാരണമാവുന്നു എന്ന് വെറുതെയങ്ങ് പ്രസ്താവിച്ചാൽ പോരെന്ന് ചാൾസ് ഡാർവിന് അറിയാമായിരുന്നു. ഓരോ ജീവിയിലും അതിന്റെ ഉപജീവനത്തിനാവശ്യമായ ശാരീരികമായ പ്രത്യേകതകളാണ് നാം കാണുന്നത്. ഈ പ്രത്യേകതകളെ അനുകൂലനങ്ങൾ എന്നു പറയാം. ജീവലോകത്തിൽ എവിടെ നോക്കിയാലും ഇത്തരം അനുകൂലനങ്ങൾ കാണാം. ജീവശരീരത്തിലെ ഓരോ ഭാഗവും മറ്റു ഭാഗങ്ങളോടും പ്രകൃതിയിലെ ഓരോ ജീവിയും മറ്റു ജീവികളോടും അതിന്റെ ജീവിത സാഹചര്യങ്ങളോടും ഇങ്ങനെ കൃത്യതയോടെ എങ്ങനെയാണ് അനുകൂലപ്പെടുന്നത്? മരംകൊത്തിയുടെ കാലുകൾ, പക്ഷിയുടെ തൂവലുകൾക്കിടയിൽ ജീവിക്കുന്ന പരാദമായ ഒരു ചെള്ള്, ഇളംകാറ്റിൽ ഒഴുകി നീങ്ങുന്ന ചിറകുള്ള വിത്തു

കൾ തുടങ്ങി പ്രകൃതിയിലെ മനോഹരമായ അനുകൂലനങ്ങൾ നമുക്ക് ചുറ്റുമുണ്ട്. വിസ്മയത്തോടെ അവയെ നോക്കുമ്പോൾ ആ ചോദ്യം നമ്മൾ വീണ്ടും വീണ്ടും ചോദിച്ചു പോവും.

ചോദ്യങ്ങൾ ഇവിടെ തീരുന്നില്ല. എങ്ങനെയാണ് വകഭേദങ്ങൾ സ്പീഷീസുകളായി മാറുന്നത്? എങ്ങനെയാണ് ജീനസുകൾ രൂപം കൊള്ളുന്നത്? ഇവിടെയാണ് നിലനില്പിനു വേണ്ടിയുള്ള സമരം എന്ന ഒരു ഉത്തരവുമായി ഡാർവിൻ നമ്മുടെ മുന്നിലെത്തുന്നത്.

6

പ്രകൃതിയിലും ഒരു തെരഞ്ഞെടുപ്പ്

നിലനില്പിനുവേണ്ടി എല്ലാ ജീവികൾക്കും മറ്റുള്ളവയുമായി നിരന്തരം മത്സരത്തിലേർപ്പെടേണ്ടി വരുന്നു എന്ന് ഡാർവിനു മുമ്പുതന്നെ പലരും പലതരം തത്വചിന്തകളുടെ ഭാഗമായി പറഞ്ഞിട്ടുണ്ട്. മാൽത്തൂസിന്റെ പ്രബന്ധത്തിൽനിന്ന് ഡാർവിൻ ഈ ആശയം കണ്ടെടുത്തതായി നമ്മൾ നേരത്തെ മനസ്സിലാക്കിയല്ലോ. ഈ ദർശനത്തെ തന്റെ പ്രകൃതി നിരീക്ഷണത്തിലേക്ക് ഡാർവിൻ സംക്രമിപ്പിക്കുന്നു. പുറംകാഴ്ചയിൽ സുന്ദരവും ചൈതന്യവത്തുമായി തോന്നുന്ന പ്രകൃതിയുടെ മുഖത്തിനു പിന്നിൽ മത്സരത്തിന്റെയും നശീകരണത്തിന്റെയും ഒരു മുഖം കൂടിയുണ്ട്. വൃക്ഷക്കൊമ്പുകളിലിരുന്ന് മനോഹരമായി പാടി നമ്മെ ആനന്ദിപ്പിക്കുന്ന കിളികൾക്ക് സ്വന്തം നിലനില്പിനായി ഷഡ്പദങ്ങളെയും സസ്യങ്ങളുടെ വിത്തുകളെയും തിന്നു തീർത്തേ പറ്റുകയുള്ളൂ. എന്നാൽ അവ സുരക്ഷിതരാണോ? അല്ല. അവയുടെ മുട്ടകളും കുഞ്ഞുങ്ങളും മറ്റു ജീവികൾക്ക് ഇരയാവുന്നുണ്ട്. നിലനില്പിനു വേണ്ടിയുള്ള ജീവികളുടെ പരസ്പരാശ്രയത്വം, സന്താനങ്ങളെ അവശേഷിപ്പിക്കാനുള്ള ജീവികളുടെ കഴിവ് എന്നീ രണ്ട് കാര്യങ്ങളിലാണ് ഡാർവിൻ ശ്രദ്ധയൂന്നിയിട്ടുള്ളത്. കാലാവസ്ഥയും ഭൂപ്രകൃതിയും മാറുന്നതനുസരിച്ച് സസ്യങ്ങൾക്കും, ജലത്തിനും പോഷകവസ്തുക്കൾക്കും വേണ്ടി സ്വവർഗ്ഗത്തിലുള്ള മറ്റു സസ്യങ്ങളുമായി മത്സരിക്കേണ്ടിവരും. ആഹാരംപോലെതന്നെ സസ്യങ്ങൾക്കും ജന്തുക്കൾക്കും വംശവർദ്ധനവും വളരെ പ്രധാനമാണ്. കുറച്ചു വിത്തുകൾ മാത്രം പ്രത്യുല്പാദനക്ഷമമാവുന്ന ഒരു സസ്യത്തിന്, അനേകം സന്താനങ്ങളെ ഉല്പാദിപ്പിക്കുന്ന മറ്റു സസ്യങ്ങളുമായി മത്സരിക്കേണ്ടി വരുന്നു. പക്ഷികൾ വഴി വിത്തുവിതരണം നടക്കുന്ന ഒരു സസ്യത്തിന് ഇതേ രീതിയിൽ വിത്തുവിതരണം നടക്കുന്ന മറ്റു സസ്യങ്ങളോടും മത്സ

രിക്കേണ്ടി വരുന്നു. പക്ഷികളെ നന്നായി ആകർഷിക്കാൻ പറ്റിയ പ്രത്യേകതയുള്ള പഴങ്ങൾ ഉല്പാദിപ്പിക്കുന്ന സസ്യം ഈ മത്സരത്തിൽ വിജയിക്കുമെന്ന് കരുതാമല്ലോ.

എന്തുകൊണ്ടാണ് ഇങ്ങനെയൊരു മത്സരം ആവശ്യമായി വരുന്നത്? ഓരോ ജീവിയും അനേകം സന്താനങ്ങളെ ഉല്പാദിപ്പിക്കുന്നു എന്നതാണ് ഇതിന്റെ ലളിതമായ ഉത്തരം. മറ്റൊരു രീതിയിൽ പറഞ്ഞാൽ എല്ലാ ജീവികളും സന്താനങ്ങളിലൂടെ സ്വന്തം ജീവിവർഗ്ഗത്തിന്റെ അംഗബലം വർദ്ധിപ്പിക്കാൻ ശ്രമിക്കുന്നു. എന്നാൽ ഈ സന്താനങ്ങൾ മുഴുവൻ പൂർണ്ണവളർച്ചയെത്തുമോ? ഇല്ല എന്നു മാത്രമല്ല, അങ്ങനെ എത്താൻ പാടില്ല. ഇവയിൽ വലിയൊരു ഭാഗം വളർച്ചയുടെ ഏതെങ്കിലും ഒരു ഘട്ടത്തിൽ നശിച്ചേ തീരൂ. ഇല്ലെങ്കിൽ എന്തുണ്ടാവുമെന്ന് ഊഹിക്കാമല്ലോ. ഇങ്ങനെ നശിക്കാത്ത ജീവിയിനത്തിന്റെ എണ്ണം ക്രമാതീതമായി വർദ്ധിക്കും. അങ്ങനെ വരുമ്പോഴാണ് നിലനില്പിനുവേണ്ടിയുള്ള മത്സരം അനിവാര്യമായിത്തീരുന്നത്. ഈ മത്സരം ആദ്യം സൂചിപ്പിച്ചതുപോലെ ഒരേ ജീവജാതിയിലെ അംഗങ്ങൾ തമ്മിലോ, വ്യത്യസ്ത ജീവജാതിയിലെ അംഗങ്ങൾ തമ്മിലോ ജീവികളും അവയുടെ ഭൗതിക സാഹചര്യങ്ങളും തമ്മിലോ ആവാം.

ചില ജീവികളുടെ എണ്ണത്തിൽ ചില പ്രത്യേക സമയത്ത് താൽക്കാലികമായ വർദ്ധനവ് ദൃശ്യമായേക്കാം. പക്ഷേ എല്ലാ ജീവികൾക്കും എല്ലാ കാലത്തും ഇങ്ങനെ അംഗസംഖ്യ വർദ്ധിപ്പിക്കാൻ പറ്റുമോ? അങ്ങനെ വല്ലതും സംഭവിച്ചാൽ ഉണ്ടാവുന്ന ജീവികൾക്കെല്ലാം ഭൂമിയിൽ ജീവിക്കാനിടമുണ്ടാവുമോ? അപ്പോൾ ജീവികളുടെ എണ്ണം നിയന്ത്രിക്കപ്പെടേണ്ടത് പ്രകൃതിയുടെതന്നെ ആവശ്യമാണെന്ന് വരുന്നു.

വർഗ്ഗീകരണം എന്ന ജീവശാസ്ത്രശാഖയ്ക്ക് അടിത്തറയിട്ട കാൾ ലിനയസ് അവതരിപ്പിച്ച ഒരു കണക്ക് ഡാർവിൻ തന്റെ കൃതിയിൽ ഉദ്ധരിക്കുന്നുണ്ട്. അതിങ്ങനെയാണ്. ഒരു വർഷം മാത്രം ആയുസ്സുള്ള ഒരു സസ്യം. അത് രണ്ട് വിത്തുകൾ മാത്രം ഉല്പാദിപ്പിക്കുന്നു എന്നു കരുതുക. (വെറും സങ്കൽപ്പമാണേ! കാരണം ഒരു സസ്യവും രണ്ടു വിത്തുകൾ മാത്രം ഉല്പാദിപ്പിക്കുന്നില്ല). അടുത്ത തലമുറയിലെ രണ്ട് സസ്യങ്ങളും അത്ര തന്നെ വിത്തുകൾ ഉല്പാദിപ്പിക്കുന്നു. ഈ വിത്തുകളെല്ലാം മുളച്ച് പൂർണ്ണവളർച്ചയെത്തുന്നതായി സങ്കല്പിച്ചാൽ ഇരുപത് വർഷത്തിനുള്ളിൽ ആ സസ്യത്തിന്റെ അംഗസംഖ്യ പത്ത് ലക്ഷമായി വർദ്ധിക്കും. മറ്റൊരു ഉദാഹരണം നോക്കൂ. ഏറ്റവും കുറഞ്ഞ പ്രജനന നിരക്കുള്ള ഒരു ജീവിയാണ് ആന. മുപ്പതാം വയസ്സിൽ പ്രത്യുല്പാദനം ആരംഭിക്കുന്ന ഒരു ജോഡി ആനകൾക്ക് തൊണ്ണൂറുവയസ്സിനിടയിൽ ആറ് കുഞ്ഞുങ്ങൾ ഉണ്ടാവുന്നു എന്ന് കരുതുക. ഇതേ നിരക്കിൽ ഓരോ തലമുറയിലും പ്രത്യുല്പാദനം നടത്തിയാൽ 740-750 വർഷങ്ങൾ കഴിയുമ്പോൾ ഭൂമിയിൽ ഏകദേശം 190 ലക്ഷം ആനകളുണ്ടാവും. ഇവയെല്ലാം ഒരിണയുടെ പിന്തുടർച്ചക്കാരാണെന്ന് ഓർക്കുക.

ഇത്തരം സാങ്കല്പികമായ കണക്കുകൾക്കപ്പുറം ചില യഥാർത്ഥ വസ്തുതകളും ഇവിടെ ഉദ്ധരിക്കപ്പെടുന്നുണ്ട്. യൂറോപ്യന്മാർ അമേരിക്ക കണ്ടെത്തിയതിനുശേഷം അവർ അവിടെനിന്ന് ചില സസ്യങ്ങൾ ഇന്ത്യയിലേക്ക് കൊണ്ടുപോയിരുന്നു. അവ പുതിയ സാഹചര്യത്തിൽ അതിവേഗം കന്യാകുമാരി മുതൽ ഹിമാലയം വരെ വ്യാപിച്ചിട്ടുണ്ടെന്ന് ഡോ.ഫാക്നർ തന്നെ അറിയിച്ചതായി ഡാർവിൻ എഴുതുന്നു. അവയുടെ പ്രത്യുല്പാദന നിരക്കിൽ വർദ്ധനവുണ്ടായതല്ല ഈ പെരുകലിന് കാരണമായത്. സ്വാഭാവിക രീതിയിൽ പ്രത്യുല്പാദനം നടക്കുകയും നശിച്ചുപോവുന്നവയുടെ എണ്ണം കുറയുകയുമാണ് ഇവിടെ സംഭവിച്ചിരിക്കാൻ സാധ്യത. അതായത് പ്രകൃത്യായുള്ള പ്രത്യുല്പാദന നിരക്ക് തടസ്സമില്ലാതെ തുടർന്നുവന്നു എന്നു മാത്രം.

എല്ലാ ജീവജാലങ്ങളിലും ഈ പ്രവണത തടസമില്ലാതെ തുടർന്നാലോ? ഭൂമിയുടെ ഉപരിതലം, ഒരിഞ്ചുപോലും ഒഴിവില്ലാത്ത വിധം ജീവജാലങ്ങളെക്കൊണ്ട് നിറയും. അതിനാൽ സന്താനങ്ങളിലൊരു വലിയ ഭാഗം ജീവിതത്തിന്റെ ഏതെങ്കിലും ഒരു ഘട്ടത്തിൽ നശിച്ചുപോയേ തീരൂ. വളർത്തു ജീവികളെ നാം സംരക്ഷിക്കുകയും കുഞ്ഞുങ്ങളുടെ മരണം പരമാവധി കുറയ്ക്കുകയും ചെയ്യുന്നുണ്ട്. പക്ഷേ ഭക്ഷണാവശ്യത്തിനായി നമ്മൾതന്നെ അവയെ വൻതോതിൽ കൊന്നുതീർക്കുന്നുണ്ടല്ലോ.

പ്രകൃതിയിൽ ഇത്തരം ജീവനാശം സംഭവിക്കുന്നതിനാൽ, താരതമ്യേന ഉയർന്ന പ്രത്യുല്പാദന നിരക്കുള്ള ജീവികളുടെ അംഗസംഖ്യ കുറഞ്ഞ പ്രത്യുല്പാദന നിരക്കുള്ള ജീവികളുടേതിനേക്കാൾ മികച്ചു നില്ക്കണമെന്നില്ല. ഒരു സസ്യം അതിന്റെ ആയുഷ്കാലത്തിൽ ഒരു വിത്ത് മാത്രം ഉല്പാദിപ്പിക്കുന്നു എന്നു കരുതുക. ആ വിത്ത് മുളച്ചുണ്ടാവുന്ന സസ്യത്തിന് വളരാൻ അനുകൂലമായ ചുറ്റുപാടുകൾ ഉണ്ടെങ്കിൽ അതിന്റെ വംശം നിലനില്ക്കുക തന്നെ ചെയ്യും. അതേസമയം നിരവധി വിത്തുകളുണ്ടാവുന്ന ഒരു സസ്യത്തിന്റെ ഒരു വിത്തിനുപോലും മുളച്ച് പൂർണ്ണവളർച്ചയെത്താൻ കഴിഞ്ഞില്ലെങ്കിൽ അതിന്റെ വംശം നശിച്ചുപോവുകയും ചെയ്യും.

പ്രതികൂലമായ ചുറ്റുപാടുകളും ആഹാരത്തിന്റെ ലഭ്യതയിലുണ്ടാവുന്ന ഏറ്റക്കുറച്ചിലുകളുമാണ് മത്സരത്തിലേർപ്പെടാൻ ജീവികളെ നിർബ്ബന്ധിതരാക്കുന്നത്. ഇന്ന് പരിസ്ഥിതിശാസ്ത്രത്തിന്റെ ബാലപാഠങ്ങൾ പഠിച്ച ഏതു വിദ്യാർഥിക്കുമറിയാവുന്ന ഒരു കാര്യമുണ്ട്. ഒരു പ്രദേശത്ത് ജീവിക്കുന്ന രണ്ടിനം ജീവികളിൽ ഒന്ന് മറ്റൊന്നിന് ഇരയാവുകയാണെങ്കിൽ, ഇരകളുടെ എണ്ണം അതിനെ ആഹാരമാക്കുന്ന ജീവികളുടെ അംഗസംഖ്യയേക്കാൾ കൂടുതലായിരിക്കണം. ഇല്ലെങ്കിൽ ഇരയുടെ വംശം നശിച്ചുപോവും. ഇരയില്ലാതായാൽ അതിനെ ആഹാരമാക്കുന്ന ജീവിയും അപകടത്തിലാവും. ഈ മത്സരത്തിൽ ആരും ജയിക്കാനും ആരും തോല്ക്കാനും പാടില്ലെന്ന് നമുക്കറിയാം. ഇതു തന്നെയാണ് ഡാർവിൻ

പറഞ്ഞതും. നിലനില്പിനു വേണ്ടിയുള്ള സമരത്തിൽ ഓരോ ജീവിയും തോൽക്കാതിരിക്കാനാണ് പാടുപെടുന്നത്. ഈ മത്സരം ചിലപ്പോൾ ഒരു ജീനസിലെ വിവിധ സ്പീഷീസുകൾ തമ്മിലാവാം. അല്ലെങ്കിൽ ഒരേ സ്പീഷീസിലെ അംഗങ്ങൾ തമ്മിലുമാവാം. വ്യത്യസ്ത ജീനസുകളിലെ സ്പീഷീസുകൾ തമ്മിലും ചിലപ്പോൾ മത്സരം നടന്നേക്കാം. ഉദാഹരണമായി പച്ചിലകൾ തിന്നു ജീവിക്കുന്ന രണ്ട് വ്യത്യസ്ത സ്പീഷീസുകൾ തമ്മിൽ ആഹാരത്തിനായി മത്സരം നടക്കാൻ സാദ്ധ്യതയുണ്ട്.

ഇനി ഇങ്ങനെയൊരു മത്സരം നടന്നാൽ ഏതുതരം ജീവികൾക്കാണ് ജയസാദ്ധ്യത? അത് സഹജീവികളെ കുറച്ചെങ്കിലും പിന്നിലാക്കാൻ സഹായിക്കുന്ന പ്രത്യേകതയുള്ള ജീവികളായിരിക്കില്ലേ? അവ മറ്റുള്ളവയെ അതിജീവിച്ച് പ്രത്യുല്പാദനത്തിലൂടെ സ്വന്തം സ്പീഷീസിന്റെ അംഗസംഖ്യ വർദ്ധിപ്പിക്കുന്നു. നിലനില്പിനെ ദോഷകരമായി ബാധിക്കാവുന്ന തരത്തിലുള്ള പ്രത്യേകതയോടുകൂടിയ ജീവികൾ ഈ മത്സരത്തിൽ പിന്തള്ളപ്പെടുകയും ചെയ്യുന്നു.

ഇതെങ്ങനെയാണ് സംഭവിക്കുന്നത്? വളർത്തുജീവികളിലുണ്ടാവുന്ന വ്യതിയാനങ്ങളെക്കുറിച്ച് നേരത്തേ ഒരദ്ധ്യായത്തിൽ പറഞ്ഞതോർക്കുന്നുണ്ടാവുമല്ലോ. മനുഷ്യനെ സംബന്ധിച്ചിടത്തോളം പ്രയോജനകരമാവുന്ന വ്യതിയാനങ്ങളുള്ള ജീവികളെ മനുഷ്യൻ തെരഞ്ഞെടുക്കുന്നു. പ്രകൃതിയിലെ എല്ലാ ജീവികളിലും ചെറിയ ചെറിയ വ്യതിയാനങ്ങൾ നിരന്തരം ഉണ്ടായിക്കൊണ്ടിരിക്കുന്നുണ്ടല്ലോ. ഈ വ്യതിയാനങ്ങളിൽ ചിലതാണ് ചുറ്റുപാടുകളുമായി നന്നായി ഇണങ്ങിപ്പോവാൻ അതിനെ സഹായിക്കുന്നത്.

ഒരു പ്രത്യേകസ്ഥലത്ത് കാലാവസ്ഥയിൽ പ്രകടമായ ഒരു മാറ്റം വരുന്നു എന്ന സങ്കല്പത്തോടെ നമുക്ക് ഇതൊന്ന് വിശദീകരിക്കാം. ഈ മാറ്റത്തിന്റെ ഫലമായി വിവിധയിനം ജീവികളുടെ എണ്ണത്തിൽ മാറ്റം വരുന്നു. ചിലതിന് വംശനാശം സംഭവിച്ചു എന്നും വരാം. ജീവികളെല്ലാം പരസ്പരം ബന്ധപ്പെട്ടിരിക്കുന്നതിനാൽ ഒന്നിന്റെ എണ്ണത്തിൽ വരുന്ന വ്യത്യാസം മറ്റു പലതിന്റേയും ജീവിതത്തെ ബാധിക്കും. ഈ പ്രദേശം ഉയർന്ന മലനിരകളാലോ സമുദ്രത്താലോ മറ്റു പ്രദേശങ്ങളിൽനിന്ന് വേർതിരിക്കപ്പെട്ടിട്ടില്ലെങ്കിൽ സമീപ പ്രദേശങ്ങളിൽനിന്നും ചില ജീവികൾ അവിടെച്ചെന്ന് പാർപ്പുറപ്പിക്കാൻ സാദ്ധ്യതയുണ്ട്. ഇങ്ങനെ പുതിയ ജീവികളുടെ കടന്നുവരവ് അവിടെ നിലവിലുള്ള ജൈവബന്ധങ്ങളിൽ മാറ്റം വരുന്നതിനിടയാക്കും. അങ്ങനെ സംഭവിക്കുന്നില്ലെങ്കിൽ അവിടെയുള്ള ജീവികൾ തന്നെ മാറിയ പരിസ്ഥിതി ഉപയോഗപ്പെടുത്തി ജീവിക്കാൻ തുടങ്ങും. ഇത്തരം അവസരങ്ങളിൽ ചുറ്റുപാടുകളുമായി പൊരുത്തപ്പെടാൻ സഹായിക്കുന്ന ശാരീരികവും സ്വഭാവപരവുമായ ചെറിയ മാറ്റങ്ങൾപോലും പ്രോത്സാഹിപ്പിക്കപ്പെടുകയും അടുത്ത തലമുറയിലേക്ക് കൈമാറപ്പെടുകയും ചെയ്യുന്നു. മെച്ചപ്പെട്ട അനുകൂലനങ്ങളെ പ്രകൃതി തിരഞ്ഞെടുക്കുകയും ദോഷകരമായിട്ടുള്ളതിനെ ഉപേക്ഷിക്കുകയും

ചെയ്യുന്നു എന്ന അർത്ഥത്തിൽ ചാൾസ് ഡാർവിൻ ഈ പ്രക്രിയയ്ക്ക 'പ്രകൃതി നിർദ്ധാരണം' എന്ന് പേർ കൊടുത്തു.

ഭൗതിക സാഹചര്യങ്ങളിലുണ്ടാവുന്ന മാറ്റങ്ങൾ, അവയ്ക്കനുകൂല മായ വ്യതിയാനങ്ങൾക്ക് വഴി തെളിക്കും. ഇത്തരം വ്യതിയാനങ്ങൾ നില വിലുണ്ടെങ്കിൽ മാത്രമേ പ്രകൃതി നിർദ്ധാരണത്തിന് പ്രവർത്തിക്കാനാ വുകയുള്ളൂ. വളർത്തു ജീവികളിലുണ്ടാവുന്ന ചെറിയ ചെറിയ വ്യതിയാ നങ്ങളെ തലമുറകളിലൂടെ നിർദ്ധാരണം ചെയ്ത് ശ്രദ്ധേയമായ വ്യത്യാ സങ്ങളാക്കി മാറ്റാൻ മനുഷ്യന് കഴിയുമെങ്കിൽ, എത്രയോ വലിയ സമയ പരിധിയിലൂടെ കടന്നുപോവുന്ന പ്രകൃതിക്ക് കൂടുതൽ അനായാസമായി ഇതു ചെയ്യാൻ കഴിയുമെന്ന കാര്യത്തിൽ ഡാർവിന് സംശയമേയില്ല.

വളർത്തുജീവികളിൽ നിർദ്ധാരണം നടത്തുന്ന മനുഷ്യൻ അവയുടെ ബാഹ്യലക്ഷണങ്ങൾ മാത്രമേ ശ്രദ്ധിക്കാറുള്ളൂ. എന്നാൽ ബാഹ്യസൗ ന്ദര്യമല്ല, പ്രയോജനമാണ് പ്രകൃതി മാനദണ്ഡമാക്കുന്നത്. ആന്തരിക അവയവങ്ങൾ, ശരീരഘടന, മൊത്തം അവയവങ്ങളുടെ പ്രവർത്തന ക്ഷമത എന്നിവയെല്ലാം പ്രകൃതിയുടെ പരിഗണനയിൽ വരും. മനുഷ്യൻ നിർദ്ധാരണം നടത്തുന്നത് സ്വന്തം പ്രയോജനം ലക്ഷ്യമാക്കിയാണ്. എന്നാൽ പ്രകൃതി അത് ചെയ്യുന്നത് നിർദ്ധാരണത്തിന് വിധേയമാവുന്ന ജീവിയുടെ പ്രയോജനം ലക്ഷ്യമാക്കിയാണ്. ഒരു ജീവമേഖലയ്ക്ക് ഏറ്റവും അനുയോജ്യമായിരിക്കണം അവിടെ ജീവിക്കുന്ന ജീവികളുടെ സ്വഭാവ സവിശേഷതകൾ എന്ന കാര്യത്തിൽ പ്രകൃതിക്ക് നിർബ്ബന്ധമു ണ്ട്. ഓരോ പരിസ്ഥിതിക്കും അനുയോജ്യമായ വ്യതിയാനങ്ങളെ പ്രകൃതി തിരഞ്ഞെടുക്കുന്നു എന്നു പറഞ്ഞാൽ എന്തായിരിക്കും അതിന്റെ ഫലം? മാറിയ സാഹചര്യങ്ങൾക്കനുസരിച്ച് ജീവികളുടെ ഘടനയും സ്വഭാവവും പരിഷ്കരിക്കപ്പെടുന്നു എന്നു തന്നെ. വളരെ പതുക്കെയാണ് ഈ മാറ്റം. അതിനാൽ ഇത് പെട്ടെന്ന് നമ്മുടെ ശ്രദ്ധയിൽ പെടണമെന്നില്ല. തലമുറ കളിലൂടെ ഈ മാറ്റങ്ങൾ കൈമാറ്റം ചെയ്യപ്പെടുകയും ആദിമ ജീവിക ളിൽനിന്ന് തികച്ചും വ്യത്യസ്തരായ പിൻഗാമികൾ ഉണ്ടാവുകയും ചെയ്യു ന്നു. പ്രാചീനകാലത്ത് ജീവിച്ചിരുന്ന ജന്തുക്കളും സസ്യങ്ങളും ഇന്നത്തെ ജീവികളിൽ നിന്ന് വ്യത്യസ്തരായിരുന്നു എന്നു പറയാൻ ഡാർവിന് യാതൊരു മടിയുമില്ല.

ശരീരഘടനയിലുണ്ടാവുന്ന ചെറിയ ചെറിയ വ്യതിയാനങ്ങൾ തല മുറകളിലൂടെ സമാഹരിക്കപ്പെടുന്നത് വഴിയാണ് ജീവജാതികൾക്ക് കാലാ കാലങ്ങളിൽ രൂപപരിവർത്തനം സംഭവിക്കുന്നത് എന്നാണ് ഡാർവിൻ സ്ഥാപിക്കുന്നത്. മെച്ചപ്പെട്ട വ്യതിയാനങ്ങളുള്ള ജീവികളെ പ്രകൃതി തന്നെ തിരഞ്ഞെടുക്കുന്നു എന്ന അർത്ഥത്തിലാണ് അദ്ദേഹം പ്രകൃതി നിർദ്ധാരണം എന്ന വാക്ക് ഉപയോഗിക്കുന്നത്. ജീവിതമത്സരത്തിൽ ജയി ക്കുകയല്ല വാസ്തവത്തിൽ പരിസ്ഥിതിക്ക് യോജിച്ചവയെ പ്രകൃതി തെര ഞ്ഞെടുക്കുകയാണല്ലോ ചെയ്യുന്നത്. ഇങ്ങനെ തിരഞ്ഞെടുക്കപ്പെടുകയും വംശവർദ്ധനവിലൂടെ സ്വന്തം വ്യതിയാനങ്ങളെ അടുത്ത തലമുറയിലേക്ക്

കൈമാറുകയും ചെയ്യുന്ന പ്രക്രിയയ്ക്ക് തത്ത്വചിന്തകനായ ഹെബർട്ട് സ്പെൻസർ 'അർഹതയുള്ളവയുടെ അതിജീവിക്കൽ' എന്ന് പേർ കൊടുത്തു. തന്റെ ഗ്രന്ഥത്തിന്റെ മൂന്നാം പതിപ്പു മുതൽ 'പ്രകൃതി നിർദ്ധാരണ' ത്തോടൊപ്പം ഡാർവിൻ ഈ പേരും ഉപയോഗിച്ചതായി കാണാം.

ഇത്തരത്തിൽ പ്രകൃതി തിരഞ്ഞെടുത്ത വ്യതിയാനങ്ങളുടെ സമാഹൃതഫലമാണ് ഇന്ന് നാം കാണുന്ന പല ജീവികളുടെയും ഘടനാപരവും സ്വഭാവപരവുമായ പ്രത്യേകതകൾ. ഈ വസ്തുത സ്ഥാപിക്കാൻ നിരവധി ഉദാഹരണങ്ങളും ഡാർവിൻ മുന്നോട്ടുവയ്ക്കുന്നുണ്ട്. പച്ചിലകൾ തിന്നു ജീവിക്കുന്ന ഷഡ്പദങ്ങൾക്കും പുഴുക്കൾക്കും പച്ചനിറവും ഉണങ്ങിയ ഇലകളിലും ചുള്ളിക്കമ്പുകളിലും കഴിയുന്നവയ്ക്ക് തവിട്ടു നിറവും നമ്മൾ കാണാറുള്ളതല്ലേ? ശത്രുക്കളിൽനിന്ന് രക്ഷപ്പെടാൻ ഈ നിറങ്ങൾ സഹായിക്കുന്നു എന്നും നമുക്കറിയാം. പ്രകൃതി നിർദ്ധാരണത്തിലൂടെ പ്രോത്സാഹിപ്പിക്കപ്പെട്ടതിനാലാണ് ഇവയ്ക്ക് ആ നിറങ്ങൾ ലഭിച്ചതെന്ന് ഡാർവിൻ സമർത്ഥിക്കുന്നു. അതുപോലെ ചില സസ്യഫലങ്ങളുടെ നിറവും മണവും മുള്ളുകളും മറ്റും അതിന് സംരക്ഷണത്തിനും വംശവർദ്ധനവിനും അനുയോജ്യമായ പ്രത്യേകതകളായതിനാലാണ് പ്രകൃതിനിർദ്ധാരണത്തിലൂടെ അത് സംരക്ഷിക്കപ്പെടുന്നത്.

ജീവിത ചക്രത്തിലെ ഏത് ഘട്ടവും പ്രകൃതിനിർദ്ധാരണത്തിന് വിധേയമാവാം. ഒരു ശലഭത്തിന്റെ മുട്ടയും ലാർവയും പ്യൂപ്പയുമെല്ലാം അതാതിന്റെ ജീവിത സാഹചര്യങ്ങൾക്ക് അനുയോജ്യമായവയാണ്. കാറ്റിലൂടെ വിത്തുവിതരണം നടക്കുന്ന ഒരു സസ്യത്തിന്റെ അതീജീവന സാദ്ധ്യത വർദ്ധിപ്പിക്കുന്നതിനാൽ പ്രകൃതി അത്തരം വിത്തു വിതരണ രീതികളെ പ്രോത്സാഹിപ്പിക്കും. എന്നാൽ ഒരു ജീവജാതിയുടെ നിലനില്പിന് അനുഗുണമല്ലാത്ത ഒരു ലക്ഷണവും പ്രകൃതിനിർദ്ധാരണത്തിലൂടെ നിലനിർത്തപ്പെടുകയുമില്ല.

ഇതിന്റെ തുടർച്ചയായി രണ്ട് സാങ്കല്പിക ഉദാഹരണങ്ങളും അദ്ദേഹം നല്കുന്നുണ്ട്. മെയ്വഴക്കവും വേഗതയും കൈമുതലാക്കി ഇര തേടുന്ന ഒരിനം ചെന്നായയെ സങ്കല്പിക്കുക. ഇരയായി മാനുകളെ മാത്രം കിട്ടുന്ന ഒരു പ്രദേശത്താണ് അത് ജീവിക്കുന്നതെന്നും കരുതുക. മാൻ അതിവേഗം ഓടാൻ കഴിയുന്ന ഒരു മൃഗമാണല്ലോ. അതു കൊണ്ടുതന്നെ അതിവേഗം ഓടാൻ കഴിയുന്ന ചെന്നായ്കൾക്ക് മാത്രമേ അവയെ പിടിച്ച് ഭക്ഷിച്ച് വംശം നിലനിർത്താൻ കഴിയുകയുള്ളൂ. അങ്ങനെ നോക്കിയാൽ അവിടെയുള്ള ചെന്നായ്ക്കൂട്ടത്തിലെ ഏറ്റവും വേഗവും മെയ്വഴക്കവുമുള്ള വകഭേദങ്ങളായിരിക്കും പ്രകൃതിനിർദ്ധാരണത്തിലൂടെ പ്രോത്സാഹിപ്പിക്കപ്പെടുന്നത്. മറ്റുള്ളവയോ? വേണ്ടത്ര ആഹാരം കിട്ടാതെ അവ ക്രമേണ ചത്തൊടുങ്ങും. ഒടുവിൽ വേഗതയുള്ള ചെന്നായവർഗ്ഗം മാത്രം അവശേഷിക്കും. കൃത്രിമ നിർദ്ധാരണത്തിലൂടെ വേഗതയേറിയ വേട്ടപ്പട്ടികളെ മനുഷ്യൻ സൃഷ്ടിച്ചിട്ടുണ്ട്. നൂറ്റാണ്ടുകളിലൂടെ പ്രകൃതിക്ക് ഇത് സാധിക്കുമെന്ന് ഡാർവിൻ പറയുന്നത് നമുക്കും വിശ്വസിക്കാം.

മറ്റൊരു ഉദാഹരണം കൂടി. പൂവിന്റെ ഇതളുകൾക്കിടയിൽനിന്ന് ഊറി വരുന്ന മധുരമുള്ള ദ്രാവകം ഷഡ്പദങ്ങളുടെ ഇഷ്ടവിഭവമാണ്. ഇത് നുകരാൻ വരുന്ന ഷഡ്പദങ്ങളുടെ ശരീരത്തിൽ പരാഗരേണുക്കൾ പറ്റി പ്പിടിക്കുന്നു. ഈ പരാഗവുമായി മറ്റൊരു സസ്യത്തിൽ ആ ഷഡ്പദമെ ത്തുമ്പോൾ പരാഗരേണുക്കൾ അതിന്റെ പൂക്കളിൽ പതിയുന്നു. ഇങ്ങനെ നടക്കുന്ന പരപരാഗണം വഴിയുണ്ടാവുന്ന വിത്തുകൾ സ്വപരാഗണം വഴി ഉണ്ടാവുന്ന വിത്തുകളേക്കാൾ മെച്ചപ്പെട്ട സസ്യങ്ങളെയാണ് ഉല്പാദി പ്പിക്കുന്നതെങ്കിൽ പ്രകൃതി നിർദ്ധാരണം വഴി അതിനെയല്ലേ പ്രോത്സാ ഹിപ്പിക്കുകയുള്ളൂ. ഇതിന്റെ ഫലമായി ആ സസ്യവും ഷഡ്പദവും തമ്മി ലുള്ള ബന്ധം കൂടുതൽ ദൃഢമാവുന്നു. ഷഡ്പദങ്ങളെ ആകർഷിക്കാൻ പറ്റിയ മണവും നിറവുമുള്ള പൂക്കളുണ്ടാവുന്ന സസ്യങ്ങളാവും ജീവിത മത്സരത്തിൽ ജയിക്കുന്നത്. അതേപോലെ കൂടുതൽ നന്നായി തേൻ നുക രാൻ യോജിച്ച വദനഭാഗങ്ങളുള്ള ഷഡ്പദങ്ങൾക്കായിരിക്കും അതില്ലാത്ത ഷഡ്പദങ്ങളേക്കാൾ അതിജീവന സാദ്ധ്യത.

ഓരോ ജീവിക്കും അതിന്റെ ചുറ്റുപാടുകളുമായി സമരസപ്പെട്ടു പോവാൻ സഹായിക്കുന്ന സവിശേഷതകളാണ് പ്രകൃതി നിർദ്ധാരണ ത്തിലൂടെ സംരക്ഷിക്കപ്പെടുന്നതെന്ന് പറഞ്ഞല്ലോ. എന്നാൽ ചില ജീവി കളിലെങ്കിലും അതിനുതന്നെ ആപത്താവുന്ന ചില പ്രത്യേകതകൾ ആകൃതിയിലും സ്വഭാവങ്ങളിലും കാണുന്നില്ലേ? ആൺമയിലിന്റെ പീലി നല്ലൊരു ഉദാഹരണമത്രെ. എത്ര കഷ്ടപ്പെട്ടാണ് ഒരു മയിൽപ്പൂവൻ തന്റെ പീലിക്കെട്ടും ചുമന്ന് സഞ്ചരിക്കുന്നത്! പൂവൻകോഴിയുടെ ഉച്ചത്തിലുള്ള അലാറത്തെക്കുറിച്ചൊന്ന് ചിന്തിച്ചുനോക്കൂ. എത്ര അകലെയിരുന്നും കുറു ക്കൻ ഈ സ്വരം മണത്തറിയില്ലേ? കലമാന്റെ പിരിയൻകൊമ്പുകൾ അതിന്റെ ഓട്ടത്തിന് തടസ്സം സൃഷ്ടിക്കുന്നില്ലേ? ഇതൊക്കെ പ്രകൃതിക്ക് പറ്റിയ അശ്രദ്ധയാണോ? അല്ലെന്ന് ഡാർവിൻ പറയുന്നു. അദ്ദേഹത്തിന്റെ നിഗമനങ്ങളെ ആധുനിക ശാസ്ത്രലോകവും ശരിവയ്ക്കുന്നുണ്ട്.

ആഹാരത്തിനും വാസസ്ഥലത്തിനും വേണ്ടി മത്സരിക്കുന്നതു പോലെ ജീവികൾക്കിടയിൽ ഇണയ്ക്കു വേണ്ടിയും മത്സരം നടക്കാറു ണ്ട്. ആൺജീവികളാണ് സാധാരണ ഇത്തരമൊരു മത്സരത്തിലേർപ്പെ ടുന്നത്. ജയിക്കുന്ന ജീവി പെണ്ണിനെ കൊണ്ടുപോവും. പരാജയപ്പെടു ന്നവൻ ചത്തുപോവുകയോ ഇണചേരാൻ പറ്റാതാവുകയോ ചെയ്യുന്നു. രണ്ടായാലും ഫലം ഒന്നുതന്നെ. അടുത്ത തലമുറയിലേക്ക് സന്താന ങ്ങളെ അവശേഷിപ്പിക്കാൻ അതിന് കഴിയാതെയാവുന്നു. ഈ പ്രവണ തയെ ഡാർവിൻ 'ലൈംഗിക നിർദ്ധാരണം' എന്നു വിളിക്കുന്നു. പ്രകൃതി നിർദ്ധാരണത്തോളം ശക്തമല്ല ലൈംഗിക നിർദ്ധാരണമെങ്കിലും ഏറ്റവും 'വീര'നായ ആൺജീവി മാത്രമാണ് കൂടുതൽ സന്താനങ്ങളെ അവശേ ഷിപ്പിക്കുന്നത്. കൊമ്പില്ലാത്ത കലമാനും കാലിൽ മുള്ളില്ലാത്ത പൂവൻ കോഴിയും ഈ മത്സരത്തിൽ പരാജയപ്പെട്ടുപോവും. ഇണയ്ക്ക് വേണ്ടി പല്ലും നഖവുമുപയോഗിച്ച് പൊരുതുന്ന ശീലം മാംസഭോജികൾ മുതൽ

ഷഡ്പദങ്ങൾ വരെ പ്രദർശിപ്പിക്കാറുണ്ട്. ജേതാവിനെ വരിക്കാൻ തയ്യാറായി ഈ യുദ്ധം കണ്ടിരിക്കുക മാത്രമാണ് പെൺജീവി സാധാരണ ചെയ്യുന്നത്. മറ്റൊന്നിന്റെ ആക്രമണത്തെ ചെറുക്കാൻ സഹായിക്കുന്ന ഉപാധികളും ആൺജീവികളിൽ കാണാറുണ്ട്. ആൺസിംഹത്തിന്റെ കുഞ്ചിരോമം ഇത്തരത്തിലൊരു പരിചയാണ്.

പക്ഷികളിലാകട്ടെ ലൈംഗിക നിർദ്ധാരണം താരതമ്യേന സമാധാനപൂർണ്ണമായ രീതിയിലാണ് നടക്കുന്നത്. പലപ്പോഴും ആൺപക്ഷികൾ മധുരമായ ഗാനത്തിലൂടെയാണ് ഇണയുടെ ശ്രദ്ധ ആകർഷിക്കുന്നത്. ചില പക്ഷികൾ വർണ്ണശബളമായ തൂവലുകൾ പ്രദർശിപ്പിച്ചാണ് പ്രണയിനിയുടെ ഹൃദയം കവരുന്നത്. മയിൽ ഈ കാര്യത്തിൽ മുൻപിൽ നില്ക്കുന്നു. പൂവൻകോഴിയുടെ തുടുത്ത പൂവും അങ്കവാലും പിടയെ ആകർഷിക്കുവാനുള്ള അലങ്കാരങ്ങളാണ്. കൃത്രിമ നിർദ്ധാരണത്തിലൂടെ പ്രത്യേകതരം തൂവലുകളും വർണ്ണപ്പൊലിമയുള്ള അങ്കക്കോഴികളെ സൃഷ്ടിക്കാൻ മനുഷ്യന് സാധിച്ചിട്ടുണ്ടല്ലോ. അങ്ങനെയാണെങ്കിൽ ആയിരക്കണക്കിന് തലമുറകളിലൂടെ മധുരമായി പാടിയും വർണ്ണോജ്ജ്വലമായ തൂവലുകൾ പ്രദർശിപ്പിച്ചും മിടുക്ക് കാണിക്കുന്ന ഇണകളെ തിരഞ്ഞെടുക്കുന്ന ശീലം പ്രകൃതി പെൺപക്ഷികളിൽ വളർത്തിയെടുത്തതാവില്ലേ? പക്ഷികളിൽ കാണുന്ന സംഗീതവാസനയും പൂവനും പിടയും തമ്മിലുള്ള രൂപവ്യത്യാസങ്ങളും ഇങ്ങനെ ലൈംഗിക നിർദ്ധാരണത്തിന്റെ അടിസ്ഥാനത്തിൽ ഡാർവിൻ വിശദീകരിക്കുന്നു.

പ്രകൃതിനിർദ്ധാരണം നടക്കുന്നു എന്ന് കരുതിയാൽത്തന്നെ ഏതൊക്കെ സാഹചര്യങ്ങളിലാണ് ഇത് നടക്കുന്നത്? അല്ലെങ്കിൽ പ്രകൃതി നിർദ്ധാരണത്തിന് അനുകൂലമായ സാഹചര്യങ്ങൾ ഏതൊക്കെയാണ്?

ഡാർവിന്റെ വിശദീകരണങ്ങൾ നമുക്ക് ശ്രദ്ധിക്കാം.

7

ജീവവൃക്ഷത്തിന്റെ മുകുളങ്ങൾ

ജീവികൾ തമ്മിൽ വ്യത്യാസമുണ്ടാവുമ്പോൾ മാത്രമേ അവിടെ പ്രകൃതിനിർദ്ധാരണം ഫലത്തിൽ വരികയുള്ളൂ എന്ന് നേരത്തേ പറഞ്ഞല്ലോ. ഒരു സ്പീഷീസിലെ അംഗസംഖ്യ വളരെ കൂടുതലാണെങ്കിൽ ഒരു നിശ്ചിത കാലയളവ് കൊണ്ട് നിലനില്പിന് സഹായകമായ പ്രത്യേകതകൾ അവയിൽ സ്വാഭാവികമായിത്തന്നെ ഉടലെടുക്കും. നിർദ്ധാരണത്തിനായി പ്രകൃതി ഒരു നീണ്ട കാലയളവ് അനുവദിക്കുമെങ്കിലും അതൊരിക്കലും അനന്തമല്ല. എല്ലാ ജീവജാലങ്ങളും പ്രകൃതിയുടെ ഏതെങ്കിലും മേഖലകളിൽ സ്വന്തം ആധിപത്യമുറപ്പിക്കാൻ ശ്രമിച്ചുകൊണ്ടിരിക്കുന്നതിനാൽ എതിരാളികളോടു പിടിച്ചുനില്ക്കാൻ, പോന്ന ഘടനാപരമായ സവിശേഷതകളില്ലാത്ത ഏത് സ്പീഷീസും വളരെ വേഗം വംശമറ്റുപോവും.

ഏതെങ്കിലും ഒരു പ്രത്യേക ലക്ഷ്യം മുന്നിൽക്കണ്ടാണ് മനുഷ്യൻ ജീവികളിൽ നിർദ്ധാരണങ്ങൾ ആസൂത്രണം ചെയ്യുന്നത്. എന്നാൽ ആസൂത്രിതമല്ലാത്ത നിർദ്ധാരണങ്ങളിൽ ഇത്തരം ലക്ഷ്യങ്ങളൊന്നുമില്ല. മെച്ചപ്പെട്ട ജീവികളെ തെരഞ്ഞെടുത്ത് വളർത്തുന്നതോടൊപ്പം ഗുണമില്ലാത്തവയെ നശിപ്പിക്കുകയും ചെയ്യുന്നു. ഇതിന്റെ ഫലമായി അവയുടെ വർഗ്ഗഗുണം ക്രമേണ മെച്ചപ്പെടുന്നു. ഇതുതന്നെയാണ് പ്രകൃതിനിർദ്ധാരണത്തിന്റേയും രീതി.

വളരെ വിശാലമായ ഭൂപ്രദേശങ്ങളിൽ അതിന്റെ ഓരോ ചെറുമേഖലകൾ തമ്മിലും ജീവിതസാഹചര്യങ്ങളിൽ വ്യത്യാസങ്ങളുണ്ടായിരിക്കും. ഇത്തരം പ്രദേശങ്ങളിൽ ഓരോ സാഹചര്യത്തിനും യോജിച്ച അനുകൂലങ്ങളാണ് ഓരോ ജീവിവർഗ്ഗത്തിലും പ്രത്യക്ഷപ്പെടുന്നത്. ഈ അനുകൂലനങ്ങൾ പ്രകൃതിനിർദ്ധാരണത്താൽ പ്രോത്സാഹിപ്പിക്കപ്പെടുന്നു.

ഇതിന്റെ ഫലമെന്തായിരിക്കും? ഓരോ പ്രാദേശിക മേഖലയിലും ക്രമേണ പൂർവ്വിക ജാതിയുടെ ഓരോ പ്രത്യേക വകഭേദങ്ങൾ നിലവിൽ വരാം. ഇവ തമ്മിൽ സങ്കരണം നടക്കുകയാണെങ്കിൽ പ്രകൃതിനിർദ്ധാരണത്തിന്റെ യഥാർത്ഥ ഉദ്ദേശ്യം നടപ്പിലാകില്ല. കാരണം സങ്കരണ ഫലമായി അവയുടെ സവിശേഷതകൾ കൂടിച്ചേർന്ന് ശരാശരി ഗുണനിലവാരമുള്ള സന്താനങ്ങളായിരിക്കും അവശേഷിക്കുന്നത്. എന്നാൽ വിവിധ വകഭേദങ്ങൾ തമ്മിലുള്ള സങ്കരണം പരമാവധി കുറയ്ക്കാനുള്ള ചില തന്ത്രങ്ങളും പ്രകൃതിയിലുണ്ട്. വ്യത്യസ്തയിനങ്ങൾ വ്യത്യസ്ത ചുറ്റുപാടുകളിൽ ജീവിക്കുന്നതും വിഭിന്ന ഋതുക്കളിൽ ഇണചേരുന്നതും ഓരോ ഇനവും അതേ ഇനത്തിൽപ്പെട്ട ഇണയെമാത്രം സ്വീകരിക്കുന്നതും ഇത്തരം തന്ത്രങ്ങളാണ്. ഒറ്റപ്പെട്ടു കിടക്കുന്ന ഒരു പ്രദേശത്ത് അതിലെ ഓരോ സ്പീഷീസിലേയും അംഗസംഖ്യ വളരെ കുറവായിരിക്കും. സ്വാഭാവികമായും വ്യക്തിഗതമായി വ്യത്യാസങ്ങളും ഇവിടെ കുറവായിരിക്കുമല്ലോ. അത്തരം സാഹചര്യങ്ങളിൽ പുതിയ ജീവജാതികൾ ഉരുത്തിരിയാനുള്ള സാദ്ധ്യതയും കുറവാണ്. അതുകൊണ്ടാണ് ദ്വീപുകളിലും മറ്റും സ്പീഷീസുകളുടെ സംഖ്യ താരതമ്യേന കുറഞ്ഞിരിക്കുന്നത്.

വിശാലവും തുറന്നതുമായ ഒരു ജൈവമേഖല. അവിടെയുള്ള എല്ലാ സ്പീഷീസുകളുടേയും അംഗസംഖ്യ ചെറിയ പ്രദേശങ്ങളേക്കാൾ കൂടുതലായിരിക്കും. സാഹചര്യങ്ങൾക്കനുസരിച്ച് വ്യതിയാനങ്ങളോടുകൂടിയ ജീവജാതികൾ അവിടെ ഉത്ഭവിക്കാനുള്ള സാദ്ധ്യതയും കൂടുതലായിരിക്കും. ജീവജാതികളുടെ ആധിക്യം അവിടത്തെ അന്തരീക്ഷത്തെ കൂടുതൽ സങ്കീർണമാക്കും. അതിനാൽ അവിടെ നിലനില്പിനുവേണ്ടിയുള്ള മത്സരവും വളരെ രൂക്ഷമായിരിക്കും. ഇത്തരം ചുറ്റുപാടുകളിലാണ് പരിസ്ഥിതിയുമായി ഏറ്റവും നന്നായി പൊരുത്തപ്പെടാൻ കഴിയുന്ന ജീവജാതികൾ ഉണ്ടാവുന്നത്. തലമുറകൾ പിന്നിടുമ്പോൾ അവശേഷിക്കുന്ന സ്പീഷീസുകൾ അവയുടെ പൂർവ്വിക ജീവികളിൽനിന്ന് തീർത്തും ഭിന്നമായിരിക്കും.

ചെറിയ ദ്വീപുകളിലും ശുദ്ധജലാശയങ്ങളിലും മറ്റ് ഒറ്റപ്പെട്ട പ്രദേശങ്ങളിലും ജീവികളുടെ എണ്ണം കുറയുന്നതിനാൽ ജീവിത മത്സരത്തിന്റെ രൂക്ഷത താരതമ്യേന കുറവായിരിക്കും. അതിനാൽ അവിടെയുള്ള സ്പീഷീസുകൾ പ്രകൃതിനിർദ്ധാരണത്തിലൂടെ അധികമൊന്നും പരിഷ്കരിക്കപ്പെട്ടിട്ടുണ്ടാവില്ല. വംശനാശത്തിന്റെ സാദ്ധ്യതയും അവിടെ കുറവായിരിക്കും. ജീവിത മത്സരത്തിന് അധികം വിധേയമായിട്ടില്ലാത്തതിനാൽ പ്രാചീനമായ ചില ജീവിയിനങ്ങൾ ശുദ്ധജലാശയങ്ങളിൽ നിലനില്ക്കുന്നു. പ്രാചീനകാലത്ത് ഉണ്ടായതും ഇപ്പോഴും കാര്യമായ മാറ്റമൊന്നുമില്ലാതെ തുടരുന്നതുമായ ജീവികളാണവ. പ്രാക്തനമായ സ്വഭാവങ്ങൾ കാണിക്കുന്നതിനാൽ അവയെ ഡാർവിൻ 'ജീവിക്കുന്ന ഫോസിലുകൾ' എന്നുവിളിച്ചു. ഓർനിത്തോറിങ്കസ്, ലെപിഡോസൈറൻ എന്നിങ്ങനെ രണ്ടിനം ശുദ്ധജലമത്സ്യങ്ങളെക്കുറിച്ച് ഡാർവിൻ തന്റെ പുസ്ത

കത്തിൽ പറയുന്നു. പിൽക്കാലത്തും ഇത്തരം ജീവിക്കുന്ന ഫോസിലുകൾ പ്രകൃതിശാസ്ത്രജ്ഞന്മാർ കണ്ടെത്തിയിട്ടുണ്ട്. ഫോസിലുകൾ എന്താണെന്ന് അറിയാമല്ലോ. പ്രാചീന കാലത്ത് ജീവിച്ചിരുന്ന സസ്യങ്ങളുടെയും ജന്തുക്കളുടെയും അവശിഷ്ടങ്ങളാണ് ഫോസിലുകൾ. കുഴിച്ചെടുക്കുന്നത് എന്ന അർത്ഥം വരുന്ന 'ഫോസിലിയം' എന്ന ലാറ്റിൻ വാക്കിൽ നിന്നാണ് ഫോസിൽ എന്ന പദം ഉണ്ടാവുന്നത്. പ്രകൃതി നിർദ്ധാരണത്തിന്റെ സാധ്യത കുറഞ്ഞയിടങ്ങളിലാണ് ഇങ്ങനെ പ്രാചീന ജീവികളോട് ഏറ്റവുമധികം സാദൃശ്യമുള്ള ജീവിവർഗ്ഗങ്ങളെ കാണുന്നത്. ലോകത്ത് മറ്റെവിടെയും കാണാത്ത തരത്തിലുള്ള ജീവികൾ ആസ്ട്രേലിയയിലും ന്യൂസിലാൻഡിലും കാണുന്നതെന്തുകൊണ്ട് എന്ന ചോദ്യത്തിനുത്തരം ഇതിൽനിന്നും കണ്ടെത്താമല്ലോ.

ആധുനിക ഭൗമശാസ്ത്ര പഠനങ്ങൾ ആസ്ട്രേലിയയും ന്യൂസിലാൻഡുമൊക്കെ ഒരുകാലത്ത് ഇന്നത്തെ ഏഷ്യാവൻകര കൂടിച്ചേർന്ന ഒരു വലിയ ഭൂവിഭാഗത്തിൽപ്പെട്ട പ്രദേശങ്ങളാണെന്ന് തെളിയിച്ചിട്ടുണ്ട്. അന്ന് കംഗാരുക്കൾ വിശാലമായ ഈ ഭൂഭാഗത്ത് ചാടിച്ചാടി നടന്നിട്ടുണ്ടാവും. കാലക്രമേണ ആസ്ട്രേലിയ വേർപെട്ടുപോയി. വലിയ വൻകരയിൽ ജീവിക്കുന്ന കംഗാരുക്കൾക്ക് അനേക ജീവികളുമായി മത്സരിക്കേണ്ടി വന്നതിനാൽ അവയ്ക്ക് തുടർച്ചയായി വ്യതിയാനങ്ങളുണ്ടായി. ഇവയിൽ മെച്ചപ്പെട്ട വ്യതിയാനങ്ങൾ പ്രകൃതിനിർദ്ധാരണത്തിലൂടെ പ്രോത്സാഹിപ്പിക്കപ്പെട്ടപ്പോൾ കംഗാരുവിന്റെ പിൻ തലമുറക്കാർ തികച്ചും വ്യത്യസ്തരായ ജീവികളായി പരിണമിച്ചു. എന്നാൽ താരതമ്യേന മത്സരം കുറഞ്ഞ ഒരു ചെറിയ ദ്വീപിൽ അവ കാര്യമായ മാറ്റങ്ങൾക്ക് വിധേയരായതുമില്ല. ശരീരത്തിന് പുറത്തെ സഞ്ചിയിൽ കുഞ്ഞുങ്ങളെ വളർത്തിയെടുക്കുന്ന കംഗാരുവും മുട്ടയിടുന്ന സസ്തനിയായ പ്ലാറ്റിപ്പസും പാതിവഴിയിൽ നിന്നുപോയ പ്രകൃതിനിർദ്ധാരണത്തിന്റെ തിരുശേഷിപ്പുകളല്ലേ?

ജീവലോകത്തിലെ അടുത്ത ബന്ധുക്കൾ തമ്മിലായിരിക്കും നിലനില്പിനുവേണ്ടി കടുത്ത മത്സരങ്ങൾ നടക്കുന്നത് എന്ന് നേരത്തേ പറഞ്ഞു കഴിഞ്ഞല്ലോ. അതിനാൽ ഒരു പുതിയ സ്പീഷീസോ വകഭേദമോ രൂപംകൊള്ളുമ്പോൾ അതിന്റെ ഏറ്റവും അടുത്ത ബന്ധുയിനം തന്നെ ആയിരിക്കും അതിന്റെ ഏറ്റവും കടുത്ത എതിരാളി. വളർത്തുജീവികളിൽ മനുഷ്യൻ നിർവ്വഹിക്കുന്ന നിർദ്ധാരണങ്ങളെ സംബന്ധിച്ചും ഇത് ശരിയാണ്. മെച്ചപ്പെട്ട ഒരിനം സസ്യത്തെയോ മൃഗത്തെയോ ലഭ്യമാകുമ്പോൾ മനുഷ്യർ അതിന്റെ പൂർവ്വികയിനത്തെ പാടെ ത്യജിച്ചുകളയുകയാണല്ലോ ചെയ്തത്. സങ്കരയിനം നെൽവിത്തുകളുടെ വേലിയേറ്റത്തിൽ നമ്മുടെ നാടൻ നെൽവിത്തുകൾക്ക് ഇതേ അപകടമാണ് നേരിടേണ്ടിവന്നത്. ഇതിന്റെ ശരിതെറ്റുകൾ നമ്മുടെ ഇപ്പോഴത്തെ ചർച്ചാവിഷയമല്ല. എന്നാൽ പ്രകൃതിയിൽ സംഭവിക്കുന്ന ജീവികളുടെ വംശനാശത്തെ ഡാർവിൻ ന്യായീകരിക്കുകയാണ് ചെയ്യുന്നത്. പുതിയ ജീവരൂപങ്ങൾ വരുന്ന മുറയ്ക്ക് പഴയവ തിരോധാനം ചെയ്യേണ്ടത് അത്യാവശ്യമാണെന്ന്

അദ്ദേഹം കരുതി. ബ്രിട്ടനിലെ യോക്ക് ഷെയർ പ്രവിശ്യയിലെ കർഷകർ നൂറ്റാണ്ടുകളായി പരിപാലിച്ചിരുന്ന കറുത്ത പശുക്കളുടെ വംശനാശത്തെക്കുറിച്ച്, ചരിത്ര പ്രാധാന്യമുള്ള ഒരു സംഭവമെന്നാണ് ഡാർവിൻ പറയുന്നത്. നീളൻ കൊമ്പുള്ള ഒരിനം കന്നുകാലികളാണ് അവയ്ക്ക് പകരംവന്നത്. എന്നാൽ ഇവയും നിലനിന്നില്ല. നീളം കുറഞ്ഞ കൊമ്പുള്ള ഒരിനം വന്നപ്പോൾ മുമ്പുണ്ടായിരുന്ന ഇനം "മാരകമായ പകർച്ചവ്യാധി പിടിപ്പെട്ടാലെന്നപോലെ അപ്രത്യക്ഷമായി" എന്ന് അക്കാലത്തെ ഒരു കൃഷിശാസ്ത്രജ്ഞൻ എഴുതിയതായി ഡാർവിൻ സാക്ഷ്യപ്പെടുത്തുന്നു. മനുഷ്യന് ചുരുങ്ങിയ കാലയളവിൽ ഇങ്ങനെ ജീവിയിനങ്ങൾക്ക് വംശനാശം വരുത്താൻ കഴിയുമെങ്കിൽ ലക്ഷക്കണക്കിന് വർഷങ്ങൾകൊണ്ട് പ്രകൃതി എത്രായിരം സ്പീഷീസുകളെ ഇല്ലാതാക്കിയിട്ടുണ്ടാവും!

ഒരു സ്പീഷീസിൽനിന്നുണ്ടാവുന്ന വിവിധ വകഭേദങ്ങൾ ഘടനയിലും ജീവിതരീതിയിലും എത്രത്തോളം വ്യത്യസ്തമായിരിക്കുന്നുവോ അത്രത്തോളം കാര്യക്ഷമമായി അവയ്ക്ക് പുതിയ ജൈവമേഖലകൾ കണ്ടെത്തി ചൂഷണം ചെയ്യാനും അംഗസംഖ്യ വർദ്ധിപ്പിക്കുവാനും കഴിയും. മാംസഭോജിയായ ഒരു മൃഗത്തിന്റെ അംഗസംഖ്യ ഒരു പ്രത്യേക പരിതഃസ്ഥിതിയിൽ അതിന്റെ പരമാവധിയിലെത്തി എന്ന് കരുതുക. ജീവിതരീതിയിലും ഭക്ഷണരീതിയിലും പരമ്പരാഗത ശീലങ്ങൾ വിട്ടു സഞ്ചരിച്ചാൽ മാത്രമേ പിന്നീടതിന് വികസിക്കാനും വംശവർദ്ധനവ് നടത്താനും സാദ്ധ്യതയുള്ളൂ. ഗുഹകളിൽ ജീവിക്കുകയും മാനുകളെ വേട്ടയാടുകയും ചെയ്യുന്ന ആദിമ ജീവിയുടെ പിൻഗാമി മരങ്ങളിൽ ജീവിക്കുകയും ചെറുപ്രാണികളെ വേട്ടയാടുന്നവയുമാവാം. പൂർവ്വവംശത്തിന് ആധിപത്യമുള്ള മേഖലകൾ വിട്ട് പുതിയൊരു ആവാസമേഖല കണ്ടെത്തുകയാണ് അനന്തര തലമുറ ചെയ്യുന്നത്. ഇത്തരം വൈവിദ്ധ്യവൽക്കരണം പ്രകൃതിയുടെ ഒരു മൗലിക സ്വഭാവമാണെന്ന് ഡാർവിൻ കണ്ടെത്തുന്നു.

നമുക്ക് ലാമാർക്കിന്റെ ജിറാഫുകളെ ഡാർവിന്റെ ജൈവമേഖലയിലേക്ക് മാറ്റി താമസിപ്പിച്ചു നോക്കാം. അമിതോപയോഗം നിമിത്തം ജിറാഫുകളുടെ കഴുത്തിന് ഓരോ തലമുറ പിന്നിടുമ്പോഴും നീളം കൂടിക്കൂടി വന്നു എന്നല്ലേ ലാമാർക്കിന്റെ നിഗമനം. ഡാർവിൻ അതിങ്ങനെയായിരിക്കും പറയുക. നീളം കുറഞ്ഞ കഴുത്തുള്ള ജിറാഫുകളും നീളം കൂടിയ കഴുത്തുള്ളവയും ഒരേകാലത്ത് ഒരേ സ്ഥലത്ത് ജീവിച്ചിരുന്നു. ഇവ രണ്ടും ഒരു പൂർവ്വിക ജീവിയുടെ വകഭേദങ്ങളാവാം. നീളം കൂടിയ കഴുത്തുള്ള ജിറാഫുകൾക്ക് ആഹാരം ലഭിക്കാനുള്ള സാദ്ധ്യത കൂടുതലുള്ളതിനാൽ പ്രകൃതി നിർദ്ധാരണം വഴി അവ നിലനിർത്തപ്പെട്ടു. അവ പ്രത്യുല്പാദനം വഴി നീണ്ട കഴുത്തുള്ള ജിറാഫുകളുടെ വംശത്തെ സൃഷ്ടിച്ചു. മറ്റെ വകഭേദത്തിന് എന്ത് സംഭവിച്ചു എന്ന് പറയേണ്ടതില്ലല്ലോ. ഒരിക്കൽ വംശനാശം സംഭവിച്ച ജീവിവർഗ്ഗം പിന്നീടൊരിക്കലും ഭൂമുഖത്ത് പ്രത്യക്ഷപ്പെടുകയില്ല എന്ന് ഡാർവിൻ പറയുന്നത് നമുക്ക് അവിശ്വസിക്കേണ്ടതില്ല.

ഒരു പൂർവികവംശത്തിലെ ജീവികൾ ആയിരക്കണക്കിന് വർഷങ്ങളിലൂടെ കടന്നുപോവുമ്പോൾ അതിൽനിന്നും അനേകം വകഭേദങ്ങൾ ഉത്ഭവിക്കാം. അവയ്ക്കും പിന്നീട് വ്യതിയാനങ്ങൾ സംഭവിക്കാം. ഒരു വൃക്ഷത്തിന്റെ തായ്ത്തടിയിൽനിന്ന് ശാഖകളും ഉപശാഖകളും പൊട്ടിമുളയ്ക്കുന്നതിനോടാണ് ഡാർവിൻ ഇതിനെ താരതമ്യപ്പെടുത്തിയിരിക്കുന്നത്. വിവിധയിനം ജീവികൾക്ക് തമ്മിലുള്ള വംശപരമായ ബന്ധങ്ങൾ സൂചിപ്പിക്കാൻ ചിലപ്പോഴെല്ലാം ഒരു വൻവൃക്ഷത്തെ മാതൃകയായി ചിത്രീകരിക്കുന്നത് കണ്ടിട്ടില്ലേ? ഇങ്ങനെയൊരു ചിത്രം ഡാർവിൻ തന്റെ പുസ്തകത്തിൽ നല്കുന്നുണ്ട്. വൃക്ഷത്തിലെ മുകുളങ്ങളുള്ള ഇളംശാഖകൾ നിലവിലുള്ള സ്പീഷീസുകളെ സൂചിപ്പിക്കുന്നു. പഴയ ശാഖകൾ മൺമറഞ്ഞ ജീവിവർഗ്ഗങ്ങളേയും. ഓരോ ശാഖയും ഉപശാഖയും വളർച്ചയുടെ ഓരോ ഘട്ടത്തിലും ചുറ്റുമുള്ള മറ്റു ശാഖകളുടെ മേൽ പടർന്നു പന്തലിക്കാൻ ശ്രമിക്കുന്നതായി കാണാം. നിലനില്പിനുവേണ്ടിയുള്ള സമരത്തിൽ ഓരോ ജീവിവർഗ്ഗവും അതിന്റെ ഉപവിഭാഗങ്ങളും ഇതേപോലെയാണ് മറ്റുള്ളവയുടെമേൽ ആധിപത്യം നേടാൻ ശ്രമിച്ചതെന്ന് നമുക്കറിയാം. ഇന്ന് വൻ ശാഖകളായും ഉപശാഖകളായും ചെറുചില്ലകളായും കാണപ്പെടുന്ന കൊമ്പുകൾ ആ വൃക്ഷം ഒരു ചെറു തൈ ആയിരുന്ന കാലത്ത് കേവലം മുകുളങ്ങളും ചെറുമുളകളും മാത്രമായിരുന്നു. പഴയ മുകുളങ്ങളും ഇന്നത്തെ മുകുളങ്ങളും തമ്മിൽ ശാഖാമാർഗ്ഗേണ നിലനില്ക്കുന്ന അതേ ബന്ധമാണ് മൺമറഞ്ഞവയും നിലവിലുള്ളവയുമായ ജീവിവർഗ്ഗങ്ങളും അവയുടെ ഉപവകുപ്പും തമ്മിലുള്ള ബന്ധത്തെ പ്രതിനിധാനം ചെയ്യുന്നത്. ഇന്നത്തെ വൃക്ഷം ഒരു തൈ ആയിരുന്ന കാലത്ത് അതിൽ തഴച്ചുവളർന്നിരുന്ന ശാഖകളിൽ രണ്ടോ മൂന്നോ എണ്ണം മാത്രമേ ഇന്ന് വലിയ ശാഖകളായി വളർന്ന് ഉപശാഖകളേയും വഹിച്ച് നില്ക്കുന്നുള്ളൂ. അതുപോലെ തന്നെ പ്രാചീനയുഗങ്ങളിൽ സ്പീഷീസുകളിൽ ഏതാനും ഇനം മാത്രമേ മെച്ചപ്പെട്ട പിൻഗാമികളെ അവശേഷിപ്പിച്ചിട്ടുള്ളൂ. വൃക്ഷം മുളച്ച നാൾ തൊട്ട് ഇന്നുവരെ അതിൽനിന്നും അനേകം ശിഖരങ്ങൾ ജീർണ്ണിച്ച് അടർന്ന് വീണുപോയിട്ടുണ്ട്. ഇവ പിൻഗാമികളെ അവശേഷിപ്പിക്കാതെ മൺമറഞ്ഞു പോയ വിവിധ ജീവജാതികൾക്ക് സമമായി കരുതാം.

സാഹചര്യങ്ങളുടെ ഏതോ ചില ആനുകൂല്യങ്ങൾ മുതലെടുത്ത്, ചില കമ്പുകൾ വൃക്ഷത്തിന്റെ താഴ്ന്ന കവരത്തിൽനിന്നും മുളച്ച് വൃക്ഷശിരസ്സോളം വളർന്ന് ധാരാളം പച്ചിലകളുമായി നില്ക്കുന്നത് കാണാം. കനം കുറഞ്ഞ ശാഖകളില്ലാത്ത ഇത്തരം ഒറ്റപ്പെട്ട കൊമ്പുകൾ 'ജീവിക്കുന്ന ഫോസിലു'കളെ പ്രതിനിധീകരിക്കുന്നു. സുരക്ഷിതമായ, താരതമ്യേന ഒറ്റപ്പെട്ട ആവാസമേഖലകളിൽ കഴിഞ്ഞതിനാൽ കടുത്ത മത്സരത്തിന് വിധേയമായിട്ടില്ലാത്ത ഭാഗ്യവാന്മാരാണ് അവ. മുകുളങ്ങൾ വളർന്ന് ശാഖകൾക്കും പുതുമുകുളങ്ങൾക്കും ജന്മമേകുന്നു. ഈ പുതുമുകുളങ്ങൾ ആരോഗ്യമുള്ളവയാണെങ്കിൽ കൂടുതൽ ശാഖകളെ ഉല്പാ

ദിപ്പിക്കുകയും ചുറ്റുപാടുമുള്ള മറ്റു ശാഖകളുടെമേൽ പടർന്നുപന്തലിക്കുകയും ചെയ്യുന്നു. മഹത്തായ ജീവവൃക്ഷവും തലമുറകളിലൂടെ ഇങ്ങനെയാവും വളർന്നതെന്ന സ്വന്തം വിശ്വാസം ഡാർവിൻ തന്റെ കൃതിയിൽ അവതരിപ്പിക്കുന്നു. അതിന്റെ പൊട്ടിയതും മൃതമായതുമായ ശാഖകൾ താഴെ വീണ് ഭൗമോപരിതലത്തെ ആവരണം ചെയ്യുന്നു. പുതിയ പുതിയ മുകുളങ്ങൾ വളർന്ന് മനോഹരമായ ശാഖോപശാഖകളായി പടർന്ന് ആ വൃക്ഷം അനശ്വരമായി നിലനില്ക്കുന്നു.

നോക്കൂ, ഇതൊരു കലാകാരന്റെ ഭാവനയല്ല. നിശ്ചിതമായ നിരീക്ഷണപാടവമുള്ള ഒരു ശാസ്ത്രജ്ഞന്റെ കണ്ടെത്തലാണ്. അതേ സമയം അതിൽ ഒരു വിപ്ലവകാരിയുടെ ദർശനവുമുണ്ട്. ഈ പുസ്തകത്തിന്റെ ആരംഭത്തിൽ പറഞ്ഞതുപോലെ 'സൃഷ്ടിവാദം' ശക്തമായി നില നിന്നിരുന്ന ഒരു കാലമായിരുന്നല്ലോ അത്. 'സ്രഷ്ടാവ്' ഓരോ ജീവിയേയും അതാതിന്റെ രൂപത്തിൽ സൃഷ്ടിച്ചു എന്ന് ശാസ്ത്രജ്ഞന്മാർ പോലും വിശ്വസിച്ചിരുന്നു. അപ്പോൾ ഒരാൾ എല്ലാം ഒന്നിൽനിന്നുണ്ടായതാണെന്നും എല്ലാ ജീവികൾക്കും ഒരു പൊതു പൂർവ്വികനുണ്ടെന്നും വിളിച്ചു പറയുന്നത്. വിപ്ലവമല്ലെങ്കിൽ മറ്റെന്താണ്? ലോകം ഭരിക്കാൻ പിറന്ന വെള്ളക്കാരന്റേയും ആഫ്രിക്കയിലെ നീഗ്രോവിന്റേയും വംശപരമ്പരയിലൂടെ പിന്നോട്ട് സഞ്ചരിച്ചാൽ ഒരിടത്താണ് എത്തുക എന്ന് പറഞ്ഞാൽ ആർക്കെങ്കിലും സഹിക്കുമോ? വാസ്തവത്തിൽ തന്റെ ഗ്രന്ഥത്തിന്റെ ആദ്യപതിപ്പിലെവിടെയും ഡാർവിൻ ദൈവത്തെക്കുറിച്ച് പരാമർശിക്കുന്നേയില്ല. രണ്ടാം പതിപ്പിലാണ് ഒരിടത്ത് സ്രഷ്ടാവ് എന്ന വാക്ക് ഉപയോഗിച്ചിട്ടുള്ളത്. ഇതുതന്നെ തന്റെ വിമർശകരെ ഒന്ന് മയപ്പെടുത്താൻ ചെയ്തതാണെന്ന് ചിലരൊക്കെ അഭിപ്രായപ്പെടുന്നു. അതുകൊണ്ട് ഒന്നാം പതിപ്പിനെയാണ് ഇന്നും പലരും യഥാർഥ 'ഡാർവിനിസ' മായി കാണുന്നത്.

ജീവപരിണാമത്തെക്കുറിച്ച് ആദ്യമായി പറഞ്ഞത് ഡാർവിനല്ലെന്ന് നാം മനസ്സിലാക്കിയല്ലോ. ബഫൻ, ലാമാർക്ക് എന്നിവരോടൊപ്പം ഇത്തരമൊരാശയം മുന്നോട്ട് വച്ചവരിൽ ഡാർവിന്റെ മുത്തച്ഛൻ ഇറാസ്മസ് ഡാർവിനുമുണ്ട്. പക്ഷേ ഒരു സ്പീഷീസ് മറ്റൊന്നായി മാറുന്നു എന്നും അതിന് കാരണം പ്രകൃതിയാണെന്നും, എന്ന ഡാർവിന്റെ ആശയം തികച്ചും മൗലികമായിരുന്നു. അതുകൊണ്ടാണ് പ്രകൃതിനിർദ്ധാരണം വിപ്ലവകരമായ ഒരാശയമാവുന്നത്. ഡാർവിന്റെ ആശയപരിസരങ്ങളുമായോ പര്യവേക്ഷണങ്ങളുമായോ ഒരു ബന്ധവുമില്ലാതെയാണ് ആൽഫ്രഡ് വാലസ് പ്രകൃതിനിർദ്ധാരണ സിദ്ധാന്തത്തിലെത്തിയത്. എന്നാൽ അദ്ദേഹം പോലും പ്രകൃതിനിർദ്ധാരണത്തിന്റെ ഉടമസ്ഥത ഡാർവിന് വിട്ടു കൊടുത്ത് മാറിനില്ക്കുന്നതാണ് നാം കാണുന്നത്. എന്നു മാത്രമല്ല, 'ഡാർവിനിസം' എന്ന പേരിൽ പ്രകൃതിനിർദ്ധാരണത്തെക്കുറിച്ച് വാലസ് ഒരു പുസ്തകമെഴുതി.

വാലസിന്റെ പിൽക്കാല ജീവിതവും വളരെ രസകരമാണ്. സസ്യ

വാലസ്

ങ്ങളെയും ജന്തുക്കളെയും കുറിച്ച് പഠനം നടത്തിയിരുന്ന ആ ശാസ്ത്രജ്ഞന്റെ പിന്നീടുള്ള അന്വേഷണം പ്രേതാത്മാക്കളെക്കുറിച്ചായിരുന്നു. ആത്മാവുകളെ വിളിച്ചുവരുത്താൻ കഴിവുണ്ടെന്ന് അവകാശപ്പെട്ടിരുന്ന ആളുകളെ അദ്ദേഹം പതിവായി സന്ദർശിച്ചു. അവരോടൊപ്പം സമയം ചെലവഴിച്ചു. *അത്ഭുതകൃത്യങ്ങളെയും ആധുനിക പ്രേതാത്മകവാദത്തെയും പറ്റി* എന്നൊരു പുസ്തകവും ഈ വിഷയത്തിൽ അദ്ദേഹത്തിന്റെ സംഭാവനയായുണ്ട്. മരിച്ചുപോയ ഒരാളുടെ ഫോട്ടോയെടുത്തതിന് താൻ സാക്ഷിയായിട്ടുണ്ടെന്നു വരെ ആ ശാസ്ത്രജ്ഞൻ ഈ പുസ്തകത്തിലെഴുതിയിട്ടുണ്ട്. ഡാർവിൻ തന്റെ നിരീക്ഷണങ്ങളിൽ പ്രകടിപ്പിച്ച ശാസ്ത്രീയ മനസ്സ് വാലസിനുണ്ടായിരുന്നില്ലെന്ന് ഇതിൽനിന്നും വ്യക്തമല്ലേ?

വാലസ് കൈവിട്ട പ്രകൃതിനിർദ്ധാരണം ഡാർവിന് മാത്രമായി പതിച്ചു കിട്ടി. എന്നിട്ടും പ്രകൃതിനിർദ്ധാരണം മാത്രമാണ് ജീവപരിണാമത്തിന് കാരണമെന്ന് അദ്ദേഹം പറയുന്നേയില്ല. ഏറ്റവും പ്രധാന കാരണം അതാണെന്ന് മാത്രമേ അദ്ദേഹത്തിന് അഭിപ്രായമുള്ളൂ. ഒരു ശാസ്ത്രജ്ഞന് അങ്ങനെ മാത്രമേ പറയാൻ കഴിയുകയുള്ളൂ.

താൻ അവതരിപ്പിക്കുന്ന നിഗമനങ്ങൾ വിക്ടോറിയൻ സമൂഹം കണ്ണുമടച്ച് അംഗീകരിച്ച് തരില്ലെന്ന് മറ്റാരെക്കാളും നന്നായി ഡാർവിന് അറിയാമായിരുന്നു. വിമർശനങ്ങളുടെ മുനയൊടിക്കണമെങ്കിൽ നിഷേധിക്കാനാവാത്ത തെളിവുകൾ വേണം. ഒന്നരനൂറ്റാണ്ട് മുമ്പ് തന്റെ സിദ്ധാന്തങ്ങളെ സാധൂകരിക്കാൻ അദ്ദേഹം നിരത്തിയ തെളിവുകൾ വായിച്ചാൽ നമ്മൾ അറിയാതെ ആ മഹാനായ ശാസ്ത്രജ്ഞനെ നമിച്ചു പോകും. അദ്ദേഹത്തിന്റെ രണ്ട് പതിറ്റാണ്ട് നീണ്ട അദ്ധ്വാനത്തിന്റെ മൂല്യമറിയാനും ഈ തെളിവുകളിലൂടെ ഒന്ന് കടന്നുപോകുന്നത് നല്ലതാണ്.

8

കുതിരയും കഴുതയും പിന്നെ, സീബ്രയും

എച്ച് എം എസ് ബീഗിൾ യാത്രയിൽ ഡാർവിനെ സംബന്ധിച്ചിടത്തോളം ഗാലപ്പാഗോസ് ദ്വീപ് സമൂഹങ്ങൾ സന്ദർശിക്കാൻ കിട്ടിയ അവസരം ഒരു വഴിത്തിരിവായിരുന്നു. ജീവപരിണാമം ഒരു സാദ്ധ്യതയായി അദ്ദേഹത്തിന്റെ മനസ്സിൽ തെളിഞ്ഞത് ഇവിടെവച്ചാണെന്ന് അദ്ദേഹം തന്നെ പറഞ്ഞിട്ടുണ്ട്. ഭൂമിയും അവിടെയുള്ള ജീവികളും നിരന്തര പരിണാമത്തിന് വിധേയമായികൊണ്ടിരിക്കുന്നു എന്ന് അദ്ദേഹത്തിന് ഉറപ്പുണ്ടായിരുന്നു. എന്നാൽ ഇത് മറ്റുള്ളവരേയും ബോദ്ധ്യപ്പെടുത്തണമല്ലോ. ഈ ഉദ്ദേശ്യത്തോടെയാണ് താൻ ശേഖരിച്ച ജീവികളേയും അജീവ വസ്തുക്കളേയും ഡാർവിൻ തന്നേക്കാൾ മുൻപേ ഇംഗ്ലണ്ടിലെത്തിച്ചത്. എന്നാൽ ഈ കേവല മാതൃകകൾ മാത്രം പോരെന്നും ഓരോന്നിനും വിശദീകരണവും ആവശ്യമാണെന്നും അറിയാത്ത ആളായിരുന്നില്ല ഡാർവിൻ.

ചുറ്റുപാടുകളിലുണ്ടാവുന്ന മാറ്റങ്ങൾ ജീവികളിൽ വരുത്തുന്ന വ്യതിയാനങ്ങൾ അടുത്ത തലമുറയിലേക്ക് കൈമാറുന്നതാണ് പരിണാമത്തിനും ജൈവവൈവിദ്ധ്യത്തിനും കാരണമാവുന്നത്. മെച്ചപ്പെട്ട വ്യതിയാനങ്ങളോടുകൂടിയ ജീവികളെ പ്രകൃതിതന്നെ തെരഞ്ഞെടുക്കുന്നു എന്ന അർത്ഥത്തിലാണലോ ഡാർവിൻ ഇതിന് പ്രകൃതിനിർദ്ധാരണം എന്ന് പേര് കൊടുത്തത്. ഗാലപ്പാഗോസിലെ കുരുവികളുടെ വൈവിദ്ധ്യമാണ് ഈ ആശയം ഡാർവിനിൽ ആഴത്തിൽ പതിപ്പിച്ചത്. പ്രകൃതി നിർദ്ധാരണത്തിന്റെ വെളിച്ചത്തിൽ ആ കൊച്ചുകിളികളുടെ വൈവിദ്ധ്യത്തെ നമുക്ക് വിശദീകരിക്കാനാവുമോ എന്ന് ശ്രമിച്ച് നോക്കാം.

ആ കുരുവികളുടെ പൂർവ്വികർ വൻകരയിൽനിന്ന് എങ്ങനെയോ ദ്വീപിലെത്തിയതാവണം. ഡാർവിൻ ദ്വീപുകളിൽ കണ്ടെത്തിയ പക്ഷി

കൾക്കെല്ലാം വൻകരയിലെ കുരുവികളുമായി സാദൃശ്യമുണ്ടായിരുന്നു. എന്നാൽ അവ വ്യത്യസ്തവുമായിരുന്നു എന്നു മാത്രമല്ല വ്യത്യസ്ത ദ്വീപുകളിൽ ജീവിച്ചിരുന്ന ഇനങ്ങൾ തമ്മിലും വ്യത്യാസമുണ്ടായിരുന്നു. ഇതിൽനിന്നും എന്ത് നിഗമനത്തിലാണ് എത്തിച്ചേരാനാവുക? ഇവയെല്ലാം ഒരു പൊതു പൂർവ്വികന്റെ പിൻഗാമികളാണെന്നും പലവിധ വൈവിദ്ധ്യമുണ്ടായി എന്നുമല്ലേ? ഓരോ ദ്വീപിലേയും പക്ഷികൾ അവിടത്തെ ജീവിതസാഹചര്യങ്ങൾക്കനുസരിച്ചാണ് പരിണാമത്തിന് വിധേയരായത്. തലമുറകൾ പിന്നിട്ടപ്പോൾ ഓരോ ദ്വീപിലും വ്യത്യസ്ത സ്പീഷീസുകളായി അവ മാറി. അതായത് ഓരോ ദ്വീപിലേയും സാഹചര്യങ്ങൾ വ്യത്യസ്തമായിരുന്നു. ഓരോ സാഹചര്യത്തിലും നന്നായി ജീവിക്കാൻ സഹായകമായ അനുകൂലനങ്ങളാണ് അവിടെ ജീവിക്കുന്ന പക്ഷികളിൽ പ്രത്യക്ഷപ്പെടുന്നത്. ഇവ അടുത്ത തലമുറയിലേക്ക് കൈമാറ്റം ചെയ്യപ്പെടുന്നു. അല്ലെങ്കിൽ മെച്ചപ്പെട്ട അനുകൂലനങ്ങളോടു കൂടിയ പക്ഷികളെ പ്രകൃതി തെരഞ്ഞെടുക്കുന്നു.

പക്ഷികളെ സംബന്ധിച്ചിടത്തോളം ഏറ്റവും പ്രധാനപ്പെട്ട അവയവമായ കൊക്കിന്റെ ഉദാഹരണമെടുക്കാം. ഒരു ദ്വീപിലെ മരങ്ങളിലുണ്ടാവുന്ന കായകൾ വളരെ കടുപ്പമേറിയ പുറംതോടുള്ളവയാണെന്ന് സങ്കല്പിക്കുക. നല്ല ബലമുള്ള കൊക്കുകളുള്ള പക്ഷികൾക്ക് മാത്രമേ അത് തിന്നു ജീവിക്കാനും വംശവർദ്ധനവ് നടത്താനും കഴിയുകയുള്ളൂ. ബലമുള്ള കൊക്കുകളുള്ള പക്ഷികൾ മാത്രം അവശേഷിക്കുകയും മറ്റുള്ളവ നശിച്ചുപോവുകയും ചെയ്യുന്നു. അടുത്ത തലമുറയിൽ ഉറപ്പുള്ള കൊക്കുകളോടുകൂടിയവ മാത്രമേ ഉണ്ടാവുകയുള്ളൂ. അവയുടെ സന്താനങ്ങൾ കുറേക്കൂടി ബലമുള്ള കൊക്കുകളുള്ളവയായിരിക്കും. ഈ രീതി തുടരുകയും ആ ദ്വീപിലെ കുരുവികൾ മറ്റെവിടെയും കാണാത്ത ഒരു പുതിയ ഇനമായി തീരുകയും ചെയ്യുന്നു. ഇങ്ങനെ നോക്കിയാൽ ഓരോ ദ്വീപിലും അന്തരീക്ഷം വ്യത്യസ്തമായതിനാൽ വ്യത്യസ്ത സ്പീഷീസുകൾ രൂപംകൊണ്ടു എന്ന് അനുമാനിക്കാൻ പ്രയാസമില്ലല്ലോ.

പ്രകൃതിനിർദ്ധാരണത്തിനാവശ്യമായ ശാരീരിക സവിശേഷതകൾ എങ്ങനെയാവാം ജീവജാതികളിൽ ഉടലെടുക്കുന്നത്. ഇവിടെ ഡാർവിൻ തന്റെ നിഗമനങ്ങളുടെ വാതിലുകൾ തുറന്നിടുന്നതാണ് നമ്മൾ കാണുന്നത്. ഇനിയും ആർക്ക് വേണമെങ്കിലും അവിടെ പുതിയ കണ്ടെത്തലുകൾ ചേർത്തു വയ്ക്കാം. തന്റെ സമകാലികമായ അനേകം പ്രകൃതിശാസ്ത്രജ്ഞരുടെ നിരീക്ഷണങ്ങളെ അദ്ദേഹം തെളിവുകളായി സ്വീകരിക്കുകയും ചെയ്യുന്നുണ്ട്.

ശരീരഭാഗങ്ങൾ ഉപയോഗിക്കുകയോ ഉപയോഗിക്കാതിരിക്കുകയോ ചെയ്യുന്നതിന്റെ ഫലമാണ് ജീവികളിൽ വ്യതിയാനങ്ങളുണ്ടാവുന്നതിന്റെ ഒരു കാരണമായി അദ്ദേഹം പറയുന്നത്. ധാരാളമായി ഉപയോഗിക്കുന്ന ശരീരഭാഗങ്ങൾ പുഷ്ടി പ്രാപിക്കുമെന്നും ഉപയോഗിക്കാത്തവ ശോഷിച്ച് ഇല്ലാതാവുമെന്ന ലാമാർക്കിന്റെ നിഗമനം ഓർമ്മവരുന്നില്ലേ? ഇവിടെ

ലാമാർക്ക് ഡാർവിനെ സ്വാധീനിച്ചിരിക്കണം. അതിൽ അത്ഭുതവുമില്ല. ജൈവലോകത്തിലുണ്ടാവുന്ന മാറ്റങ്ങൾക്കാധാരം നിയതമായ നിയമങ്ങളാവാമെന്ന സാദ്ധ്യതയിലേക്ക് വിരൽ ചൂണ്ടിയ മഹാനെന്നാണ് ഡാർവിൻ ലാമാർക്കിനെക്കുറിച്ച് പറഞ്ഞത്.

പ്രകൃതിനിർദ്ധാരണത്തിന് കാരണമാവുന്ന പ്രധാന ഘടകങ്ങളിലൊന്നായി ഉപയോഗത്തേക്കാൾ നിരുപയോഗമാണ് ഡാർവിൻ ഉയർത്തിക്കാണിക്കുന്നത്. ഈ കാര്യത്തിലുണ്ടാകാവുന്ന ഒരു പ്രയാസവും അദ്ദേഹം ആദ്യം തന്നെ പറയുന്നുണ്ട്. ഇന്നു കാണുന്ന ജീവികളുടെ പൂർവ്വികർ ഏതെല്ലാം അവയവങ്ങളാണ് ഉപയോഗിച്ചതെന്നോ ഏതെല്ലാമാണ് ഉപയോഗിക്കാതിരുന്നതെന്നോ നമുക്ക് പറയാനാവില്ലല്ലോ. എന്നാൽ പല ജീവികളുടെയും ശരീരത്തിൽ കാണുന്ന ശോഷിച്ച ശരീരഭാഗങ്ങളെ ഈ തത്ത്വം കൊണ്ട് വിശദീകരിക്കാനാവുന്നതാണ്. പ്രകൃതിയിലെ ഏറ്റവും വലിയ വൈരുദ്ധ്യങ്ങളിലൊന്നാണ് പറക്കാനാവാത്ത പക്ഷികൾ. കാട്ടുതാറാവ് മുതൽ ഒട്ടകപക്ഷി വരെ ഈ വിഭാഗത്തിൽപ്പെടുന്നു. ഇവയിൽ പലതും സമുദ്രത്തിലെ ദ്വീപുകളിൽ അധിവസിച്ചിരുന്നവയാണ്. പിടിച്ചു തിന്നാൻ ശത്രുക്കളില്ലാത്തതിനാൽ അവയ്ക്ക് അധികദൂരം പറക്കേണ്ടി വന്നില്ല. ഉപയോഗം കുറഞ്ഞ ചിറകുകൾ ക്രമേണ ശോഷിച്ച് പറക്കാൻ പറ്റാത്ത ചിറകുകളായി. ഒട്ടകപ്പക്ഷികൾ വൻകരകളിലാണ് ജീവിച്ചതെങ്കിലും ശരീരത്തിന്റെ വലുപ്പവും കാലുകളുടെ ബലവും കാരണം ശത്രുക്കളെ നേരിടാൻ അവ കാലുകളാണ് കൂടുതലും ഉപയോഗിച്ചത്. ശോഷിച്ച ചിറകുകളും ബലിഷ്ഠമായ കാലുകളുമുള്ള ഒട്ടകപ്പക്ഷികൾ പ്രകൃതിനിർദ്ധാരണം വഴി സംരക്ഷിക്കപ്പെട്ടു. പറന്നുയരാൻ കഴിവുണ്ടായിരുന്ന അവയുടെ പൂർവ്വികർ ക്രമേണ ഭൂമുഖത്തുനിന്നും അപ്രത്യക്ഷരായി.

മണ്ണ് തുരന്നു ജീവിക്കുന്ന മിക്ക ജീവികൾക്കും കാഴ്ചശക്തി വളരെ ദുർബ്ബലമാണ്. ഉപയോഗരാഹിത്യവും അതോടൊപ്പം പ്രകൃതിനിർദ്ധാരണവും ചേർന്നാണ് അവയെ ഇത്തരമൊരവസ്ഥയിലെത്തിച്ചതെന്ന് ഡാർവിൻ വിശ്വസിച്ചു. ലാറ്റിനമേരിക്കയിൽ കാണപ്പെട്ടിരുന്ന ഒരിനം പെരുച്ചാഴിയെ അദ്ദേഹം വളർത്തുകയുണ്ടായി. അതിന്റെ കണ്ണുകൾ ചർമ്മാവരണത്താൽ മൂടപ്പെട്ടതായി അദ്ദേഹം കണ്ടെത്തി. എന്തായിരിക്കാം ഇങ്ങനെ സംഭവിക്കാൻ കാരണം? മണ്ണ് തുരന്ന് മാളമുണ്ടാക്കി ജീവിക്കുന്ന ജന്തുക്കൾക്ക് കണ്ണ് ഒരത്യാവശ്യമായ അവയവമല്ല. കണ്ണ് ഉണ്ടായാൽത്തന്നെ മണ്ണ് വീണ് അതിന് ഇടയ്ക്കിടെ രോഗബാധയുണ്ടാവാനും സാദ്ധ്യതയുണ്ട്. അതുകൊണ്ട് ഇത്തരം ജന്തുക്കളുടെ കണ്ണുകൾ ക്രമേണ ചുരുങ്ങിച്ചുരുങ്ങി ചർമ്മത്താൽ ആവരണം ചെയ്യപ്പെടുന്നത് അവയുടെ ജീവിതരീതിക്ക് ഏറ്റവും അനുയോജ്യമാണ്. അതിനാൽ നിരുപയോഗത്തിന്റെ ഫലമായുണ്ടായ ശോഷിക്കിലിനെ പ്രകൃതിനിർദ്ധാരണം പ്രോത്സാഹിപ്പിച്ചിരിക്കാം.

വെളിച്ചം തീരെ കടന്നുചെല്ലാത്ത ഗുഹകളിൽ ജീവിക്കുന്ന പല ജീവി

കൾക്കും കണ്ണുകളില്ല. സ്ഥിരമായി ഇരുട്ടിൽ കഴിയുന്ന ജീവികൾക്ക് കണ്ണിന്റെ ആവശ്യമില്ലെങ്കിലും കണ്ണുകൾ അവയ്ക്ക് ദോഷം ചെയ്യുകയില്ല. ആ നിലയിൽ നോക്കിയാൽ ഇവിടെ അന്ധതയ്ക്ക് കാരണമാവുന്നത് പ്രകൃതിനിർദ്ധാരണത്തേക്കാൾ ഉപയോഗരാഹിത്യമാവണം. യൂറോപ്പിലെയും അമേരിക്കയിലെയും ഗുഹാജീവികളിൽ കാഴ്ചയില്ലായ്മ ഒരു പൊതുസ്വഭാവമാണെന്ന് ഡാർവിൻ മറ്റ് പ്രകൃതിനിരീക്ഷകരുടെ സഹായത്തോടെ കണ്ടെത്തിയിരുന്നു. എന്നാൽ മറ്റ് കാര്യങ്ങളിൽ ഈ ജീവികൾക്ക് സാദൃശ്യമുള്ളത് അതാത് പ്രദേശങ്ങളിൽ ഗുഹകളുടെ വെളിയിൽ ജീവിക്കുന്നവയോടാണ്. സൃഷ്ടിവാദികൾ അവകാശപ്പെടുന്നതുപോലെ ഗുഹകൾക്കുള്ളിൽ ജീവിക്കാൻ ചില ജീവികളെ പ്രത്യേകം സൃഷ്ടിച്ചതാണെങ്കിൽ എല്ലാ കാര്യങ്ങളിലും എല്ലായിടത്തുമുള്ള ഗുഹാജീവികൾ സമാനമായിരിക്കുമല്ലോ. അങ്ങനെയല്ലാത്തതിനാൽ ഈ ഗുഹാജീവികളുടെ മുൻഗാമികൾ ഒരുകാലത്ത് ഗുഹകളുടെ വെളിയിൽ കഴിഞ്ഞവരാണെന്നും, ഗുഹകൾക്കുള്ളിൽ താമസമാക്കിയതോടെ അവയുടെ കണ്ണുകൾ ഉപയോഗശൂന്യമായെന്നും ഈ സ്വഭാവം തലമുറകളിലേക്ക് കൈമാറ്റം ചെയ്യപ്പെടുകയും അങ്ങനെ കാഴ്ചയില്ലാത്ത ജീവികളുടെ വംശപരമ്പരയുണ്ടായെന്നും ഡാർവിൻ സമർത്ഥിക്കുന്നു. പ്രകൃതിനിർദ്ധാരണത്തിനു മാത്രമേ ഇതിന് തൃപ്തികരമായ ഒരു വിശദീകരണം നല്കാൻ കഴിയുകയുള്ളൂ.

ഓരോ ജീവിയുടെയും ശാരീരിക സവിശേഷതകളും സ്വഭാവങ്ങളും അത് ജീവിക്കുന്ന പരിസ്ഥിതിയിലെ കാലാവസ്ഥയോട് അനുകൂലപ്പെട്ടിരിക്കും. ധ്രുവപ്രദേശങ്ങളിലും മിതോഷ്ണമേഖലയിലും കഴിയുന്ന ജീവികൾക്ക് ഭൂമദ്ധ്യരേഖാ പ്രദേശങ്ങളിൽ ജീവിക്കാനാവില്ലെന്ന് എല്ലാവർക്കുമറിയാമല്ലോ. എന്നാൽ ഇന്ന് മനുഷ്യർ ഇണക്കിവളർത്തുന്ന മിക്ക ജീവികളും ഏതെങ്കിലും ഒരു മേഖലയിൽ ഉത്ഭവിച്ച് മനുഷ്യന്റെ സഹായത്തോടെ മറ്റു മേഖലകളിൽ വ്യാപിച്ചവയാണ്. എത്തിച്ചേർന്ന സ്ഥലങ്ങളിലെല്ലാം പ്രാദേശിക കാലാവസ്ഥയോട് പൊരുത്തപ്പെടാനും നല്ല നിലയിൽ പ്രത്യുല്പാദനം നടത്താനും അവയ്ക്ക് സാധിച്ചിട്ടുണ്ട്. പ്രകൃതിയിലെ ജീവികൾക്ക് കാലാവസ്ഥയിലുണ്ടാവുന്ന വലിയ വ്യതിയാനങ്ങൾ സഹിക്കാനാവുമെന്നല്ലേ ഇതിൽ നിന്നും മനസ്സിലാക്കേണ്ടത്? ശൈത്യമേഖല മുതൽ ഉഷ്ണമേഖല വരെ മിക്കവാറും എല്ലായിടത്തും എലികൾ കാണപ്പെടുന്നു. ഹിമാലയത്തിലെ വ്യത്യസ്ത ഉയരങ്ങളിൽനിന്ന് ശേഖരിച്ച പൈൻമരത്തിന്റെ വിത്തുകൾ ഇംഗ്ലണ്ടിൽ നന്നായി മുളച്ചുവളർന്നതായി ഡാർവിൻ സാക്ഷ്യപ്പെടുത്തുന്നു. ആനകളുടെയും കണ്ടാമൃഗങ്ങളുടെയും പൂർവ്വികർ ഒരു കാലത്ത് ഹിമമേഖലയിൽ ജീവിച്ചിരുന്നതിന് തെളിവുണ്ടെന്നും ഡാർവിൻ അവകാശപ്പെടുന്നു. മനുഷ്യരും അവർ ഇണക്കിവളർത്തുന്ന ജീവികളും പ്രകൃതിയിലെ ജീവികളും വിവിധ കാലാവസ്ഥയുമായി പൊരുത്തപ്പെട്ട് ജീവിക്കുന്നുണ്ട്. ഇതിൽ നിന്ന് വ്യത്യസ്ത കാലാവസ്ഥയുമായി പൊരുത്തപ്പെടാനുള്ള കഴിവ്

ജീവികളുടെ സ്ഥായിയായ ഒരു ഗുണമാണെന്ന് കരുതേണ്ടിവരും. ഏതെങ്കിലും ഒരു പ്രത്യേക കാലാവസ്ഥയിൽ ജീവിക്കുവാൻ നിർബ്ബന്ധിതരാവുമ്പോൾ അവ ആ കാലാവസ്ഥയുമായി അനുകൂലപ്പെടുന്നു എന്ന് മാത്രം.

കാലാവസ്ഥയോടുള്ള ജീവികളുടെ പൊരുത്തപ്പെടലിന് പിന്നിൽ പ്രവർത്തിക്കുന്നതെന്തായിരിക്കും? ജീവികളുടെ ശീലമോ അനുയോജ്യമായതിനെ പ്രോത്സാഹിപ്പിക്കുക എന്ന പ്രകൃതിനിർദ്ധാരണ പ്രവണതയോ? ഒരു പ്രത്യേക ഭൂപ്രദേശത്ത് കഴിയുന്ന ജീവികൾക്ക് അവിടത്തെ കാലാവസ്ഥയ്ക്ക് അനുഗുണമായ മാറ്റങ്ങളുണ്ടാവാം. അതേസമയം ഇവിടെ പ്രകൃതിനിർദ്ധാരണം പ്രാവർത്തികമാവുന്നില്ലെന്ന് പറയാനാവില്ലെന്ന് ഡാർവിൻ പ്രസ്താവിക്കുന്നു. കാരണം ഒരു ഭൂപ്രദേശത്തെ വിവിധതരം ജീവികളിൽ, അവിടത്തെ കാലാവസ്ഥയ്ക്ക് അനുയോജ്യമായ ഗുണങ്ങളോടെ ജനിക്കുന്നവയ്ക്കു മാത്രമേ നിലനില്പ്പുള്ളൂ.

ജീവിതരീതിയും ശരീരഭാഗങ്ങളുടെ ഉപയോഗവും നിരുപയോഗവുമെല്ലാം ജീവികളുടെ ശരീരഘടനയെ വ്യത്യാസപ്പെടുത്തുന്നതിൽ നിർണായകമായ പങ്ക് വഹിച്ചുണ്ടെന്നത് തീർച്ചയാണ്. എന്നാൽ ഇവയുടെ സ്വാധീനം നിമിത്തമുണ്ടാവുന്ന മാറ്റങ്ങൾ പലപ്പോഴും പ്രകൃതിനിർദ്ധാരണവുമായി സംയോജിച്ചാണ് കാണപ്പെടുന്നത്. പല സന്ദർഭങ്ങളിലും പ്രകൃതിനിർദ്ധാരണം ജീവികളുടെമേൽ കൂടുതൽ പ്രഭാവം ചെലുത്തുന്നതായും ഡാർവിൻ പറയുന്നു.

ഘടനാപരമായി പരസ്പരം ബന്ധപ്പെട്ട വിവിധ ഭാഗങ്ങൾ ചേർന്നതാണ് ജീവശരീരം. അതിൽ ഏതെങ്കിലും ഒരുഭാഗത്ത് ഒരു വ്യതിയാനമുണ്ടാവുകയും പ്രകൃതിനിർദ്ധാരണം വഴി അത് കൂടുതൽ വിപുലമാവുകയും ചെയ്താൽ സ്വാഭാവികമായും അത് മറ്റ് ഭാഗങ്ങളേയും ബാധിക്കുമല്ലോ. ഒരുഭാഗത്ത് മാറ്റമുണ്ടാവുമ്പോൾ അതുമായി ബന്ധപ്പെട്ട മറ്റ് ഭാഗങ്ങളിലും മാറ്റമുണ്ടാവേണ്ടതാണ്. ഇതിനെക്കുറിച്ച് തനിക്ക് പൂർണ്ണമായി മനസിലാക്കാൻ കഴിഞ്ഞിട്ടില്ലെന്ന് ഡാർവിൻ തുറന്നു സമ്മതിക്കുന്നുണ്ട്. എങ്കിലും ലാർവയുടെയോ കുഞ്ഞിന്റെയോ നന്മയ്ക്ക് വേണ്ടി പ്രകൃതിനിർദ്ധാരണത്തിലൂടെ സംരക്ഷിക്കപ്പെട്ടിട്ടുള്ള സവിശേഷതകൾ മുതിർന്ന ജീവിയുടെ ഘടനയെ ബാധിക്കുമെന്ന് ഡാർവിൻ കരുതുന്നു. ഭ്രൂണവളർച്ചയുടെ പ്രാരംഭഘട്ടങ്ങളിലുണ്ടാവുന്ന വൈകല്യങ്ങൾ ജീവിയുടെ ഘടനയെ മുഴുവൻ ബാധിക്കുന്നതുപോലെ തന്നെയാണിതെന്നും ഡാർവിൻ പറയുന്നു. കായികമായ വൈകല്യങ്ങൾ പലപ്പോഴും പരസ്പരബന്ധിതമായി കാണാറുണ്ടെന്ന് ഡാർവിൻ നിരീക്ഷിച്ചിരുന്നു. തൂവെള്ള നിറമുള്ള പൂച്ചകളിൽ നീലക്കണ്ണുകളും ബധിരതയും ഒരുമിച്ച് പ്രത്യക്ഷപ്പെടുന്നതിനെക്കുറിച്ച് അദ്ദേഹം പറയുന്നുണ്ട്. പ്രകൃതിനിർദ്ധാരണത്തെ ജീവികൾക്ക് പ്രയോജനകരമായ ഒരു പ്രതിഭാസമെന്ന നിലയിലാണ് ഡാർവിൻ കണ്ടത്. എന്നാൽ പരസ്പരബന്ധിതമായി കാണുന്ന ചില സവിശേഷതകൾ പ്രകൃതിനിർദ്ധാരണപരമായി ജീവികൾക്ക് ഗുണ

മൊന്നും ചെയ്യുന്നില്ലല്ലോ എന്ന കാര്യം അദ്ദേഹത്തെ അല്പം വിഷമിപ്പിക്കുന്നുമുണ്ട്. വാസ്തവത്തിൽ പാരമ്പര്യ സ്വഭാവങ്ങളുടെ കൈമാറ്റത്തെക്കുറിച്ച് ഒരു ധാരണയുമില്ലാത്തതിനാലാണ് ഈ കാര്യങ്ങൾ ഡാർവിനെ വിഷമിപ്പിച്ചത്. അതിലേക്ക് നമുക്ക് പിന്നീട് വരാം.

ശരീരത്തിന്റെ ഒരു പ്രത്യേക ഭാഗത്തിനുണ്ടാവുന്ന അധിക വളർച്ച ചിലപ്പോഴെങ്കിലും മറ്റൊരു ഭാഗത്തിന്റെ ശോഷണത്തിന് കാരണമാവാറുണ്ട്. പുഷ്ടിയുള്ള ധാരാളം ഇലകളുള്ള കാബേജിന്റെ വിത്തുകളിൽ എണ്ണയുടെ അംശം കുറവായി കാണുന്നത് ഇതിനൊരു ഉദാഹരണമായി കണക്കാക്കാം. സസ്യങ്ങളിൽ പൊതുവെ വിത്തുകളുടെ വലുപ്പം കുറയുന്നതിനനുസരിച്ച് ഫലത്തിന്റെ വലുപ്പവും ഗുണവും വർദ്ധിക്കുന്നതായി കണ്ടിട്ടുണ്ട്. ധാരാളം പാല് ചുരത്തുന്ന ചിലയിനം പശുക്കളിൽനിന്നും മാംസം കുറച്ചേ ലഭിക്കുകയുള്ളൂ എന്ന വിവരം കന്നുകാലിവളർത്തലുകാരുടെ അനുഭവത്തിൽനിന്നാണ് ഡാർവിൻ മനസ്സിലാക്കിയത്. ഇത്തരം ഉദാഹരണങ്ങൾ താൻ ശേഖരിച്ചത് അധികവും വളർത്തുജീവികളിലും സസ്യങ്ങളിലും നിന്നായതിനാൽ ഇവ പ്രകൃതിയിൽ സ്വതന്ത്രമായി വളരുന്നവയ്ക്ക് ഇണങ്ങുമോ എന്ന കാര്യത്തിൽ അദ്ദേഹത്തിന് ആശങ്കയുമുണ്ടായിരുന്നു. പലപ്പോഴും ഒരു ശരീരഭാഗം ശോഷിക്കുന്നത് പ്രകൃതിനിർദ്ധാരണം കൊണ്ടാവണമെന്നില്ല, മറിച്ച് നിരുപയോഗംകൊണ്ടാവാമെന്ന് പറയുമ്പോൾ ഒരു ശാസ്ത്രജ്ഞന്റെ സത്യസന്ധതയാണ് നാം കാണുന്നത്. പരാദങ്ങളുടെ ശരീരഭാഗങ്ങൾക്കുണ്ടാവുന്ന ശോഷണമാണ് അദ്ദേഹമിവിടെ ഉദാഹരണമായി പറയുന്നത്. അതേസമയം തന്നെ, ജീവിയുടെ ശരീരത്തിലെ ഏതെങ്കിലും ഒരുഭാഗം അതിന്റെ നിലനില്പിന് സഹായകരമല്ലാത്ത രീതിയിൽ ഒരു അധികപ്പറ്റാവുകയാണെങ്കിൽ മറ്റേതെങ്കിലും ഭാഗത്ത് അമിത വളർച്ചയില്ലാതെ തന്നെ പ്രകൃതിനിർദ്ധാരണം വഴി അത് ഒഴിവാക്കാൻ കഴിയുമെന്നും അദ്ദേഹം വിശ്വസിച്ചു. അതേപോലെ പരിസ്ഥിതിയുമായി യോജിച്ചുപോവാൻ അത്യന്താപേക്ഷിതമായ ഒരു ശരീരഭാഗത്തെ മറ്റൊരു ഭാഗത്തിന് ശോഷണം വരുത്താതെ പുഷ്ടിപ്പെടുത്താനും പ്രകൃതിനിർദ്ധാരണത്തിന് കഴിയും.

ഒരു സ്പീഷീസിൽപ്പെടുന്ന എല്ലാ ജീവികൾക്കും ചില പൊതുലക്ഷണങ്ങൾ കാണുമല്ലോ. അനേകം സ്പീഷീസുകൾ ചേർന്നുണ്ടാവുന്ന ജീവിവിഭാഗമാണ് ഒരു ജീനസ്. ഒരു ജീനസിൽ ഉൾപ്പെടുന്ന എല്ലാ സ്പീഷീസുകൾക്കും അവ പൊതുവായി പങ്കിടുന്ന ചില ലക്ഷണങ്ങൾ ഉണ്ടാവും. ഡാർവിന്റെ അഭിപ്രായത്തിൽ ജീനസിന്റെ പൊതുലക്ഷണങ്ങൾ സ്പീഷീസിന്റെ ലക്ഷണങ്ങളേക്കാൾ പഴക്കമുള്ളവയാണ്. കാരണം ഒരു ജീനസിലെ എല്ലാ സ്പീഷീസുകളുടെയും പൊതു പൂർവ്വികനിൽ നിന്ന് ലഭിച്ച ലക്ഷണങ്ങളാണവ. തലമുറകളിലൂടെയുള്ള പ്രകൃതിനിർദ്ധാരണം വഴി അവ ഇനിയൊരു വ്യതിയാനത്തിന് സാദ്ധ്യതയില്ലാത്ത ഒരു തലത്തിലെത്തിയവയായിരിക്കും. എന്നാൽ ഒരു ജീനസിലെ വിവിധ സ്പീഷീസുകളെ തമ്മിൽ വ്യത്യസ്തരാകുന്ന ലക്ഷണങ്ങൾ താരതമ്യേന

അടുത്ത കാലത്ത് അവ കൈവരിച്ചവയായിരിക്കും. അതുകൊണ്ട് ജീനസുകളെ വേർതിരിക്കുന്ന ലക്ഷണങ്ങളുടെയത്ര സ്ഥിരത ഇവയിൽ പ്രതീക്ഷിക്കാനാവില്ല. അവ ഇനിയും വ്യതിയാനങ്ങൾക്ക് വിധേയമാവാനുള്ള സാദ്ധ്യതയുണ്ട്.

ഒരേ ജീനസിൽപ്പെട്ട വിവിധ സ്പീഷീസുകളിൽ ചില സന്ദർഭങ്ങളിൽ സമാനരൂപ വ്യതിയാനങ്ങൾ പ്രത്യക്ഷപ്പെട്ടേക്കാം. അവയെല്ലാം തന്നെ ഒരു പൊതു പൂർവ്വിക ഇനത്തിൽ നിന്നുണ്ടായതാണെന്ന് സങ്കല്പിച്ചാൽ പിന്നെ നമുക്കിതിൽ അത്ഭുതം തോന്നേണ്ടതില്ലല്ലോ. എന്നു മാത്രമല്ല ചിലപ്പോഴെല്ലാം ഒരു സ്പീഷീസിന്റെ വകഭേദങ്ങളിൽ മറ്റൊരു സ്പീഷീസിന്റെ ലക്ഷണങ്ങൾ പ്രത്യക്ഷപ്പെടാറുണ്ട്. ഒരു പൊതുപൂർവ്വികനെന്ന സങ്കല്പം ഇതിനും വിശദീകരണം നല്കും. ഇതിന് ഉപോൽബലകമായ ധാരാളം തെളിവുകൾ താൻ ശേഖരിച്ചിട്ടുണ്ടെന്ന് ഡാർവിൻ അവകാശപ്പെടുന്നു. പക്ഷേ അവയെക്കുറിച്ച് സവിസ്തരം പ്രതിപാദിക്കാൻ അദ്ദേഹം തയ്യാറാവുന്നില്ല. വാസ്തവത്തിൽ *ജീവജാതികളുടെ ഉത്ഭവ* ത്തിനു ശേഷം ഇതേ വിഷയത്തിൽ മറ്റൊരു ബൃഹദ്ഗ്രന്ഥം രചിക്കാൻ ഡാർവിന് ഉദ്ദേശ്യമുണ്ടായിരുന്നത്രെ. എന്തോ കാരണവശാൽ അത് നടന്നില്ലെന്ന് മാത്രം.

ഇതുമായി ബന്ധപ്പെട്ട് ഒരു ഉദാഹരണം മാത്രമാണ് ഡാർവിൻ നല്കുന്നത്. വളരെ രസകരവും അതേസമയം സങ്കീർണ്ണവുമായ ഉദാഹരണമെന്നാണ് ഇതിനെക്കുറിച്ച് ഡാർവിൻ പറയുന്നത്. സീബ്രയുടെ ശരീരത്തിൽ കാണുന്ന തരത്തിലുള്ള വരകൾ ചിലപ്പോൾ കഴുതകളുടെ കാലിലും മുതുകിലും പ്രത്യക്ഷപ്പെടാറുണ്ട്. കഴുതകളിൽ മാത്രമല്ല കുതിരകളുടെ ശരീരഭാഗങ്ങളിലും ഇത്തരം വരകൾ കാണപ്പെടാറുണ്ട്. ഇംഗ്ലണ്ടിലെ കുതിരകളെക്കുറിച്ച് മാത്രമല്ല ഇന്ത്യയുടെ വടക്കുപടിഞ്ഞാറൻ പ്രവിശ്യയിൽ കാണപ്പെടുന്ന കത്തിയവാർ കുതിരയിനങ്ങളെക്കുറിച്ചും ഡാർവിൻ അന്വേഷിച്ചിരുന്നു. കത്തിയവാർ കുതിരകളിൽ ഇത്തരം സീബ്രാവരകൾ സാധാരണമാണെന്നും ഇത്തരം വരകളുള്ള കുതിരകളെ മാത്രമേ അവിടങ്ങളിൽ വർഗ്ഗഗുണമുള്ളവയായി കണക്കാക്കുകയുള്ളൂ എന്നും ഇന്ത്യയിൽ ജോലി ചെയ്യുന്ന ഒരു പട്ടാള ഓഫീസറാണ് ഡാർവിനോട് പറഞ്ഞത്. മറ്റുഭാഗങ്ങളിലുള്ള കുതിരകളെക്കുറിച്ച് നടത്തിയ അന്വേഷണത്തിലും ഇത്തരം വരകളുടെ സാന്നിദ്ധ്യത്തെക്കുറിച്ച് ഡാർവിൻ മനസ്സിലാക്കിയിരുന്നു കുതിരയുടെയും കഴുതയുടെയും സങ്കരണം വഴിയുണ്ടാവുന്ന കോവർ കഴുതകളിലും ഇത്തരം സീബ്രാവരകൾ താൻ കണ്ടിട്ടുണ്ടെന്ന് ഡാർവിൻ സാക്ഷ്യപ്പെടുത്തുന്നു.

എന്താണ് ഇതിൽ നിന്നും മനസ്സിലാക്കേണ്ടത്? കുതിരയുടെയും കഴുതയുടെയും വർഗ്ഗത്തിൽപ്പെടുന്ന അനേക സ്പീഷീസുകളിലും അവയുടെ സങ്കരസന്താനങ്ങളിലും പ്രത്യക്ഷപ്പെടുന്ന ഈ വരകൾ ഇവയുടെ പൊതു പൂർവ്വികനിലുണ്ടായിരുന്ന ഒരു ലക്ഷണമായിക്കൂടെ? അതിവിദൂരകാലത്തെങ്ങോ ജീവിച്ചിരുന്ന ഒരു പൊതു പൂർവ്വികന്റെ ശാരീരിക ലക്ഷ

ണങ്ങൾ ഏറിയും കുറഞ്ഞും സീബ്രകളിലും കുതിരകളിലും കഴുതകളിലും ഇന്നും പ്രത്യക്ഷമാവുന്നു എന്ന് നമുക്ക് അനുമാനിക്കേണ്ടിവരും. സൃഷ്ടിവാദികൾ പറയുന്നതുപോലെ ഈ മൃഗങ്ങളെല്ലാം പ്രത്യേകം പ്രത്യേകം സൃഷ്ടിക്കപ്പെട്ടതാണെങ്കിൽ ഈ സീബ്രാവരകൾ അവയിലെല്ലാം പ്രത്യക്ഷപ്പെടാൻ കാരണമെന്താണ് ? ഒരേ പൂർവ്വിക വംശത്തിൽ നിന്ന് തുടങ്ങി ശാഖോപശാഖകളായി വേർപിരിഞ്ഞുണ്ടായവയാണ് ഇന്നത്തെ കുതിരയും കഴുതയും സീബ്രയും എന്ന തന്റെ സിദ്ധാന്തത്തിന് മാത്രമേ ഈ ചോദ്യത്തിന് യുക്തിസഹമായ ഉത്തരം നല്കാൻ കഴിയുകയുള്ളൂ എന്ന് ഡാർവിൻ ആത്മവിശ്വാസത്തോടെ പ്രസ്താവിക്കുന്നു. ഇവിടംകൊണ്ട് അദ്ദേഹം മതിയാക്കുന്നില്ല. തന്നെ എതിർക്കാൻ വരുന്നവർക്ക് നല്കാൻ പിന്നേയും അദ്ദേഹത്തിന്റെ കൈയിൽ മറുപടികളുണ്ടായിരുന്നു.

9

എവിടെയോ ഒരു പൂർവ്വികൻ

തന്റെ സിദ്ധാന്തത്തിനെതിരായി ഉയർന്നുവരാവുന്ന പ്രധാന ചോദ്യങ്ങൾ ചാൾസ് ഡാർവിന് നന്നായി അറിയാമായിരുന്നു. കാരണം ആ ചോദ്യങ്ങൾ നിരവധി തവണ അദ്ദേഹം സ്വയം ചോദിച്ചിട്ടുള്ളവയാണ്. അവയിൽ ഒന്നാമത്തെ ചോദ്യം ഇതായിരിക്കും. ഇന്നു കാണുന്ന സ്പീഷീസുകളെല്ലാം മറ്റു സ്പീഷീസുകളിൽനിന്ന് ക്രമാനുഗതമായ മാറ്റങ്ങൾ വഴി വികസിച്ചുണ്ടായതാണെങ്കിൽ ഈ ജീവജാതികളെ പരസ്പരം ബന്ധിപ്പിക്കുന്ന അനേകം മദ്ധ്യവർത്തിവകഭേദങ്ങൾ കാണേണ്ടതല്ലേ?

പ്രകൃതിനിർദ്ധാരണം വഴി രൂപംകൊള്ളുന്ന ഓരോ പുതിയ ഇനവും അതിന്റെ മികവ് കുറഞ്ഞ മുൻഗാമികളെയും മറ്റ് ബന്ധുയിനങ്ങളെയും ഉന്മലനം ചെയ്താണ് പ്രകൃതിയിൽ അവയുടെ സ്ഥാനമുറപ്പിക്കുന്നത്. വംശനാശവും പ്രകൃതിനിർദ്ധാരണത്തിന്റെ ഒരുവശമാണ്. ഓരോ ജീവജാതികളേയും രൂപപ്പെടുത്തുന്ന അതേ പ്രക്രിയതന്നെയാണ് അതിന്റെ മുൻതലമുറയെ ഭൂമുഖത്ത് നിന്നും അന്തർധാനം ചെയ്യിക്കുന്നതും. ഇനി, രണ്ട് സ്പീഷീസുകളുടെയോ വകഭേദങ്ങളുടെയോ ഇടയിൽ അവയെ പരസ്പരം ബന്ധിപ്പിക്കുന്ന മദ്ധ്യവർത്തിയിനങ്ങൾ ഉണ്ടായിരുന്നാൽത്തന്നെ അവയുടെ അംഗസംഖ്യയും വാസമേഖലാ വിസ്തൃതിയും വളരെ കുറവായിരിക്കും. അതിനാൽ ഭൗതിക സാഹചര്യത്തിലോ കാലാവസ്ഥയിലോ ഉണ്ടാവാനിടയുള്ള ഏത് മാറ്റവും ഇവയെ പ്രതികൂലമായി ബാധിക്കും. പ്രകൃതിനിർദ്ധാരണത്തിന്റെ ലക്ഷ്യം ഏറ്റവും അനുയോജ്യമായതിന്റെ നിലനില്പായതിനാൽ ഇത്തരം മദ്ധ്യവർത്തി വകഭേദങ്ങൾ അവയുടെ കൂടുതൽ മികച്ച പിൻഗാമികളിൽനിന്നുള്ള മത്സരത്തിന്റെ ഫലമായി വംശമറ്റുപോവാനാണല്ലോ സാദ്ധ്യത.

ഇങ്ങനെ വംശനാശം സംഭവിച്ച പൂർവ്വവംശത്തിലെ അംഗങ്ങളു

ടെയും മദ്ധ്യവർത്തിവകഭേദങ്ങളുടെയും അവശിഷ്ടങ്ങൾ ഭൂവൽക്കത്തിൽ കാണപ്പെടേണ്ടതല്ലേ? പുരാവസ്തുശാസ്ത്രവും ഫോസിലുകളുമായി ബന്ധപ്പെട്ട ഗവേഷണങ്ങളും ഡാർവിന്റെ കാലത്ത് ശൈശവദശയിലായിരുന്നു എന്നോർക്കണം. ചാൾസ് ലയലിനെപ്പോലുള്ള പ്രഗത്ഭരായ ജിയോളജിസ്റ്റുകൾ മുന്നോട്ടുവച്ച ഭൂവിജ്ഞാന തത്ത്വങ്ങൾ പോലും ശാസ്ത്രലോകത്ത് വേണ്ടത്ര സ്വീകരിക്കപ്പെട്ടിട്ടുമുണ്ടായിരുന്നില്ല. എങ്കിലും ജീവപരിണാമ സിദ്ധാന്തത്തെ സംബന്ധിച്ചേടത്തോളം ഫോസിലുകൾ നിർണ്ണായകമായ തെളിവുകളാണ് എന്ന് ഡാർവിനറിയാമായിരുന്നു. പക്ഷേ ഭുവൽക്കത്തിൽ നിക്ഷേപിക്കപ്പെട്ട പല ഫോസിലുകളും ഭ്രൂപാളികളിൽ കാലാകാലങ്ങളിലുണ്ടായ സ്ഥാനചലനങ്ങൾ നിമിത്തം നശിച്ചുപോയിട്ടുണ്ട്.

സ്പീഷീസുകളെ പരസ്പരം ബന്ധിപ്പിക്കുന്ന വകഭേദങ്ങളെ അന്വേഷിച്ച് പോവുമ്പോൾ അവയെക്കുറിച്ച് വ്യക്തമായൊരു ധാരണ നമുക്ക് വേണമെന്ന് ഡാർവിൻ ഓർമ്മിപ്പിക്കുന്നുണ്ട്. പരസ്പര സാദൃശ്യമുള്ള രണ്ട് ജീവജാതികളെ കാണുമ്പോൾ അവയെ തമ്മിൽ ബന്ധിപ്പിക്കുന്ന അഥവാ രണ്ടിനുമിടയിൽ പ്രതിഷ്ഠിക്കാവുന്ന ഒരു ജീവിയെയാണ് നാം സങ്കല്പത്തിൽ കാണുക. ഇത് തെറ്റാണെന്ന് ഡാർവിൻ പറയുന്നു. പിന്നെയാരെയാണ് നമ്മൾ അന്വേഷിക്കേണ്ടത്? അജ്ഞാതനായ ഒരു പൊതു പൂർവ്വികനിൽനിന്ന് ആ സ്പീഷീസുകളിലേക്ക് വ്യതിയാനങ്ങളിലൂടെ നയിച്ച കണ്ണികളെയാണ് നമ്മൾ തിരയേണ്ടത്. ഇന്ന് നമ്മൾ കാണുന്ന വംശപരമായി സാദൃശ്യമുള്ള രണ്ട് ജീവികൾക്കിടയിലെ കണ്ണികളെ തിരയുന്നതിലർത്ഥമില്ല. കാരണം അവയിൽ ഒന്ന് മറ്റൊന്നിൽനിന്നും ഉണ്ടായതല്ല. അവ രണ്ടും മറ്റേതോ ഒരു ജീവിയിൽനിന്നും ഉദ്ഭവിച്ചതാണ്. അല്ലെങ്കിൽ പൂർവ്വിക ജീവിയിൽനിന്ന് ഉത്ഭവിച്ച രണ്ടു ശാഖകളുടെ ആധുനിക തലമുറകളാണവ. അതിനാൽ ആ പൂർവ്വിക ജാതികൾക്കും ഇന്നത്തെ സ്പീഷീസുകൾക്കും ഇടയിലുള്ള കണ്ണികളാണ് നാം കണ്ടെത്തേണ്ടത്. എന്നാൽ സന്തതികൾ നിരന്തരം പരിവർത്തനങ്ങൾക്ക് വിധേയമായി പുതിയ ജീവജാതികളായി മാറുന്ന പ്രക്രിയ നീണ്ടക ാലയളവ് ആവശ്യമുള്ള ഒന്നാണ്. ഈ കാലമത്രയും പൂർവ്വികജാതി അതേ രൂപത്തിൽ നിലനിൽക്കാനുള്ള സാദ്ധ്യത തുലോം വിരളമാണ്. ജീവികൾക്കിടയിലെ നിലനില്പിനു വേണ്ടിയുള്ള മത്സരം എന്ന തത്ത്വം അംഗീകരിക്കുമ്പോഴും ഇത്തരമൊരു സാദ്ധ്യത ഇല്ലാതാവുന്നു.

ജീവികളെ കണ്ടുകിട്ടാൻ വഴിയില്ലെങ്കിൽ ഫോസിലുകളെ തേടിപ്പോവുകയല്ലേ വഴിയുള്ളൂ. ഭൂമുഖത്ത് കൂടി കടന്നുപോയ എണ്ണമറ്റ തലമുറകളുടെ ചരിത്രം ഒരു മ്യൂസിയത്തിലെന്നപോലെ അതിന്റെ വിവിധ അടുക്കുകളിൽ സൂക്ഷിച്ചു വച്ചിട്ടുണ്ട്. ജീവിവർഗ്ഗങ്ങളുടെ ചരിത്രമന്വേഷിച്ചു ചെല്ലുമ്പോൾ ഈ ഫോസിൽശേഖരം വളരെ അപര്യാപ്തമാണെന്ന് ഡാർവിന് നല്ല ബോദ്ധ്യമുണ്ടായിരുന്നു. ഡാർവിന്റെ കാലത്ത് ഭൗമോപരിതലത്തിന്റെ വളരെ ചെറിയ ഭാഗം മാത്രമേ ജിയോളജിയ പര്യവേക്ഷ

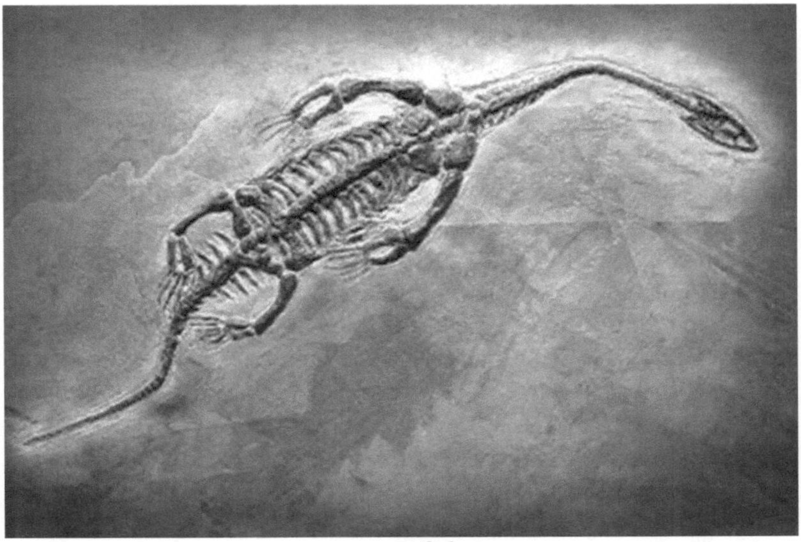

ഫോസിൽ

ണങ്ങൾക്ക് വിധേയമാക്കിയിരുന്നുള്ളൂ.

മൺമറഞ്ഞ സ്പീഷീസുകളെക്കുറിച്ച് മനസ്സിലാക്കാൻ ആകെയുള്ള ഉപാധി പൊട്ടിപ്പൊളിഞ്ഞ ഏതാനും ഫോസിൽ ശകലങ്ങളാണ്. ആദ്യ കാലങ്ങളിലുണ്ടായിരുന്ന മൃദുലശരീരികളായ ജീവികളൊന്നും ഫോസിലുകൾ അവശേഷിപ്പിക്കുകയുമില്ല. ആഴക്കടലിൽ ചെന്നുവീഴുന്ന ജീവികളുടെ ശരീരഭാഗങ്ങളാകട്ടെ അവിടെ മണ്ണടരുകൾ രൂപപ്പെടാത്തതിനാൽ ഫോസിലുകളാവാതെ ദ്രവിച്ചുപോവുകയാണ് ചെയ്യുന്നത്. ഫോസിലുകളായി മാറിയ ജീവാവശിഷ്ടങ്ങൾതന്നെ ഭൂപാളികൾക്ക് ഭ്രംശം സംഭവിക്കുമ്പോൾ നശിച്ചുപോവാനുള്ള സാദ്ധ്യതയുമുണ്ട്. ഭൂരേഖകളിൽനിന്ന് ലഭിക്കുന്ന ചരിത്രം അപൂർണ്ണമായിരിക്കുമെന്ന് പറയാനുള്ള മറ്റൊരു തെളിവാണ് ഫോസിലുകൾ അടങ്ങിയിട്ടുള്ള രണ്ട് പാളികൾക്കിടയിൽ കാണുന്ന ഫോസിൽരഹിത പാളി. ഒരു സ്ഥലത്ത് ഫോസിൽരഹിതമായി കാണുന്ന പാളിതന്നെ മറ്റൊരു പ്രദേശത്ത് ധാരാളം ഫോസിലുകൾ അടങ്ങിയതായി കാണപ്പെടാറുമുണ്ട്. ഇതെല്ലാം കണ്ടിട്ട് സ്പീഷീസുകൾക്കിടയിലെ അനുബന്ധയിനങ്ങളെ കണ്ടെത്തുന്നതിൽനിന്നും മനുഷ്യനെ തടയുകയെന്നൊരു ഗൂഢോദ്ദേശ്യംപോലും ഡാർവിൻ പ്രകൃതിയുടെമേൽ ആരോപിക്കുന്നു.

കൃത്യമായ ഫോസിൽ രേഖകൾ ലഭിക്കാത്തതിന്റെ മറ്റൊരു കാരണം ഡാർവിൻ വിശദീകരിക്കുന്നത് ഇങ്ങനെയാണ്. സ്പീഷീസുകൾക്ക് പരിവർത്തനമുണ്ടാവുന്നത് വളരെ സാവധാനമാണല്ലോ. അതിനാൽ ഒരു സ്പീഷീസിന് കാലാകാലമായി വന്നിട്ടുള്ള പരിവർത്തനത്തിന്റെ മുഴു

വൻ ചിത്രവും ഒരേ ഭൂപാളിയുടെ താഴെനിന്ന് മുകളിലേക്കുള്ള അടുക്കുകളിൽ ആലേഖനം ചെയ്യപ്പെടണമെങ്കിൽ ആ ഭൂപാളിക്ക് വളരെ അധികം കനം ഉണ്ടായിരിക്കണം. മാത്രമല്ല ആ സ്പീഷിസ് ആ കാലയളവ് മുഴുവനും അതേ പ്രദേശത്ത് കഴിയുകയും വേണം. അത് ഇടയ്ക്കിടെ മറ്റ് സ്ഥലങ്ങളിലേക്ക് മാറുകയും പിന്നീട് തിരിച്ചു വരികയും ചെയ്താലും ഫോസിൽരേഖകൾ അപൂർണ്ണമാവുമായിരിക്കും. ഈ കുടിയേറ്റത്തിന്റെയും തിരിച്ചുവരവിന്റെയും ഇടയിൽ അതിന് പരിവർത്തനം സംഭവിച്ചിട്ടുണ്ടെങ്കിൽ അതിന്റെ ഘട്ടങ്ങൾ അവിടെ കാണണമെന്നില്ലല്ലോ.

ഡാർവിന്റെ കാലത്ത് അൻപത്തേഴായിരം അടിയോളം താഴ്ചയിൽ ഉൽഖനനം നടന്നിരുന്നു. 360 ദശലക്ഷം വർഷം പഴക്കമുള്ള ചില ഫോസിലുകൾ കണ്ടെടുക്കുകയും ചെയ്തിരുന്നു. എന്നാൽ അതിനും പഴയ കാലത്തും ജീവികൾ ഉണ്ടായിരുന്നു എന്നു തന്നെയാണ് ഡാർവിനും അദ്ദേഹത്തിന്റെ സമകാലികരായ സുഹൃത്തുക്കളും വിശ്വസിച്ചിരുന്നത്. ലഘുഘടനയോടുകൂടിയ ഇവയുടെ ഫോസിലുകൾ അക്കാലത്ത് കണ്ടെത്തിയിരുന്നില്ലെന്ന് മാത്രം. പ്രകൃതിയിലെ ഭൂരേഖകളെ അപൂർണ്ണമായൊരു ലോകചരിത്ര സംഗ്രഹമായിട്ടാണ് താൻ കാണുന്നത് എന്ന സർ ചാൾസ് ലയലിന്റെ വാചകം ഡാർവിൻ തന്റെ കൃതിയിൽ ഉദ്ധരിക്കുന്നുണ്ട്. അതിന്റെ അവസാനത്തെ ഭാഗം മാത്രമേ നമുക്ക് ലഭിച്ചിട്ടുള്ളു. അതിൽതന്നെ അവിടവിടെയായുള്ള ഏതാനും അദ്ധ്യായങ്ങൾ മാത്രം. ഈ അദ്ധ്യായങ്ങളുടെ ഓരോ പേജിലും ഏതാനും വരികൾ മാത്രമേ കാണുന്നുള്ളൂ. ഈ ഇരുപത്തൊന്നാം നൂറ്റാണ്ടിലും ആ ബൃഹദ്ഗ്രന്ഥം മുഴുവനും നമുക്ക് ലഭിച്ചിട്ടില്ലല്ലോ. അതിനാൽ ഫോസിൽ രേഖകൾ വച്ച് ജീവപരിണാമത്തിന്റെ ഒരു തുടർച്ചിത്രം നല്കാത്തതിന്റെ പേരിൽ നമുക്ക് ഡാർവിനെ കുറ്റപ്പെടുത്താനാവുമോ ?

ഏറ്റവും പ്രാചീനമായ അടുക്കുകളിൽനിന്ന് ലഭിച്ച ഫോസിലുകൾ താരതമ്യേന ലഘുഘടനയോടുകൂടിയവയായിരുന്നു. പുതിയ ജീവികളെ അവയേക്കാൾ പുരോഗമിച്ചതെന്ന് ഡാർവിൻ വിളിക്കുന്നു. അതിന്റെ കാരണവും അദ്ദേഹം പറയുന്നുണ്ട്. നിലനില്പിനു വേണ്ടിയുള്ള സമരത്തിൽ മുൻഗാമികളെ പിന്നിലാക്കാൻ പോന്ന എന്തെങ്കിലും പ്രത്യേകതകൾ ഉള്ളതുകൊണ്ടാണല്ലോ അവ ഭൂമുഖത്ത് അവശേഷിക്കുന്നത്. ഒരു പ്രദേശത്ത് 50 ദശലക്ഷം മുൻപ് ജീവിച്ചിരുന്ന ഒരു ജീവിയും ഇന്നു ജീവിച്ചിരിക്കുന്ന ഇനങ്ങളെയും സമാനമായ കാലാവസ്ഥയിൽ മത്സരിക്കാൻ വിട്ടാൽ പ്രാചീന ജീവികൾ പരാജയപ്പെടുമെന്ന കാര്യത്തിൽ ഡാർവിന് സംശയമേയില്ല. എന്നാൽ അതേ ജീവികൾക്ക് 200 ദശലക്ഷം വർഷം മുൻപ് ജീവിച്ചിരുന്ന ജീവികളെ ജീവിതമത്സരത്തിൽ പരാജയപ്പെടുത്താൻ കഴിയും. അങ്ങനെ നോക്കുമ്പോൾ പുതിയ ജീവികൾ പഴയവയെ അപേക്ഷിച്ച് പുരോഗമിച്ചതാണെന്ന് പറയുന്നതിൽ തെറ്റില്ലല്ലോ.

ന്യൂസിലാൻഡിൽനിന്നും ബ്രിട്ടനിലേക്ക് കൊണ്ടുവരപ്പെട്ട ചിലയിനം ജീവികൾക്ക് അവിടെ വംശവർദ്ധനവ് നടത്തി വേരുറപ്പിക്കാൻ കഴിഞ്ഞി

ട്ടില്ല. എന്നാൽ ബ്രിട്ടനിൽനിന്നും ന്യൂസിലാൻഡിലേക്ക് കൊണ്ടുപോയ ജീവികളെല്ലാം അവിടെ വളരെ വേഗം എണ്ണത്തിൽ പെരുകിയിട്ടുമുണ്ട്. പരിണാമത്തിന്റെ കോണിലൂടെ നോക്കിയാൽ ബ്രിട്ടീഷ് ദ്വീപുകളിലെ ജീവികൾ ന്യൂസിലാൻഡിലെ ജീവികളേക്കാൾ പുരോഗതി നേടിയവയായതുകൊണ്ടാണ് ഇങ്ങനെ സംഭവിച്ചതെന്ന് ഡാർവിൻ പറയുന്നു. ആസ്ട്രേലിയയിലെ ചില ഗുഹകളിൽനിന്ന് കണ്ടെടുത്ത ഫോസിലുകൾക്ക് അവിടെ ഇന്നു കാണുന്ന കംഗാരുവർഗ്ഗത്തിൽപ്പെട്ട ജീവികളുമായി സാമ്യമുണ്ട്. അതുപോലെ യൂറോപ്പിൽനിന്നും അമേരിക്കയിൽനിന്നും ലഭിച്ച ഫോസിലുകൾ അവിടെ ഇന്നുള്ള ജീവികളുമായി സാദൃശ്യമുള്ളവയാണ്. ഇന്നത്തെ ജീവികൾ അവയുടെ പൂർവ്വികരിൽ നിന്ന് ക്രമാനുഗതമായ മാറ്റങ്ങൾ വഴി രൂപംകൊണ്ടതാണെന്ന തന്റെ സിദ്ധാന്തത്തെ സാധൂകരിക്കാൻ ഫോസിലുകൾ ശക്തമായ തെളിവുകളാണെന്ന് ഡാർവിൻ സമർത്ഥിക്കുന്നു.

ഡാർവിൻ അവതരിപ്പിക്കുന്ന മറ്റൊരു തെളിവ് ഭ്രൂണശാസ്ത്രത്തിൽ നിന്നുള്ളതാണ്. ഇതിന് അദ്ദേഹം ആശ്രയിക്കുന്നതോ, പരിണാമ സിദ്ധാന്തങ്ങളും, കാര്യത്തിൽ എന്നും തന്റെ എതിരാളിയായിരുന്ന അഗാസിസിന്റെ പഠനങ്ങളും. ഡാർവിന്റെ സമകാലികനായ അഗാസിസ് പ്രകൃതിശാസ്ത്രത്തിലും പുരാവസ്തുശാസ്ത്രത്തിലും മൗലികമായ അനേകം പഠനങ്ങൾ നടത്തിയ ശാസ്ത്രജ്ഞനാണ്. എന്നാൽ കൂവിയറുടെ അടുത്ത സുഹൃത്തായ അദ്ദേഹം സൃഷ്ടിവാദത്തിന്റെ വക്താവായിരുന്നു. മനുഷ്യനുൾപ്പെടെ ഓരോ ജീവിവർഗ്ഗവും അവ ഇന്ന് കാണപ്പെടുന്നയിടങ്ങളിൽ ഈശ്വരൻ സൃഷ്ടിച്ചതാണെന്ന് അഗാസിസ് ഉറച്ചു വിശ്വസിച്ചു. അദ്ദേഹത്തിന് ഒരിക്കലും ഡാർവിന്റെ പൊതുപൂർവ്വികനെന്ന ആശയത്തെ അംഗീകരിക്കാനാവുമായിരുന്നില്ല. എന്നാൽ അദ്ദേഹത്തിന്റെ കണ്ടെത്തലുകളെ സ്വന്തം സിദ്ധാന്തത്തിന്റെ സാധൂകരണത്തിനായി ഉപയോഗിക്കാൻ ഡാർവിന് മടിയൊട്ടുമുണ്ടായിരുന്നില്ല. ഫോസിലുകളെക്കുറിച്ച് ധാരാളം പഠനം നടത്തിയ അഗാസിസാണ് പ്രാചീനകാലത്ത് ജീവിച്ചിരുന്ന ജന്തുക്കൾക്ക് അവയുടെ വംശത്തിൽപ്പെടുന്ന ആധുനിക ജീവികളുടെ ഭ്രൂണത്തോട് സാദൃശ്യമുണ്ടെന്ന് കണ്ടെത്തിയത്. ജീവിവർഗ്ഗങ്ങളുടെ തുടർച്ച തേടി നടക്കുന്ന ഡാർവിന് ഇത് വലിയൊരു അറിവായിരുന്നു.

ആധുനിക ജീവികളുടെ ഭ്രൂണവളർച്ചയിലെ വിവിധ ഘട്ടങ്ങൾക്ക് മൺമറഞ്ഞ ജീവികളുമായി സാദൃശ്യമുണ്ടെന്ന് പറഞ്ഞാൽ അതിന് വലിയ അർത്ഥതലങ്ങളുണ്ടെന്ന് ഡാർവിനറിയാമായിരുന്നു. ഫോസിലുകളാൽ മാത്രം ഭൂപാളികളിൽ അടയാളപ്പെടുത്തപ്പെട്ടിട്ടുള്ള പ്രാചീന ജീവികളുടെ പിൻതുടർച്ചാക്രമം ഭ്രൂണവളർച്ചയിലെ വിവിധ ഘട്ടങ്ങളിൽ പ്രത്യക്ഷപ്പെടുമ്പോൾ ഒരു പൊതുപൂർവ്വികനിൽ നിന്നുള്ള ഉത്ഭവം എന്ന ഡാർവിൻ സിദ്ധാന്തം ശക്തി നേടുകയല്ലേ ചെയ്യുന്നത്? ഇവിടെ ആധുനിക ജീവികൾ അതിന്റെ ഭ്രൂണവളർച്ചയിൽ അതിന്റെ പൂർവ്വിക ജീവി പരിണാമത്തിലൂടെ പിന്നിട്ട ഘട്ടങ്ങൾ വെളിപ്പെടുത്തുന്നു. പ്രകൃതി

നിർദ്ധാരണ സിദ്ധാന്തവുമായി വളരെയധികം യോജിക്കുന്നതാണ് ഈ ആശയം. മുതിർന്ന ജീവികളുടെ ശരീരത്തിൽ കാണാറുള്ള ചില ലക്ഷണങ്ങൾ അനന്തര തലമുറയിൽ അതേ പ്രായത്തിലെത്തുമ്പോൾ മാത്രമേ പ്രത്യക്ഷപ്പെടുകയുള്ളൂ. അത്തരം പ്രത്യേകതകൾ ആ ജീവികളുടെ ഭ്രൂണഘടനയിൽ മാറ്റം വരുത്തുന്നില്ല. അതിനാൽ അവയുടെ പ്രാചീനവും വ്യതിയാനത്തിന് വിധേയമാവാത്തതുമായ പൂർവ്വികാവസ്ഥ ഭ്രൂണത്തിൽനിന്ന് മനസ്സിലാക്കാൻ കഴിയേണ്ടതാണ്. എന്നാൽ അതിപ്രാചീന കാലത്ത് ജീവിച്ചിരുന്നവയുടെ ഫോസിലുകൾ ലഭിച്ചാൽ മാത്രമേ ഈ സിദ്ധാന്തം പൂർണ്ണമായി തെളിയിക്കാൻ പറ്റുകയുള്ളൂ എന്നും അദ്ദേഹം പറയുന്നുണ്ട്. ഡാർവിന്റെ കാലത്തിനുശേഷം ഭ്രൂണശാസ്ത്രവും ഫോസിലുകളെക്കുറിച്ചുള്ള പഠനവും വളരെയധികം വികസിതമായി. ഭ്രൂണ ശാസ്ത്രത്തിൽനിന്നുള്ള കണ്ടെത്തലുകൾ ജീവപരിണാമം നടന്നു എന്നതിന്റെ അനിഷേധ്യ തെളിവുകളായി ഇന്ന് നിലകൊള്ളുന്നു.

പരസ്പരം ബന്ധമുള്ള വിവിധയിനം ജീവികളുടെ ഭ്രൂണങ്ങൾക്ക് തമ്മിൽ വളരെയധികം സാദൃശ്യമുണ്ട്. നട്ടെല്ലുള്ള ജീവികളായ സസ്തനങ്ങളുടെയും പക്ഷികളുടെയും ഉരഗങ്ങളുടെയും ഭ്രൂണങ്ങളെ പേരെഴുതാതെ നിരത്തിവച്ചാൽ ഏത് ഏതിന്റേതാണെന്ന് തിരിച്ചറിയാനാവില്ല എന്ന അഗാസിസിന്റെ പ്രസ്താവനയെത്തന്നെ ഡാർവിൻ ഒരു വലിയ തെളിവായി ഉയർത്തിക്കാട്ടുന്നു. അതുപോലെതന്നെ ശലഭങ്ങളുടെയും ഈച്ചകളുടെയും വണ്ടുകളുടെയും ലാർവകൾക്ക് പരസ്പര സാദൃശ്യമുണ്ട്. എന്നാൽ അവയുടെ മുതിർന്ന ജീവികൾ തമ്മിൽ സാദൃശ്യത്തേക്കാൾ വ്യത്യാസങ്ങളാണ് നമ്മുടെ കണ്ണിൽപ്പെടുന്നത്. എന്തുകൊണ്ടാണിങ്ങനെ സംഭവിച്ചത് ? അനുക്രമമായ പരിഷ്കരണത്തിലൂടെ പുതിയ ജീവിവർഗ്ഗം രൂപംകൊള്ളുന്നതിന്റെ തെളിവായി ഇതിനെ കണക്കാക്കാം. പൂർവ്വികരുടെ ശാരീരിക ലക്ഷണങ്ങൾ വിവിധ തരത്തിൽ പരിഷ്കരിക്കപ്പെടുന്നതിന്റെ ഫലമായാണല്ലോ പുതിയ സ്പീഷീസുകൾ ഉണ്ടാവുന്നത്. ഈ പരിഷ്കാരങ്ങൾ മുതിർന്ന ജീവികളിലാണ് പ്രത്യക്ഷപ്പെടുന്നത്. ജീവിതത്തിന്റെ പ്രാരംഭദശകളെ അത് ബാധിക്കുകയില്ല. അതുകൊണ്ട് ഒരു ഗ്രൂപ്പിൽപ്പെടുന്ന ജീവികളുടെ ഭ്രൂണങ്ങൾ അല്ലെങ്കിൽ ശിശുക്കൾ അവയുടെ പൂർവ്വികരുടെ പൊതുലക്ഷണങ്ങളാണ് പ്രകടിപ്പിക്കുക. ഇങ്ങനെ പൊതു പൂർവ്വികരുടെ ലക്ഷണങ്ങൾ പ്രകടിപ്പിക്കുന്നതുകൊണ്ടാണ് കന്നുകാലികളുടെയും വവ്വാലിന്റെയും തിമിംഗലത്തിന്റെയും ഭ്രൂണങ്ങൾ ഒരേപോലെ കാണപ്പെടുന്നത്.

ഡാർവിൻ ജീവികളുടെ പരസ്പരബന്ധം കാണിക്കാൻ മുന്നോട്ട് വയ്ക്കുന്ന മറ്റൊരു തെളിവ് ജീവികളുടെ ശരീരഘടനയിലുള്ള സാദൃശ്യമാണ്. മനുഷ്യന്റെ കൈകളും ചുണ്ടെലിയുടെയും കുതിരയുടെയും മുൻകാലുകളും തിമിംഗലത്തിന്റെ തുഴകളും വവ്വാലിന്റെ ചിറകുകളുമെല്ലാം അടിസ്ഥാനപരമായ ഘടനയിൽ വളരെ സാദൃശ്യമുള്ളവയാണ്. ഇവയിലെ അസ്ഥികൾ ഒരേ തരത്തിലുള്ളതും ഒരേ രീതിയിൽ സംയോ

ജിക്കപ്പെട്ടിട്ടുള്ളതുമാണ്. അസ്ഥികളുടെ വലുപ്പവും ആകൃതിയും മറ്റു വിശദാംശങ്ങളും വ്യത്യസ്തമായിരിക്കാം. പക്ഷേ അവയ്ക്കെല്ലാം ഒരു പൊതുഘടനയുണ്ട്. സൃഷ്ടിവാദത്തിന്റെ വെളിച്ചത്തിൽ ഇതെങ്ങനെ വിശദീകരിക്കാൻ കഴിയും? സ്രഷ്ടാവിന് അങ്ങനെ സൃഷ്ടിക്കാനായിരുന്നു ഇഷ്ടം എന്നോ മറ്റോ പറയേണ്ടി വരും. എന്നാൽ പ്രകൃതിനിർദ്ധാരണത്തിന്റെ സഹായത്തോടെ ഇതിന് തൃപ്തികരമായ വിശദീകരണം നല്കാൻ കഴിയുമെന്നാണ് ഡാർവിൻ പറയുന്നത്. ചുണ്ടെലിയുടെ മുൻകാലുകൾ വവ്വാൽ ചിറകുകളായും തിമിംഗലത്തിൽ തുഴകളായും പരിവർത്തനം ചെയ്യപ്പെട്ടിട്ടുണ്ടാവാം. ഇങ്ങനെ രൂപാന്തരം വരുമ്പോൾ അതിന്റെ അടിസ്ഥാനഘടനയ്ക്ക് പ്രകൃതി മാറ്റമൊന്നും വരുത്തുന്നില്ല. ഇന്നത്തെ സസ്തനങ്ങളുടെയെല്ലാം പൊതു പൂർവ്വികന് ഈ ഘടനയാണ് ഉണ്ടായിരുന്നതെന്ന് സങ്കല്പിക്കാൻ കഴിഞ്ഞാൽ അവയുടെ ഘടനയിൽ കാണുന്ന സാദൃശ്യത്തിന്റെ കാരണമന്വേഷിച്ച് ബുദ്ധിമുട്ടേണ്ടി വരില്ലല്ലോ.

ഡാർവിന്റെ സിദ്ധാന്തമനുസരിച്ച് ജീവികൾ തമ്മിലുള്ള സാദൃശ്യത്തിന് കാരണം അവയുടെ ജൈവപാരമ്പര്യപരമായ പരസ്പരബന്ധം തന്നെയാണ്. രണ്ടു ജീവികൾ തമ്മിൽ ഘടനാപരമായ സാദൃശ്യമുണ്ടെങ്കിൽ അതിന്റെ അർത്ഥം അവ രണ്ടും ഒരേ പൂർവ്വികനിൽനിന്ന് ഉത്ഭവിച്ചതാണ് എന്നു തന്നെയാണ്. അതുപോലെ വ്യത്യസ്ത മേഖലകളിൽ അധിവസിക്കുന്ന ജീവികൾ തമ്മിലുള്ള വ്യത്യാസങ്ങൾക്ക് കാരണം പ്രകൃതിനിർദ്ധാരണത്തിലൂടെ അവയ്ക്ക് സംഭവിച്ചിട്ടുള്ള രൂപാന്തരണമായിരിക്കണം. ഈ രണ്ടുഘടകങ്ങളെ ആധാരമാക്കി ലോകത്തെങ്ങുമുള്ള ജൈവ വൈവിദ്ധ്യത്തെ വിശദീകരിക്കാമെന്ന് ഡാർവിൻ ആത്മവിശ്വാസത്തോടെ പറയുന്നു.

സൂക്ഷ്മമായ നിരീക്ഷണങ്ങളിലൂടെയും വർഷങ്ങളോളം നീണ്ട പഠനങ്ങളിലൂടെയും കണ്ടെത്തിയ മേൽപ്പറഞ്ഞതുപോലുള്ള അനേകം തെളിവുകൾ ഡാർവിൻ തന്റെ ഗ്രന്ഥത്തിലൂടെ അവതരിപ്പിക്കുന്നുണ്ട്. അവ ഓരോന്നും സൃഷ്ടിവാദികൾ ഉയർത്താവുന്ന എതിർവാദങ്ങൾക്കുള്ള മറുപടിയുമാണ്. എന്നു മാത്രമല്ല സമുദ്രമദ്ധ്യത്തിലെ ദ്വീപുകളിൽ വവ്വാലിനെപ്പോലെ പറക്കാൻ കഴിയുന്ന സസ്തനങ്ങളെയല്ലാതെ മറ്റുള്ളവയെ കാണാത്തതെന്ത്? അനുകൂല സാഹചര്യങ്ങളുണ്ടായിട്ടും ദ്വീപുകളിലെ ജലാശയങ്ങളിൽ തവളകളെ സൃഷ്ടിക്കാതിരുന്നതെന്തു കൊണ്ടാണ്? തുടങ്ങിയ ചില ചോദ്യങ്ങൾ അദ്ദേഹം അവരോട് ചോദിക്കുന്നുമുണ്ട്. ആരെങ്കിലുമൊക്കെ ഡാർവിന് മറുപടികൊടുത്തിട്ടുണ്ടാവാം. പക്ഷേ അവയൊന്നും ചരിത്രത്തിൽ പ്രാധാന്യത്തോടെ രേഖപ്പെടുത്തിയിട്ടില്ല.

എല്ലാ ജന്തുക്കളും ഒരു പൊതു പൂർവ്വികനിൽ നിന്നുണ്ടായി എന്നു മാത്രമല്ല, സസ്യങ്ങളും ജന്തുക്കളും അനാദിയായ ഏതോ ഒരുകാലത്ത് പൊതുവായ ഒരു പൂർവ്വിക വംശത്തിൽനിന്നും വേർപിരിഞ്ഞതാണെന്നും ഡാർവിൻ അനുമാനിക്കുന്നു. കാരണം രാസഘടന, വളർച്ച, പ്രത്യുല്പാദനം തുടങ്ങിയ കാര്യങ്ങളിൽ സസ്യ ജന്തുകോശങ്ങൾ തമ്മിൽ സാദൃ

ശ്യമുണ്ട്. പുല്ലിലും പുഴുവിലും ഒരേ ജീവന്റെ അംശത്തെ കാണുന്ന ഭാരതീയ ദർശനത്തെ നമുക്കിവിടെ വായിച്ചുകൂടെ?

താൻ ഭാവി ഗവേഷകർക്കായി പുതിയൊരു പാത തുറക്കുക മാത്രമാണ് ചെയ്തതെന്ന് ഗ്രന്ഥത്തിനൊടുവിൽ വിനയാന്വിതനായ ഗ്രന്ഥകർത്താവ് പറയുന്നുണ്ട്. താൻ തുറന്നതും മറ്റാരും ഇതുവരെ സഞ്ചരിച്ചിട്ടില്ലാത്തതുമായ ഈ വഴിയിലേക്ക് ധാരാളം പേർ ഇനി കടന്നുവരുമെന്നും അദ്ദേഹം പ്രതീക്ഷിച്ചു. ആ പ്രതീക്ഷ തെറ്റിയതുമില്ല. ഇതേവരെ അറിയപ്പെട്ടിട്ടുള്ള കാലം, കഴിഞ്ഞുപോയ കാലത്തിന്റെ ചെറിയൊരു അംശം മാത്രമേ ആകുന്നുള്ളൂ എന്നു പറഞ്ഞ ഡാർവിൻ, സ്വന്തം കാലഘട്ടത്തിൽ തന്റെ തൊട്ടടുത്ത് നടന്ന പല മാറ്റങ്ങളും അറിഞ്ഞില്ല എന്നതും വളരെ രസകരമായൊരു സത്യമാണ്. മുൻ അദ്ധ്യായത്തിൽ പറഞ്ഞതുപോലെ വംശപാരമ്പര്യത്തെ നിയന്ത്രിക്കുന്ന നിയമത്തെക്കുറിച്ച് തനിക്കൊന്നുമറിയില്ലെന്ന് ഡാർവിൻ വിലപിക്കുന്ന സമയത്തു തന്നെ മറ്റൊരാൾ വംശപാരമ്പര്യത്തിനാധാരമായ നിയമങ്ങൾ കണ്ടെത്തിയിരുന്നു.

പരിണാമ സിദ്ധാന്തം ആവിഷ്കരിച്ച ചാൾസ് ഡാർവിനും പാരമ്പര്യശാസ്ത്രത്തിന്റെ പിതാവായി അറിയപ്പെടുന്ന ഗ്രിഗർ മെൻഡലും തങ്ങളുടെ ജീവിതകാലത്ത് ഒരിക്കലെങ്കിലും കണ്ടുമുട്ടിയിരുന്നെങ്കിൽ, ശാസ്ത്രലോകത്തെ അതെങ്ങനെ ബാധിക്കുമായിരുന്നു?

10

പുരോഹിതന്റെ പരീക്ഷണങ്ങൾ

ഗ്രിഗർ മെൻഡൽ

ആയിരത്തി എണ്ണൂറ്റി ഇരുപത്തിരണ്ടിൽ ചെക്കോസ്ലോവാക്യയിലെ മൊറാവിയ സംസ്ഥാനത്തിലെ ഒരു ചെറുഗ്രാമത്തിലാണ് ഗ്രിഗർ മെൻഡൽ ജനിച്ചത്. അച്ഛൻ ദരിദ്രനായ ഒരു കർഷകനായിരുന്നു. യൂണിവേഴ്സിറ്റിയിൽ ചേർന്ന ഗ്രിഗർ ഗണിതശാസ്ത്രവും പ്രകൃതിവിജ്ഞാനവും പഠിച്ചു. പക്ഷേ വീട്ടിലെ ദാരിദ്ര്യം കാരണം പഠനം പൂർത്തിയാക്കാൻ കഴിഞ്ഞില്ല. 1843 ൽ അദ്ദേഹം ഇന്നത്തെ ആസ്ട്രിയയിൽ സ്ഥിതിചെയ്യുന്ന ബ്രൺ എന്ന പട്ടണത്തിലെ സെന്റ് തോമസ് മൊണാസ്ട്രിയിൽ പുരോഹിതനായി ചേർന്നു. അതോടൊപ്പം ആശ്രമത്തോട് ചേർന്നുള്ള ഒരു സ്കൂളിൽ അദ്ധ്യാപകജോലിയും ചെയ്യാൻ തുടങ്ങി.

സന്ന്യാസാശ്രമത്തിലെ പച്ചക്കറിത്തോട്ടത്തിലാണ് മെൻഡൽ തന്റെ പിന്നീട് പ്രസിദ്ധമായ വർഗ്ഗസങ്കരണ പരീക്ഷണങ്ങൾ നടത്തിയത്. വൈവിദ്ധ്യങ്ങൾ വളരെ പ്രകടമായി ദൃശ്യമാവുന്ന പയർചെടികളെയാണ് മെൻഡൽ ഇതിനായി തെരഞ്ഞെടുത്തത്. പലതരം പയർചെടികൾ തോട്ടത്തിലുണ്ടായിരുന്നു. ചിലത് നല്ല ഉയരത്തിൽ വളരുന്നവ. ചിലത് കുള്ളന്മാർ. ചുവന്ന പൂക്കളുള്ളവയും വെളുത്ത പൂക്കളുള്ളവയും അവയ്ക്കിടയിലുണ്ട്. ചിലതരം പയറിന്റെ വിത്തുകൾ വെള്ളനിറത്തിലുള്ളവയും ചിലത് പുള്ളിക്കുത്തുകളുള്ളവയുമായിരുന്നു. ചില ചെടികളുടെ വിത്തിനുള്ളിലെ പരിപ്പിന് വെള്ളനിറവും മറ്റു ചിലതിന് മഞ്ഞനിറവുമായിരു

ന്നു. വ്യത്യസ്ത ഗുണങ്ങൾ പ്രദർശിപ്പിക്കുന്ന പയർചെടികളെ തെരഞ്ഞെടുത്ത് മെൻഡൽ അവയിൽ പരസ്പര കൃത്രിമ പരാഗണം നടത്തി. ഇത്തരം മാതൃപിതൃ സസ്യങ്ങളിലുണ്ടായ വിത്തുകളെ പ്രത്യേകം മുളപ്പിച്ച് അടുത്ത തലമുറയിലും തന്റെ പരീക്ഷണം തുടർന്നു. വളരെ വിസ്മയകരമായ ചില ഫലങ്ങളാണ് അദ്ദേഹത്തിന് കിട്ടിയത്.

മെൻഡലിന് ലഭിച്ച പരീക്ഷണ ഫലങ്ങളെക്കുറിച്ച് മനസ്സിലാവണമെങ്കിൽ അദ്ദേഹം പയർചെടികളിൽ നടത്തിയ പരീക്ഷണങ്ങളെക്കുറിച്ചും ഒരു ധാരണ വേണം. അദ്ദേഹത്തിന്റെ ഒരു പരീക്ഷണം ഇങ്ങനെയായിരുന്നു. ഉയരം കൂടിയ ചെടികളെയും ഉയരം കുറഞ്ഞ ചെടികളെയും തെരഞ്ഞെടുത്ത് അവയെ പരസ്പരം വർഗ്ഗസങ്കരണം നടത്തി. ഇങ്ങനെ ലഭിച്ച വിത്തുകൾ പ്രത്യേകം മുളപ്പിച്ചപ്പോൾ കിട്ടിയതെല്ലാം ഉയരം കൂടിയ ചെടികളായിരുന്നു. ഉയരക്കുറവ് എന്ന ലക്ഷണം എവിടെപ്പോയി? മെൻഡൽ അവിടെ നിന്നില്ല. രണ്ടാം തലമുറയിലെ ഉയരം കൂടിയ സസ്യങ്ങളിൽ അദ്ദേഹം സ്വയം പരാഗണം നടക്കാനനുവദിച്ചു. ആ വിത്തുകളും മുളപ്പിച്ചു. അപ്പോഴല്ലേ തമാശ. ഇങ്ങനെ മുളച്ചുണ്ടായ സസ്യങ്ങളിൽ ഉയരം കൂടിയവയും ഉയരം കുറഞ്ഞവയുമുണ്ടായിരുന്നു. ഒന്നാം തലമുറയിലെ ലക്ഷണങ്ങൾ മൂന്നാം തലമുറയിൽ പ്രത്യക്ഷമായിരിക്കുന്നു. രണ്ടാം തലമുറയിലൂടെയാവണമല്ലോ അത് വന്നത്. എന്നാൽ രണ്ടാം തലമുറയിൽ അതെവിടെയും കണ്ടതുമില്ല. അല്ലെങ്കിൽ അതെവിടെയോ ഒളിച്ചിരിക്കുകയായിരുന്നു.

പല ഗുണങ്ങളിലും വ്യത്യസ്തമായ പയർചെടികളെ വച്ച് മെൻഡൽ തന്റെ പരീക്ഷണങ്ങൾ നടത്തി. കിട്ടിയ ഫലങ്ങൾ കൃത്യമായി അവലോകനം നടത്തി. അവയെല്ലാം എഴുതി സൂക്ഷിക്കുകയും ചെയ്തു. 1856 ലാണ് മെൻഡൽ തന്റെ പരീക്ഷണങ്ങൾ തുടങ്ങിയത്. 1863 ന് ശേഷം മാത്രമാണ് അദ്ദേഹം അവയെക്കുറിച്ച് മറ്റുള്ളവരോട് സംസാരിക്കാൻ തുടങ്ങിയത്. അപ്പോഴേക്കും തന്റെ പരീക്ഷണങ്ങളെ അടിസ്ഥാനമാക്കി പാരമ്പര്യ സ്വഭാവങ്ങൾ മാതാപിതാക്കളിൽനിന്ന് സന്താനങ്ങളിലേക്ക് കൈമാറ്റം ചെയ്യപ്പെടുന്നത് നിയതമായ ചില രീതിയിലാണെന്ന ഉറച്ച ധാരണയിൽ മെൻഡൽ എത്തിയിരുന്നു. ജീനുകൾ, ക്രോമസോമുകൾ തുടങ്ങിയ ആശയങ്ങൾ ശാസ്ത്രലോകത്ത് കേട്ടുകേൾവി പോലുമില്ലാത്ത ഒരുകാലത്താണ് ഇത് സംഭവിക്കുന്നതെന്നോർക്കണം. ഡാർവിനെപ്പോലെതന്നെ മെൻഡലിനും താനൊരു പുതിയ പാത വെട്ടിത്തുറക്കുകയാണെന്ന് അറിയാമായിരുന്നു. അതിനാൽ വളരെ സൂക്ഷിച്ചാണ് അദ്ദേഹം ഓരോ ചുവടും വെച്ചത്. തന്റെ പരീക്ഷണങ്ങളുടെ ഓരോ വിശദാംശങ്ങളും എഴുതി സൂക്ഷിച്ചതിനു പുറമെ, താൻ വളർത്തിയ പയർചെടികളിൽ നിന്നു കിട്ടിയ വിത്തുകൾ പ്രത്യേകം അടയാളപ്പെടുത്തിയ പൊതികളിൽ സൂക്ഷിച്ചുവയ്ക്കുകയും ചെയ്തിരുന്നു. ഇത്തരം ആയിരക്കണക്കിന് പാക്കറ്റുകൾ അദ്ദേഹം സൂക്ഷിച്ചിരുന്നുവത്രെ. അക്കാലത്ത് ജീവിച്ചിരുന്ന പ്രമുഖരായ പല സസ്യശാസ്ത്രജ്ഞർക്കും സംശയനിവൃത്തി വരുത്താൻ മെൻഡൽ ഈ വിത്തുകൾ അയച്ചുകൊടുക്കുകയും ചെയ്തിരുന്നു.

അതവിടെ നില്ക്കട്ടെ. നമുക്ക് തൽക്കാലം മെൻഡൽ വളർത്തിയ പയർചെടികളിലേക്ക് തന്നെ വരാം. ഒന്നാം തലമുറയിലുണ്ടായിരുന്ന ലക്ഷണങ്ങൾ മൂന്നാം തലമുറയിൽ വീണ്ടും പ്രത്യക്ഷപ്പെട്ടതായി കണ്ടല്ലോ. ഉയരക്കൂടുതലും ഉയരക്കുറവും ഈ സസ്യങ്ങളിൽ പ്രത്യ ക്ഷമായത് ഒരു പ്രത്യേക അനുപാതത്തിലാണെന്നും മെൻഡൽ കണ്ടെ ത്തി. അതായത് മൂന്നാം തലമുറയിലെ സസ്യങ്ങളിൽ നാലിൽ ഒരുഭാഗം മാത്രമായിരുന്നു ഉയരം കുറഞ്ഞവ. മറ്റുള്ളവയെല്ലാം ഉയരം കൂടിയവ യായിരുന്നു. ഇവയെ വീണ്ടും സ്വയം പരാഗണത്തിന് വിധേയമാക്കി. അപ്പോൾ ഉയരം കുറഞ്ഞ ചെടികൾ എല്ലായ്പ്പോഴും ഉയരം കുറഞ്ഞ സന്താനങ്ങളെ മാത്രം ഉല്പാദിപ്പിച്ചു. എന്നാൽ ഉയരംകൂടിയ ചെടിക ളിൽനിന്ന് രണ്ടു തരത്തിലുള്ള സന്താനങ്ങളുമുണ്ടായി. മറ്റ് ലക്ഷണങ്ങളെ അടിസ്ഥാനമാക്കി വർഗ്ഗസങ്കരണം നടത്തിയപ്പോഴും ഇതേ ഫലം തന്നെ കിട്ടി. ഇവയുടെ വെളിച്ചത്തിലാണ് മെൻഡൽ വംശപാരമ്പര്യത്തിന്റെ അടി സ്ഥാനശിലമായി മാറിയ തന്റെ നിയമങ്ങൾ ആവിഷ്കരിച്ചത്.

ജീവികളിൽ ഓരോ ലക്ഷണവും നിശ്ചയിക്കുന്നത് ഒരു ജോഡി ഘട കങ്ങളാണ് എന്നാണദ്ദേഹം പറഞ്ഞത്. ഇവയിൽ ഒന്ന് മാത്രം പ്രകട മായി കാണുകയും മറ്റേത് മറഞ്ഞിരിക്കുകയും ചെയ്യുന്നു. ഉയരക്കുറവ്, ഉയരക്കൂടുതൽ എന്നീ ലക്ഷണങ്ങൾക്കാധാരമായ ഘടകങ്ങൾ ഒരേ സസ്യത്തിൽ വരികയാണെങ്കിൽ ഉയരക്കൂടുതലാണ് പ്രകടമായി കാണു ക. മറ്റേ ഘടകം അതിൽത്തന്നെ നിലനില്ക്കും. ബീജകോശങ്ങൾ ഉണ്ടാ വുമ്പോൾ ഈ ഘടകങ്ങൾ വേർപിരിഞ്ഞ് ഓരോന്നും ഓരോ ബീജകോ ശത്തിലേക്ക് പോവും.

ആദ്യമായി വർഗ്ഗസങ്കരണം നടത്തുന്നതിന് മുൻപ് താൻ തെരഞ്ഞെ ടുത്ത മാതൃപിതൃ സസ്യങ്ങൾ, പല തവണ സ്വയം പരാഗണം നടത്തി വംശശുദ്ധിയുള്ളതാണെന്ന് മെൻഡൽ ഉറപ്പുവരുത്തിയിരുന്നു. അതായത് ഒന്നാം തലമുറ സസ്യങ്ങൾ ഒന്നുകിൽ ഉയരക്കൂടുതൽ അല്ലെങ്കിൽ ഉയ രക്കുറവ് എന്നീ ഘടകങ്ങൾ മാത്രം ഉള്ളവയായിരുന്നു. മെൻഡലിന് കിട്ടിയ പരീക്ഷണഫലത്തെ ഇങ്ങനെ വിശകലനം ചെയ്യാം:

ഒന്നാം തലമുറയിലെ ചെടികളിൽ ഉയരക്കൂടുതൽ കാണിക്കുന്ന രണ്ട് ഘടകങ്ങളെ 'TT' എന്നീ വലിയ അക്ഷരങ്ങളും ഉയരക്കുറവിനെ 'tt' എന്നീ ചെറിയ അക്ഷരങ്ങളും പ്രതിനിധാനം ചെയ്യുന്നതായി സങ്ക

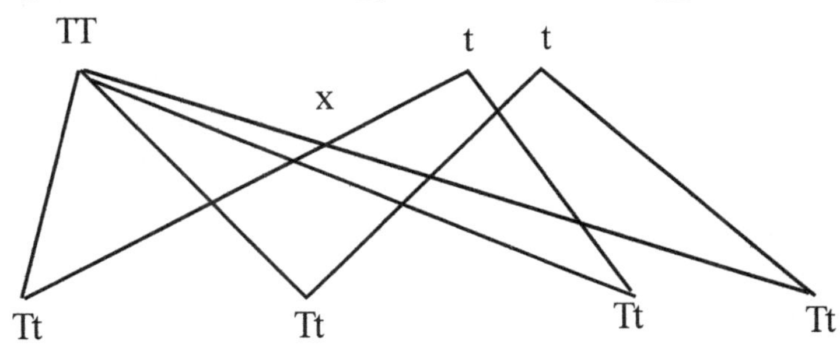

ല്പിക്കുക. സസ്യങ്ങളിലെ പരാഗകോശങ്ങൾ പുംബീജങ്ങളെയും അണ്ഡങ്ങൾ സ്ത്രീ ബീജത്തെയും വഹിക്കുന്നു എന്ന് നമുക്കറിയാമല്ലോ. ഉയരം കൂടിയ ചെടികളിലുണ്ടാവുന്ന എല്ലാ ബീജകോശങ്ങളിലും 'T' ഘടകവും ഉയരം കുറഞ്ഞ ചെടിയുടേതിൽ 't' ഘടകവും കാണും - ഇവ തമ്മിൽ സങ്കരണം നടന്നാൽ താഴെ കാണുന്ന രീതിയിലാവും സന്താനങ്ങളിലെ പാരമ്പര്യ ഘടകങ്ങൾ.

ഇവിടെ ഓരോ ചെടിയിലും രണ്ട് ഘടകങ്ങളും ഉണ്ടെങ്കിലും ഉയരക്കൂടുതൽ എന്ന ഘടകം മറ്റേതിനെ മറച്ചുകളയുന്നതിനാൽ എല്ലാ ചെടികളും ഉയരമുള്ളവയായിരിക്കും. ഇവയിൽ സ്വയം പരാഗണം നടന്നാലോ? ബീജകോശങ്ങൾ രണ്ട് തരത്തിലുണ്ടാവും. 'T' വഹിക്കുന്നവയും 't' വഹിക്കുന്നവയും. ഇങ്ങനെ അവയുടെ കൂടിച്ചേരൽ നടക്കാം.

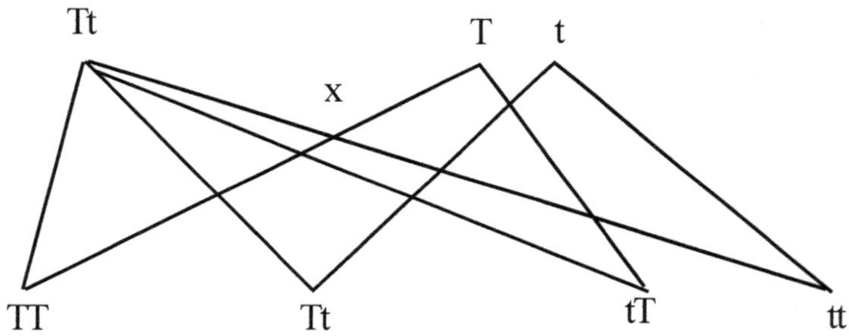

ഇവയിൽ നാലിൽ മൂന്നെണ്ണം എങ്ങനെ ഉയരക്കൂടുതലുള്ളവയായി എന്ന് വ്യക്തമാവുന്നുണ്ടല്ലോ.

ഇങ്ങനെ പരീക്ഷണ ഫലങ്ങൾ അപഗ്രഥിച്ച് പാരമ്പര്യ സ്വഭാവങ്ങൾ മാതാപിതാക്കളിൽനിന്ന് സന്താനങ്ങളിലേക്ക് കൈമാറുന്നതിന് അടിസ്ഥാനമായ നിയമങ്ങൾ മെൻഡൽ കണ്ടെത്തി. ആദ്യം ഇതൊരു പ്രഭാഷണത്തിൽ ബ്രൺ നഗരത്തിലെ ഒരു പ്രകൃതിശാസ്ത്ര സൊസൈറ്റിയിൽ അവതരിപ്പിച്ചു. പിന്നീട് ചില സുഹൃത്തുക്കളുടെ പ്രേരണയാൽ ഒരു പ്രബന്ധരൂപത്തിൽ ബ്രണിലെ *ആസ്ട്രിയൻ ജേർണൽ ഓഫ് നാച്വറൽ ഹിസ്റ്ററി സൊസൈറ്റിയിൽ* പ്രസിദ്ധപ്പെടുത്തുകയും ചെയ്തു. 1866 ലാണ് സംഭവം. ഡാർവിന്റെ ഗ്രന്ഥം പുറത്തുവരികയും അനേക പ്രതികൾ അതിനകം വില്ക്കപ്പെടുകയും ചെയ്തിരുന്നു. ഡാർവിനെ ഒരു മഹാസംഭവമാക്കി വാഴ്ത്തിയ യൂറോപ്യൻ ശാസ്ത്രലോകം മെൻഡലിനെ ശ്രദ്ധിച്ചതേയില്ല. അഭിജാത കുടുംബത്തിൽ പിറന്ന ഡാർവിന് ശക്തരായ പിന്തുണക്കാരുണ്ടായിരുന്നു. ദരിദ്ര പുരോഹിതനായ മെൻഡലിനെ ആരാണ് സഹായിക്കാനുള്ളത്.

അക്കാലത്തെ അറിയപ്പെടുന്ന എല്ലാ പ്രകൃതിശാസ്ത്രജ്ഞർക്കും മെൻഡൽ നിരന്തരം കത്തുകളയച്ചതായി തെളിവുകളുണ്ട്. പലർക്കും

തന്റെ പ്രബന്ധത്തിന്റെ കോപ്പി അയച്ചുകൊടുക്കുകയും ചെയ്തു. വായിച്ച പലരും പരീക്ഷണഫലങ്ങളിൽ സംശയം പ്രകടിപ്പിച്ചതല്ലാതെ മെൻഡലിനെ പ്രോത്സാഹിപ്പിച്ചില്ല. തന്റെ സമകാലികരിൽ ഏറ്റവും പ്രശസ്തൻ എന്ന നിലയിൽ മെൻഡൽ തന്റെ കണ്ടുപിടിത്തം ചാൾസ് ഡാർവിനെയും എഴുതി അറിയിച്ചു. എന്നാൽ ഡാർവിൻ അത് വായിച്ചതേയില്ല. അദ്ദേഹത്തിന്റെ മരണശേഷം വായനാമുറിയിലെ പുസ്തകക്കെട്ടുകൾക്കിടയിൽനിന്ന് മെൻഡലിന്റെ കടലാസുകൾ പുറംകവർ പൊട്ടിക്കാത്ത രീതിയിൽ കണ്ടെത്തി എന്നാണ് പറയപ്പെടുന്നത്. ഡാർവിൻ അത് വായിച്ചിരുന്നു, എന്നാൽ കാര്യമായി ശ്രദ്ധിച്ചില്ല എന്ന് പറയുന്ന ചരിത്രകാരന്മാരുമുണ്ട്. അതത്ര വിശ്വസനീയമായി തോന്നുന്നില്ല. കാരണം അക്കാലത്ത് ഡാർവിൻ ഒരു തലമുറയിലുണ്ടായ വ്യതിയാനങ്ങൾ എങ്ങനെ സന്തതിപരമ്പരകളിലേക്ക് കൈമാറ്റം ചെയ്യപ്പെടുന്നു എന്ന ചോദ്യത്തിനുത്തരം തേടി നടക്കുകയായിരുന്നു. മെൻഡലിന്റെ കണ്ടെത്തലുകൾ ശ്രദ്ധയിൽ പെട്ടിരുന്നെങ്കിൽ അദ്ദേഹം അത് ഗൗരവത്തിലെടുക്കാതിരിക്കില്ല. തന്റെ ഗവേഷണത്തിന് സഹായകമാവുമെന്ന പ്രതീക്ഷയോടെ സമകാലികരായ ശാസ്ത്രജ്ഞരുടെ ചെറുലേഖനങ്ങൾ മുതൽ പ്രാചീന ചൈനീസ് വിജ്ഞാനകോശം വരെ വായിച്ചു തീർത്ത ഡാർവിൻ മെൻഡലിൽ നിന്ന് കിട്ടിയ കൈയെഴുത്തുപ്രതി വായിച്ചില്ല എന്നത് വല്ലാത്തൊരു വൈരുദ്ധ്യമായി തോന്നുകയും ചെയ്യും.

ഡാർവിൻ മെൻഡലിനെ വായിച്ചിട്ടില്ല എന്നതിന്റെ മറ്റൊരു തെളിവ് 1868 ൽ തന്റെ ഒരു പുസ്തകത്തിലൂടെ അദ്ദേഹം മുമ്പോട്ടുവച്ച പാരമ്പര്യസിദ്ധാന്തമാണ്. 'പാൻജനിസിസ്' എന്നറിയപ്പെടുന്ന ഈ സിദ്ധാന്തത്തിന് ഇന്ന് ചരിത്രപരമായ പ്രാധാന്യം മാത്രമേയുള്ളൂ. ജീവികളുടെ ശരീരകോശങ്ങളിൽനിന്നും ഉണ്ടാവുന്ന 'ജെമ്യൂളുകൾ' എന്ന അതിസൂക്ഷ്മ കണങ്ങളാണ് പാരമ്പര്യ സ്വഭാവങ്ങൾ ഒരു തലമുറയിൽനിന്നും അടുത്തതിലേക്ക് കൈമാറുന്നത് എന്നദ്ദേഹം പറഞ്ഞു. ജീവികളുടെ അവയവങ്ങളിൽ വരുന്ന മാറ്റം അവിടെയുള്ള ജെമ്യൂളുകളെയും ബാധിക്കുന്നു. പ്രത്യുല്പാദന സമയത്ത് ഇവ ഒന്നുചേർന്ന് അടുത്ത തലമുറയിലേക്ക് പോവുന്നു. ഇങ്ങനെയാണ് വ്യതിയാനങ്ങൾ തലമുറകളിലേക്ക് വ്യാപരിക്കുന്നത്. കോശങ്ങൾക്ക് വെളിയിൽ കാണപ്പെടുന്നതും സ്വയം വിഭജിക്കാൻ കഴിവുള്ളവയും പാരമ്പര്യ സ്വഭാവ വാഹികളുമായ ഇത്തരം കണങ്ങളെക്കുറിച്ചുള്ള ആശയം, അത് പറഞ്ഞത് ഡാർവിനായിട്ടുപോലും തീരെ സ്വീകാര്യമായില്ല. ചുറ്റുപാടുകൾക്കനുസരിച്ചുണ്ടാവുന്ന മാറ്റങ്ങളെ അടുത്ത തലമുറയിലേക്ക് കൈമാറ്റം ചെയ്യുന്ന ജെമ്യൂളുകളെക്കുറിച്ച് കേട്ടിരുന്നെങ്കിൽ ലാമാർക്ക് സന്തോഷിക്കുമായിരുന്നു.

അതിരിക്കട്ടെ, നമ്മൾ മെൻഡൽ ആവിഷ്കരിച്ച പാരമ്പര്യ നിയമങ്ങളെക്കുറിച്ചാണല്ലോ പറഞ്ഞുവന്നത്. മെൻഡൽ കാലത്തിന് മുമ്പെ പറന്ന ഒരു പക്ഷിയായിരുന്നു. അദ്ദേഹം അവതരിപ്പിച്ച ആശയങ്ങൾ ഉൾക്കൊള്ളാൻ മാത്രം അന്നത്തെ ജീവശാസ്ത്രം വളർന്നിരുന്നില്ല. എന്നു

മാത്രമല്ല ധാരാളം കണക്കുകൾ സഹിതം അവതരിപ്പിക്കപ്പെട്ട മെൻഡലിന്റെ പ്രബന്ധം പലരേയും ആശയക്കുഴപ്പത്തിലാക്കി. പലർക്കും അത് ശരിയായ രീതിയിൽ മനസ്സിലാക്കാൻ കഴിഞ്ഞില്ല. താങ്കൾ ഒന്നുകിൽ ഗണിതശാസ്ത്രത്തിൽ അല്ലെങ്കിൽ ജീവശാസ്ത്രത്തിൽ ഏതെങ്കിലും ഒരു വിഷയത്തിൽ ശ്രദ്ധകേന്ദ്രീകരിക്കൂ എന്ന് ഒരു പ്രശസ്ത ശാസ്ത്രജ്ഞൻ മെൻഡലിനെ ഉപദേശിച്ചിരുന്നത്രെ. ഏതായാലും അത് ഡാർവിനായിരിക്കുകയില്ല. കാരണം, ഡാർവിന് ഗണിതശാസ്ത്രം ഇഷ്ടമായിരുന്നു.

1868 ൽ മെൻഡലിന്റെ ജീവിതവും ഒരു വഴിത്തിരിവിലെത്തി. അദ്ദേഹം മഠാധിപതിയായി നിയമിക്കപ്പെട്ടു. തനിക്ക് പ്രിയപ്പെട്ട അദ്ധ്യാപകജോലിയും അതോടെ വേണ്ടെന്ന് വയ്ക്കാൻ അദ്ദേഹം നിർബ്ബന്ധിതനായി. സമയക്കുറവുകൊണ്ടോ, തനിക്ക് ശാസ്ത്രലോകത്തുനിന്നും വേണ്ടത്ര അംഗീകാരം ലഭിക്കാത്തതുകൊണ്ടോ എന്തോ അദ്ദേഹം തന്റെ ജനിതകശാസ്ത്ര പഠനങ്ങളും തുടർന്നില്ല.

തന്റെ സിദ്ധാന്തങ്ങൾക്ക് കുറച്ചുകൂടി തെളിവുകൾ തേടി, മെൻഡൽ സസ്യങ്ങളിൽനിന്നും തന്റെ ഗവേഷണങ്ങൾ ജന്തുക്കളിലേക്ക് വ്യാപിപ്പിക്കാൻ ശ്രമിച്ചതായും ഒരു കഥയുണ്ട്. മഠത്തിൽ വളർത്തിയിരുന്ന മുയലുകളെയാണ് ഇതിനായി അദ്ദേഹം തെരഞ്ഞെടുത്തത്. പക്ഷേ കത്തോലിക്കാ പുരോഹിതൻ മുയലുകളെ ഇണചേർക്കാനും കുഞ്ഞുങ്ങളുടെ കണക്കെടുക്കാനും പുറപ്പെട്ടപ്പോൾ പല കോണിൽനിന്നും പ്രതിഷേധമുണ്ടായി. അച്ചൻ പയർചെടികളിൽ കാണിച്ചതും ഇതേ വിദ്യകളാണെന്ന് ആർക്കും മനസ്സിലായിട്ടുണ്ടാവില്ല. ഇങ്ങനെ പലതരത്തിലുണ്ടായ മാനസിക പ്രശ്നങ്ങൾകൊണ്ടാവാം അദ്ദേഹം തന്റെ പ്രിയപ്പെട്ട പരീക്ഷണ പദ്ധതി നിർത്തിക്കളഞ്ഞത്.

1884 ൽ മെൻഡൽ നിര്യാതനായി. ഒരു മഠാധിപതിക്ക് ചേർന്ന തരത്തിലുള്ള ശവസംസ്കാരവും അദ്ദേഹത്തിന് ലഭിച്ചു. പക്ഷേ മെൻഡലിനും മെൻഡലിന്റെ സിദ്ധാന്തങ്ങൾക്കും മണ്ണടിയാനായിരുന്നില്ല വിധി. ഇരുപതാം നൂറ്റാണ്ടിന്റെ ഉദയത്തോടെ മെൻഡലിസത്തിന് ഉയിർത്തെഴുന്നേല്പുണ്ടായി. അതാകട്ടെ മറ്റൊരു മഹാനായ ഗവേഷകന് തന്റെ ജീവിതത്തിലെ ഏറ്റവും വലിയ മോഹഭംഗവുമായി.

11

ജീനുകൾ ഡാർവിനെ തേടുന്നു

ആഗസ്റ്റ് വീസ്മാൻ

മെൻഡലിസത്തെ വീണ്ടും കണ്ടെത്തിയതിന് കുറച്ച് മുമ്പായി മറ്റൊരു വലിയ കണ്ടുപിടുത്തമുണ്ടായി. ഡാർവിൻ തന്റെ 'പാൻജനിസിസ് സിദ്ധാന്ത'ത്തിലൂടെ ലാമാർക്കിനും ജീവപരിണാമത്തിന്റെ ചരിത്രത്തിലൊരിടം നേടിക്കൊടുക്കാൻ ശ്രമിക്കുന്നതുപോലെ നമുക്ക് തോന്നിയില്ലേ? എന്നാൽ ഡാർവിൻ മരിച്ചതിന്റെ തൊട്ടടുത്ത വർഷം അതായത് 1883 ൽ ഒരു ജർമ്മൻ ഡോക്ടറായ ആഗസ്റ്റ് വീസ്മാൻ തന്റെ കണ്ടുപിടുത്തത്തിലൂടെ ലാമാർക്കിസത്തെ കടപുഴക്കിയെറിഞ്ഞു. ജീവപരിണാമത്തിന്റെ കഥ പറയുന്നിടത്ത് ഒരു ചരിത്രവസ്തുവിന്റേതു മാത്രമായി ലാമാർക്കിസത്തിന്റെ സ്ഥാനം.

1834 ജനുവരി 17-ാം തീയതി ജർമ്മനിയിലെ ഫ്രാങ്ക്ഫർട്ട് നഗരത്തിലാണ് ആഗസ്റ്റ് വീസ്മാൻ ജനിച്ചത്. താല്പര്യം മുഴുവൻ ശാസ്ത്ര ഗവേഷണത്തിലായിരുന്നെങ്കിലും അമ്മയുടെ കൂടി താല്പര്യം പരിഗണിച്ചാണ് വീസ്മാൻ മെഡിക്കൽ കോളേജിൽ ചേർന്നത്. ബിരുദമെടുത്തതിനു ശേഷം കുറച്ചുനാൾ പട്ടാള സേവനം നടത്തി. വീണ്ടും ഫ്രാങ്ക്ഫർട്ടിൽ തിരിച്ചെത്തി. ചില പ്രഭുകുടുംബാംഗങ്ങളുടെ സ്വകാര്യ ഡോക്ടറായി ജോലി ചെയ്തു. ഈ സമയത്തൊന്നും അദ്ദേഹം തന്റെ ശാസ്ത്രാന്വേ

ഷണ പാത ഉപേക്ഷിച്ചില്ല. പരിണാമം വീസ്മാന് താല്പര്യമുള്ള ഒരു വിഷയമായിരുന്നു. സൃഷ്ടിവാദികളോട് താൻ ഡാർവിന്റെ പക്ഷത്താണെന്ന് ഉറപ്പിച്ചു പറയാൻ വീസ്മാന് മടിയുണ്ടായിരുന്നില്ല. ഡാർവിനിസത്തെ ന്യായീകരിച്ചുകൊണ്ട് അദ്ദേഹം ഒരു പുസ്തകവും എഴുതുകയുണ്ടായി. എന്നാൽ ചുറ്റുപാടുകളിലുണ്ടാവുന്ന മാറ്റങ്ങൾക്കനുസരിച്ച് ജീവികളിലുണ്ടാവുന്ന വ്യതിയാനങ്ങൾ പ്രകൃതിനിർദ്ധാരണത്തിലൂടെ പുതിയ സ്പീഷീസുകളിലേക്ക് നയിക്കപ്പെടുന്നു എന്ന ആശയം വീസ്മാന് സ്വീകാര്യമായില്ല. അങ്ങനെയാണെങ്കിൽ ചുറ്റുപാടുകളിൽ മാറ്റങ്ങളുണ്ടാവുന്നില്ലെങ്കിൽ ജീവപരിണാമവും നടക്കുകയില്ലല്ലോ.

വീസ്മാൻ നടത്തിയ ഒരു പരീക്ഷണ പരമ്പര വളരെ രസകരമാണ്. അദ്ദേഹം താൻ വളർത്തുന്ന കുറേ വെള്ളെലികളുടെ വാൽ മുറിച്ചുമാറ്റി. എന്നാൽ അവയ്ക്കുണ്ടായതെല്ലാം വാലുള്ള കുഞ്ഞുങ്ങളായിരുന്നു. അവയുടെ വാലുകളും ഇതേപോലെ മുറിച്ചു കളഞ്ഞു. മൂന്നാം തലമുറയിലും വാലില്ലാത്ത കുഞ്ഞുങ്ങൾ പിറന്നില്ല. അഞ്ച് തലമുറകളിൽ അദ്ദേഹം തന്റെ പരീക്ഷണങ്ങൾ ആവർത്തിച്ചു. ഒട്ടാകെ 901 എലിക്കുഞ്ഞുങ്ങളാണ് നിരീക്ഷണ വിധേയമായത്. എല്ലാവർക്കുമുണ്ടായിരുന്നു നീണ്ട വാൽ. ഒരു ജീവിയുടെ ശരീരത്തിലുണ്ടാവുന്ന എന്തെങ്കിലും മാറ്റം പാരമ്പര്യമായി അടുത്ത തലമുറയ്ക്ക് കൈമാറ്റം ചെയ്യപ്പെടുകയില്ലെന്ന് വീസ്മാന് ഉറപ്പായി. അദ്ദേഹമെത്തിച്ചേർന്നത് മറ്റൊരു നിഗമനത്തിലാണ്.

ശരീരത്തിലെ സാധാരണ കോശങ്ങളിൽനിന്ന് വ്യത്യസ്തമാണ് പ്രത്യുല്പാദന കോശങ്ങൾ അഥവാ ബീജകോശങ്ങൾ. ബീജകോശങ്ങൾ മാത്രമാണ് പാരമ്പര്യ സ്വഭാവങ്ങളെ അടുത്ത തലമുറയിലേക്ക് എത്തിക്കുന്നത്. ബീജകോശങ്ങളിലൂടെ ലഭിക്കുന്ന സ്വഭാവ ലക്ഷണങ്ങൾ ശരീരകോശങ്ങളിൽ പ്രകടമായി കാണുന്നു. എന്നാൽ ഒരു ജീവിയുടെ ജീവിതകാലത്ത് ശരീരകോശങ്ങൾ ആർജ്ജിക്കുന്ന ഒരു സവിശേഷതയും പാരമ്പര്യമായി കൈമാറപ്പെടുകയില്ല. അതിനാലാണ് വീസ്മാന്റെ സിദ്ധാന്തത്തെ ലാമാർക്കിസത്തിന്റെ മരണമണിയായി പലരും വ്യാഖ്യാനിച്ചത്. പക്ഷേ ജനിതകശാസ്ത്രം കൂടുതൽ വളരുകയും ജീനുകൾ ഡി എൻ എ തുടങ്ങിയവയെക്കുറിച്ച് ധാരാളം പഠനങ്ങൾ വരികയും ചെയ്തശേഷം മാത്രമാണ് വീസ്മാന്റെ സിദ്ധാന്തം ശരിയായ രീതിയിൽ മനസ്സിലാക്കപ്പെട്ടത്.

1883 ലാണ് വീസ്മാൻ തന്റെ സിദ്ധാന്തം അവതരിപ്പിച്ചത്. അക്കാലത്ത് വീസ്മാന്റെ സമകാലികനായ മറ്റൊരു ശാസ്ത്രജ്ഞനും പാരമ്പര്യ സ്വഭാവങ്ങൾ തലമുറകളിലേക്ക് കൈമാറുന്നതിനെക്കുറിച്ച് ഗവേഷണങ്ങൾ നടത്തുന്നുണ്ടായിരുന്നു. ഹോളണ്ടിലെ ആംസ്റ്റർഡാം യൂണിവേഴ്സിറ്റിയിൽ പ്രൊഫസറായ ഹ്യൂഗോ ഡിവ്രീസായിരുന്നു ആ ശാസ്ത്രജ്ഞൻ. വീസ്മാനെപ്പോലെ ഡിവ്രീസിനും ഡാർവിനിസത്തിൽ താല്പര്യമുണ്ടായിരുന്നു. *ഡാർവിന്റെ പാൻജനിസിസ്* കുറേക്കൂടി പരിഷ്കരിച്ച് *ഇൻട്രാ സെല്ലുലാർ പാൻജനിസിസ്* എന്നൊരു പുസ്തകവും ഡിവ്രീസ് എഴുതി

യിട്ടുണ്ട്. 1892 മുതൽ ഡിവ്രീസിന്റെ ശ്രദ്ധ വർഗ്ഗസങ്കരണം വഴി പുതിയ യിനം സസ്യങ്ങൾ വളർത്തിയെടുക്കുന്നതിലേക്ക് തിരിഞ്ഞു. ഈ പരീക്ഷ ണങ്ങൾക്കിടയിലാണ് പാരമ്പര്യ സ്വഭാവങ്ങൾക്കാധാരമായ ഘടക ങ്ങളെക്കുറിച്ചും അത് മാതാപിതാക്കളിൽനിന്നും സന്താനങ്ങളിലേക്ക് കൈമാറ്റം ചെയ്യപ്പെടുന്ന രീതിയെക്കുറിച്ചും ചില നിയമങ്ങൾ ആവിഷ്ക രിച്ചത്. തന്റെ കണ്ടെത്തലുകൾ പരസ്യപ്പെടുത്തുന്നതിന്റെ മുന്നോടിയായി ഈ മേഖലയിൽ നടന്ന പഴയ ഗവേഷണങ്ങളെക്കുറിച്ച് ഡിവ്രീസ് ഒരു അന്വേഷണം നടത്തി. ചെന്നെത്തിയത് മെൻഡലിന്റെ പഴയ പ്രബന്ധ ത്തിലാണ്. എന്തൊരതിശയം! വർഷങ്ങളോളം നീണ്ട അദ്ധ്വാനത്തിലൂടെ താൻ സ്വന്തം നിലയിൽ കണ്ടുപിടിച്ച എല്ലാ കാര്യങ്ങളും മൂന്നു പതി റ്റാണ്ട് മുൻപ് മറ്റൊരാൾ കണ്ടെത്തിയതാണ്. ഡിവ്രീസിനുണ്ടായ ഞെട്ടലും നിരാശയും ഒന്നാലോചിച്ചു നോക്കൂ. ഏതായാലും തന്റെ കണ്ടുപിടുത്തം അങ്ങനെ മറ്റൊരാൾക്ക് വിട്ടുകൊടുക്കാൻ ഡിവ്രീസിന് മനസ്സ് വന്നില്ല. 1900 ൽ അദ്ദേഹം 'തന്റെ' കണ്ടുപിടിത്തങ്ങൾ ഒരു ഫ്രഞ്ച് ജേർണലിൽ പ്രസിദ്ധീകരിച്ചു.

മെൻഡലിന്റെ ഗതി ഡിവ്രീസിന് വന്നില്ല. അദ്ദേഹത്തിന്റെ കണ്ടുപി ടുത്തം ശാസ്ത്രലോകം ശ്രദ്ധിച്ചു. അതോടൊപ്പം എതിർപ്പും വന്നു. കാൾ കോറൻസ് എന്ന ഒരു സസ്യശാസ്ത്രജ്ഞനാണ് ആദ്യം എതിർത്തത്. കോറൻസിന് മെൻഡലിനെക്കുറിച്ചും അദ്ദേഹത്തിന്റെ വംശപാരമ്പര്യ നിയമങ്ങളെക്കുറിച്ചും അറിയാമായിരുന്നു. കാൾ നഗേലി എന്ന പ്രശസ്ത വർഗസങ്കരണ വിദഗ്ദ്ധൻ കോറൻസിന്റെ അദ്ധ്യാപകനായിരുന്നു. താൻ നടത്തുന്ന വർഗ്ഗസങ്കരണ പരീക്ഷണങ്ങളെക്കുറിച്ച് മെൻഡൽ നഗേ ലിക്ക് സ്ഥിരമായി കത്തുകളെഴുതിയിരുന്നെങ്കിലും എന്തുകൊണ്ടോ നഗേലി അതിൽ വലിയ താല്പര്യം കാണിച്ചില്ല. എങ്കിലും ആ നിയമ ങ്ങളുടെ പേരിൽ മറ്റൊരാൾ പേരെടുക്കുന്നതിനെ കോറൻസ് എതിർത്തു. പാരമ്പര്യനിയമങ്ങളുടെ ഉപജ്ഞാതാവ് എന്ന പദവി ഗ്രിഗർ മെൻഡലിന് അവകാശപ്പെട്ടതാണ് എന്നായിരുന്നു കോറൻസിന്റെ വാദം. അദ്ദേഹത്തിന് പിന്തുണയുമായി എറിക് വോൺ ഷെർമാക് എന്നൊരു സസ്യശാസ്ത്രജ്ഞനും മുൻപോട്ടുവന്നു. അദ്ദേഹത്തിനുമുണ്ട് ഒരു മെൻഡൽ ബന്ധം. എന്താണെന്നോ? അദ്ദേഹത്തിന്റെ മുത്തച്ഛൻ യൂണി വേഴ്സിറ്റിയിൽ മെൻഡലിന്റെ അദ്ധ്യാപകനായിരുന്നു. ഏതായാലും ഡിവ്രീസ് വിവാദത്തിനൊന്നും പോയില്ല. താൻ മെൻഡലിസം വീണ്ടും കണ്ടെത്തിയതാണെന്ന് സമ്മതിച്ചു.

അങ്ങനെ 1900 ൽ, മരിച്ച് മുപ്പത്തിനാലു വർഷങ്ങൾക്കു ശേഷം ഗ്രിഗർ മെൻഡലിനെ ശാസ്ത്രലോകം അംഗീകരിച്ചു. അതോടൊപ്പം ഹ്യൂഗോ ഡിവ്രീസ്, കാൾ കോറൻസ്, എറിക് വോൺ ഷെർമാക് എന്നിവർക്ക് മെൻഡലിസം വീണ്ടും കണ്ടെത്തിയവർ എന്ന പേരും കിട്ടി. ജനിതക ശാസ്ത്രത്തിലെ തുടർന്നുള്ള വളർച്ച മുഴുവൻ മെൻഡലിന്റെ നിയമ ങ്ങളെ അടിസ്ഥാനമാക്കിയാണ് ഉണ്ടായത്. അതിനാൽ അദ്ദേഹത്തിന്

ജനിതകശാസ്ത്രത്തിന്റെ പിതാവ് എന്നൊരു സ്ഥാനവും ശാസ്ത്രലോകം നല്കി.

തന്റെ ആദ്യത്തെ വലിയ കണ്ടുപിടുത്തം നിരാശയാണ് സമ്മാനിച്ച തെങ്കിലും 1901 ൽ ഡിവ്രീസ് നടത്തിയ മറ്റൊരു സുപ്രധാന കണ്ടുപിടുത്തത്തിന് മറ്റാരും അവകാശിയായി ഉണ്ടായിരുന്നില്ല. ജനിതക കോശങ്ങളിലുണ്ടാവുന്ന 'മ്യൂട്ടേഷൻ' എന്ന പ്രവർത്തനമാണ് ജീവികളിൽ വ്യതിയാനം വരുത്തുന്നത്. ഇതിന് 'ഉല്പരിവർത്തനം' എന്ന് നമുക്ക് മലയാളത്തിൽ പറയാം. ഡിപ്രീസ് നാലുമണിച്ചെടികളിൽ വർഗ്ഗസങ്കരണ പരീക്ഷണങ്ങൾ നടത്തിക്കൊണ്ടിരിക്കുകയായിരുന്നു. ഈ സസ്യത്തിന്റെ അനേക തലമുറകൾ അദ്ദേഹം വളർത്തുകയും അവയുടെ ലക്ഷണങ്ങൾ പഠിക്കുകയും ചെയ്യുന്നതിനിടയിൽ, വിളവെടുപ്പ് കഴിഞ്ഞ ഒരു ഉരുളക്കിഴങ്ങു പാടത്ത് വളർന്നുനിന്ന രണ്ട് ചെടികൾ അദ്ദേഹത്തിന്റെ ശ്രദ്ധയിൽപ്പെട്ടു. താൻ അതുവരെ നിരീക്ഷിച്ച സസ്യങ്ങളിൽനിന്നും വളരെ വ്യത്യസ്തമാണവയെന്ന് അദ്ദേഹം മനസ്സിലാക്കി. ഇവ രണ്ടും ഏതോ കാരണങ്ങളാൽ ആകസ്മികമായി ഉണ്ടായതായിരിക്കണം. എന്താവാം കാരണമെന്ന് അദ്ദേഹത്തിന് മനസ്സിലായില്ല. എങ്കിലും ജനിതകവസ്തുക്കളിൽ ഇങ്ങനെ പെട്ടെന്നുണ്ടാവുന്ന ചില മാറ്റങ്ങളാണ് പുതിയ വകഭേദങ്ങളുണ്ടാവാൻ കാരണമെന്ന ഒരു പുതിയ സിദ്ധാന്തത്തിലേക്കാണ് ഇതദ്ദേഹത്തെ നയിച്ചത്. ഈ മാറ്റങ്ങൾ പെട്ടെന്ന് പ്രത്യക്ഷപ്പെടുന്നു എന്നു മാത്രമല്ല, പാരമ്പര്യമായി മാതാപിതാക്കളിൽനിന്ന് സന്താനങ്ങളിലേക്ക് വ്യാപരിക്കുകയും ചെയ്യുന്നു. ഇതാണ് ഡിവ്രീസിന് ജനിതക ശാസ്ത്രലോകത്ത് ചിരപ്രതിഷ്ഠ നേടിക്കൊടുത്ത 'മ്യൂട്ടേഷൻ' അഥവാ 'ഉല്പരിവർത്തന സിദ്ധാന്തം'. എന്നാൽ ജനിതക വസ്തുക്കളിൽ എങ്ങനെയാണ് ഇത്തരം ആകസ്മികമാറ്റങ്ങൾ ഉണ്ടാവുന്നതെന്ന് കൃത്യമായി വിശദീകരിക്കാൻ ഡിവ്രീസിന് കഴിഞ്ഞില്ല.

ഇരുപതാം നൂറ്റാണ്ടിൽ ശാസ്ത്രത്തിന്റെ ഗതി തിരിച്ചുവിട്ട പല കണ്ടുപിടുത്തങ്ങളും പത്തൊൻപതാം നൂറ്റാണ്ടിന്റെ അവസാന ദശകങ്ങളിലാണുണ്ടായത്. അതിലൊന്നാണ് എക്സ്റേ കിരണങ്ങൾ. 1895 ൽ വില്യം കോൺറാഡ് റോൺട്ജൻ എന്ന ജർമ്മൻ ശാസ്ത്രജ്ഞനാണ് ഈ അത്ഭുതരശ്മികൾ കണ്ടെത്തിയത്. അന്നതിന് റോൺട്ജൻ കിരണങ്ങൾ എന്നായിരുന്നു പേര്. പദാർത്ഥങ്ങളെ തുളച്ചുപോവാൻ അസാധാരണമായ കഴിവുള്ളവയായിരുന്നു ഈ കിരണങ്ങൾ. 'റോൺട്ജൻ കിരണ'ങ്ങളുടെ പ്രഭാവം നിമിത്തം ജീവികളുടെ ജനിതക വസ്തുക്കളിൽ മാറ്റം വരാമെന്നൊരു അഭിപ്രായം ഡിവ്രീസ് മുന്നോട്ട് വയ്ക്കുകയുണ്ടായി. ജീവികളിലെ എല്ലാ സ്വഭാവലക്ഷണങ്ങളും ഈ വിധത്തിൽ മാറ്റങ്ങൾക്ക് വിധേയമാവുന്നില്ലെന്നും അദ്ദേഹം കണ്ടെത്തിയിരുന്നു. എല്ലാ തരത്തിലുള്ള വികിരണങ്ങളും ജീവികളിൽ ജനിതക മാറ്റങ്ങൾ വരുത്തുമെന്ന് ഏതാനും പതിറ്റാണ്ടുകൾക്കുള്ളിൽ സംശയാതീതമായി തെളിയിക്കപ്പെടുകയും ചെയ്തു.

ഇരുപതാം നൂറ്റാണ്ടിന്റെ ആദ്യദശകങ്ങളിൽ പാരമ്പര്യ സ്വഭാവ വാഹികളായ ജീനുകൾ, ക്രോമസോമുകൾ എന്നിവയുടെ ഘടനയെക്കുറിച്ച് കൂടുതൽ മനസിലായി. പാരമ്പര്യ സ്വഭാവ വാഹകർക്ക് ജീനുകൾ എന്ന പേര് ലഭിച്ചതിൽ ഒരു ചെറിയ ഡാർവിൻ ബന്ധമുണ്ട്. ഡാർവിന്റെ പാൻജനിസിസ് സിദ്ധാന്തത്തെ ഡിവ്രീസ് കുറച്ച് പരിഷ്കരിച്ചു എന്നു പറഞ്ഞല്ലോ. അദ്ദേഹം 'പാൻജീനുകൾ 'എന്ന പദമുപയോഗിച്ചു. അതിൽനിന്നും രൂപംകൊണ്ടാണ് ഇന്ന് നാം അറിയുന്ന 'ജീൻ' എന്ന പേര്.

മെൻഡലിസം വീണ്ടും കണ്ടുപിടിക്കപ്പെട്ടു. ഡിവ്രീസിന്റെ മ്യൂട്ടേഷൻ സിദ്ധാന്തം പരക്കെ അംഗീകാരം നേടുകയും ചെയ്തു. ജനിതക ശാസ്ത്രത്തിന്റെ വളർച്ചയിൽ ഒരു കുതിച്ചുചാട്ടമാണ് പിന്നീട് നാം കാണുന്നത്. ഈ കോലാഹലത്തിനിടയിൽ ഡാർവിന്റെ പ്രകൃതിനിർദ്ധാരണത്തിന്റെ തിളക്കത്തിന് മങ്ങലേറ്റു. മ്യൂട്ടേഷൻ വഴിയാണ് പുതിയ ജീവജാതികളുണ്ടാവുന്നത് എന്നും അവിടെ പ്രകൃതിനിർദ്ധാരണത്തിന് പ്രസക്തിയില്ലെന്നും വരെ ചിലർ വാദിച്ചു. ഡാർവിൻ പറഞ്ഞതുപോലെ സാവധാനമുണ്ടാവുന്ന മാറ്റങ്ങളല്ല, മറിച്ച് മ്യൂട്ടേഷൻ വഴി പെട്ടെന്നുണ്ടാവുന്ന മാറ്റങ്ങളാണ് ജീവപരിണാമത്തിനാധാരം എന്നും അവർ വാദിച്ചു. പ്രകൃതിനിർദ്ധാരണക്കാർ, മ്യൂട്ടേഷൻ വാദക്കാർ എന്നിങ്ങനെ ജീവശാസ്ത്രജ്ഞർ രണ്ട് ചേരികളായി മാറി ഇവർക്കിടയിൽ ഒരു സമവായമുണ്ടാക്കിയത് തോമസ് ഹണ്ട് മോർഗൻ എന്ന ശാസ്ത്രജ്ഞനാണ്.

ഭ്രൂണവിജ്ഞാനീയത്തിൽ ഗവേഷണം നടത്തിക്കൊണ്ടിരുന്ന സമയത്താണ് ആംസ്റ്റർഡാമിൽ വച്ച് മോർഗൻ ഡിവ്രീസിനെ പരിചയപ്പെടുന്നത്. അതോടെ അദ്ദേഹത്തിന്റെ ശ്രദ്ധ ജനിതക ശാസ്ത്രത്തിലേക്ക് തിരിഞ്ഞു. മ്യൂട്ടേഷൻ സിദ്ധാന്തത്തിന്റെ ഉപജ്ഞാതാവ് എന്ന നിലയിൽ ഡിവ്രീസ് അന്ന് വളരെ പ്രസിദ്ധനായിരുന്നു.

ഡിവ്രീസിനെ പരിചയപ്പെടുമ്പോൾ മോർഗൻ അമേരിക്കയിലെ കൊളംബിയ യൂണിവേഴ്സിറ്റിയിൽ പ്രൊഫസറായിരുന്നു. ഡിവ്രീസ് സസ്യങ്ങളിൽ നടത്തിയ പരീക്ഷണങ്ങൾ ജന്തുക്കളിൽ നടത്താൻ മോർഗൻ തീരുമാനിച്ചു. കൊളംബിയ സർവ്വകലാശാലയിൽത്തന്നെയാണ് അദ്ദേഹം ഗവേഷണം തുടങ്ങിയത്. പരിണാമത്തെയും വംശപാരമ്പര്യത്തെയുംകുറിച്ച് പഠിക്കാൻ എലികളെയാണ് അദ്ദേഹം തെരഞ്ഞെടുത്തത്. അവ പരിസ്ഥിതിയോട് എങ്ങനെ ഇണങ്ങുന്നു, പ്രതികൂല ചുറ്റുപാടുകളെ എങ്ങനെ അതിജീവിക്കുന്നു എന്നെല്ലാമായിരുന്നു അദ്ദേഹത്തിന്റെ പഠന വിഷയങ്ങൾ. എന്നാൽ ഗവേഷണത്തിന്റെ വേഗതക്കുറവ് അദ്ദേഹത്തെ വിഷമിപ്പിച്ചു. അങ്ങനെയിരിക്കുമ്പോഴാണ് അദ്ദേഹത്തിന്റെ ശ്രദ്ധ കനിയീച്ച (Frutfly) അഥവാ ഡ്രോസോഫിലയിലേക്ക് തിരിഞ്ഞത്.

കനിയീച്ചകളെ ശേഖരിക്കാനും വളർത്താനും വളരെയെളുപ്പമാണ്. വ്യക്തമായ ആൺപെൺ വ്യത്യാസങ്ങൾ ഇവയുടെ ഒരു സവിശേഷതയാണ്. കേവലം രണ്ട് ജോഡി ക്രോമസോമുകൾ മാത്രമാണ് അവയിലുള്ളത്. അതിനാൽ പഠനം നടത്താനും എളുപ്പമാണ്. ഇതിനെല്ലാമുപരി

മോർഗനെ ആകർഷിച്ചത് ഡ്രോസോഫിലയുടെ ഹ്രസ്വമായ ജീവിത ചക്രമാണ്. പത്തു പന്ത്രണ്ട് ദിവസങ്ങൾകൊണ്ട് ഒരു പുതിയ തലമുറയെ ലഭിക്കും. മാത്രമല്ല, ഒരു ജോഡി ഈച്ചകൾ നൂറുകണക്കിന് സന്താനങ്ങളെ ഉല്പാദിപ്പിക്കുകയും ചെയ്യും.

ജീവികളിലെ പാരമ്പര്യ സ്വഭാവത്തിനാധാരമെന്ന് മെൻഡൽ സങ്കല്പിച്ച ഘടകങ്ങൾ ജീനുകളാണെന്നും അവ കോശമർമ്മത്തിനകത്തെ ക്രോമസോമുകളിലാണ് സ്ഥിതി ചെയ്യുന്നതെന്നും മോർഗൻ തെളിയിച്ചു. ജീനുകൾക്ക് സ്ഥാനമാറ്റം വരില്ലെന്നും അദ്ദേഹം പറഞ്ഞു. ഡ്രോസോഫിലയിലെ രണ്ട് ജോഡി ക്രോമസോമുകളിലെ എല്ലാ ജീനുകളുടെയും സ്ഥാനമടങ്ങിയ ഒരു ജീൻമാപ്പും മോർഗനും സഹപ്രവർത്തകരും ചേർന്ന് തയ്യാറാക്കി. ജനിതക ശാസ്ത്രത്തിന്റെ ഇന്നത്തെ വളർച്ചയുമായി താരതമ്യം ചെയ്യുമ്പോൾ അത് അപൂർണ്ണമായിരിക്കാം. പക്ഷേ ഇരുപതാം നൂറ്റാണ്ടിന്റെ രണ്ടാമത്തെ ദശകത്തിലാണ് ഇത് സംഭവിച്ചതെന്നോർക്കണം. അന്ന് അതൊരു വലിയ നേട്ടമായിരുന്നു. ഡ്രോസോഫിലയുടെ ഓരോ ക്രോമസോമിലും കുറഞ്ഞത് ആയിരം ജീനുകളെങ്കിലും ഉണ്ടാവുമെന്ന് അദ്ദേഹം പ്രസ്താവിച്ചു.

മ്യൂട്ടേഷന്റെ അഥവാ ഉല്പരിവർത്തനത്തിന്റെ ശരിയായ സ്വഭാവം വ്യക്തമാക്കിയതാണ് മോർഗന്റെ മറ്റൊരു പ്രധാന നേട്ടം. കണ്ണുകളുടെ നിറം, ശരീരത്തിന്റെ നിറം, ചിറകുകളുടെ ആകൃതി തുടങ്ങിയ സ്വഭാവ ലക്ഷണങ്ങളിൽ നൂറിലധികം മ്യൂട്ടേഷനുകൾ ഡ്രോസോഫിലയിൽ ഉള്ളതായി അദ്ദേഹം കണ്ടെത്തി. എന്നാൽ ഇത്തരം മ്യൂട്ടേഷനുകളെക്കുറിച്ച് ഡിഫ്രീസിന്റെ സിദ്ധാന്തത്തിൽ പറയുന്നത് ശരിയല്ലെന്ന് അദ്ദേഹം തെളിയിച്ചു. ഒറ്റയൊറ്റ മ്യൂട്ടേഷനുകൾ പുതിയ സ്പീഷീസുണ്ടാവാൻ കാരണമാവുന്നു എന്നായിരുന്നു ഡിഫ്രീസിന്റെ വാദം. ഡാർവിൻ കണ്ടെത്തിയ ചെറിയ ചെറിയ വ്യതിയാനങ്ങൾ മ്യൂട്ടേഷന്റെ ഫലമായിട്ടുണ്ടാവുന്നതാവാം. തുടർച്ചയായുണ്ടാവുന്ന മ്യൂട്ടേഷനുകൾ പുതിയ ജീവിവർഗ്ഗങ്ങളുണ്ടാവാൻ കാരണമാവുന്നു. അങ്ങനെ അന്നുവരെ പരസ്പരവിരുദ്ധമാണെന്ന് കരുതപ്പെട്ടിരുന്ന മ്യൂട്ടേഷൻ സിദ്ധാന്തവും ഡാർവിന്റെ പ്രകൃതിനിർദ്ധാരണ സിദ്ധാന്തവും തമ്മിൽ ഒരു ഒത്തുതീർപ്പുണ്ടാക്കാൻ മോർഗൻ വഴിതെളിച്ചു. ഇതോടെ ജനിതകശാസ്ത്രവും ഡാർവിന്റെ സിദ്ധാന്തവും ചേർന്ന് നിയോ-ഡാർവിനിസം അഥവാ നവഡാർവിനിസം എന്നൊരു പുതിയ ജീവശാസ്ത്ര ശാഖയായിത്തീർന്നു.

ചെറിയ ചെറിയ മ്യൂട്ടേഷനുകളാണ് ജീവികളിൽ വ്യതിയാനങ്ങളുണ്ടാക്കുന്നത് എന്ന ആശയമാണ് നിയോ-ഡാർവിനിസത്തിന്റെ അടിസ്ഥാനം. പലപ്പോഴും ജീനുകളിലുണ്ടാവുന്ന മ്യൂട്ടേഷൻ ജീവികൾക്ക് ഹാനികരമായിരിക്കും. ഗുണകരമായ മ്യൂട്ടേഷനുകൾ മാത്രം ഒരു തലമുറയിൽനിന്ന് അടുത്ത തലമുറയിലേക്ക് എത്തിക്കുന്നതിൽ പ്രകൃതി നിർദ്ധാരണത്തിന് വലിയ പങ്കുണ്ട്.

1953 ൽ ജെയിംസ് വാട്സനും ഫ്രാൻസിസ്ക്രിക്കും ചേർന്ന് ജീനുക

ളുടെ ഉള്ളടക്കമായ ഡി എൻ എ യുടെ രാസഘടന കണ്ടുപിടിച്ചത് ജനിതക ശാസ്ത്ര ചരിത്രത്തിലെ മറ്റൊരു മഹാസംഭവമായിരുന്നു. 1871 ൽ ഫെഡറിക് മീഷർ എന്ന ഒരു ജർമ്മൻ രസതന്ത്രജ്ഞൻ ജീനുകൾക്കകത്ത് അമ്ലസ്വഭാവമുള്ള ഒരു പദാർഥമുണ്ടെന്ന് കണ്ടെത്തിയിരുന്നു. അദ്ദേഹമിതിന് ന്യൂക്ലിയേൻ എന്ന് പേരും നല്കി. പിന്നീടാണതിന് ഡിഓക്സിറൈബോ ന്യൂക്ലിക് ആസിഡ് (ഡി എൻ എ) എന്ന പേർ ലഭിച്ചത്. ജനിതക രഹസ്യങ്ങൾ എങ്ങനെ ഒരു തലമുറയിൽനിന്ന് മറ്റൊരു തലമുറയിലേക്ക് എന്നത് അക്കാലത്ത് ഒരു വലിയ സമസ്യയായിരുന്നു. എങ്ങനെയാണ് വ്യതിയാനങ്ങൾ സന്താനങ്ങളിലേക്ക് വ്യാപരിക്കുന്നത് എന്ന ചോദ്യം ഡാർവിനെയും വല്ലാതെ വിഷമിപ്പിച്ചതാണല്ലോ. 1944 ൽ അമേരിക്കയിലെ ചില ശാസ്ത്രജ്ഞന്മാർ ഡി എൻ എ തന്മാത്രകളാണ് ഈ കൈമാറ്റം നിർവ്വഹിക്കുന്നതെന്ന് പറഞ്ഞു. എന്നാൽ ഏത് സവിശേഷ ഘടനയാണ് ഇത്തരമൊരു കൈമാറ്റത്തിന് ഡി എൻ എ തന്മാത്രകളെ സഹായിക്കുന്നത് എന്ന കാര്യം അപ്പോഴും അജ്ഞാതമായിത്തന്നെ തുടർന്നു. ആ രഹസ്യമാണ് 1953 ൽ വാട്സനും ക്രിക്കും ചേർന്ന് കണ്ടെത്തിയത്.

വിചിത്രമായ ഒരു ചുറ്റുഗോവണിയായിരുന്നു ഡി എൻ എ തന്മാത്ര. അവരതിന് 'ഡബ്ൾ ഹെലിക്സ്' എന്ന് പേരിട്ടു. ഈ ചുറ്റുഗോവണിയുടെ കൈവരികൾ പഞ്ചസാര, ഫോസ്ഫേറ്റ് തന്മാത്രകളാൽ നിർമ്മിതമാണ്. നാലുതരം നൈട്രജൻ ബസുകളാണ് ചവിട്ടുപടികളാവുന്നത്. ബീജകോശങ്ങളുണ്ടാവുമ്പോൾ ഈ തന്മാത്രകൾ വേർപിരിഞ്ഞ് ഓരോ പാതിയും ഓരോ ബീജകോശത്തിലേക്ക് പോവുന്നു. ബീജകോശങ്ങൾ ചേർന്ന് സിദ്ധാന്തമുണ്ടാവുമ്പോൾ അവ പഴയപടി ഒന്നുചേരുന്നു. ഒരു കുഞ്ഞിന് ലഭിക്കുന്ന ഡി എൻ എ തന്മാത്രകളുടെ പാതി അച്ഛന്റേതും മറ്റേ പാതി അമ്മയുടേതുമാണ്. ഒരർത്ഥത്തിൽ ഡാർവിന്റെയും മെൻഡലിന്റേയും അന്വേഷണങ്ങളുടെ തുടർച്ചതന്നെയാണിത്.

പിന്നീട് വന്ന ദശകങ്ങൾ ജനിതക ശാസ്ത്രത്തിന്റേതായിരുന്നു. ജനിതക ശാസ്ത്രം വളരുംതോറും ഡാർവിനിസത്തിന് കൂടുതൽ കൂടുതൽ സാധൂകരണങ്ങളാണ് ലഭിച്ചത്. ഡാർവിൻ വർഷങ്ങൾക്ക് മുമ്പ് നടത്തിയ കണ്ടെത്തലുകളെ ജനിതകശാസ്ത്രം ശരിവയ്ക്കുന്നതാണ് നാം ഇവിടെ കാണുന്നത്. ക്രോമസോം ജീൻ തലങ്ങളിലുണ്ടാവുന്ന വ്യതിയാനങ്ങളെക്കുറിച്ച് ധാരാളം പഠനങ്ങൾ നടന്നു. ഏകകോശം മാത്രമുള്ള ബാക്ടീരിയ മുതൽ തിമിംഗലം വരെ ഒരേ ഘടനയുള്ള ഡി എൻ എ തന്മാത്രകളെ പങ്കുവയ്ക്കുന്നു എന്ന അറിവ് ഒരു പൊതു പൂർവ്വികൻ എന്ന ആശയത്തിലേക്ക് തന്നെയല്ലേ നമ്മെ നയിക്കുന്നത്? ഇത് ജീവിച്ചിരിപ്പുള്ള ജനിതകശാസ്ത്രജ്ഞരിൽ ഏറ്റവും പ്രമുഖനായ റിച്ചാർഡ് ഡാക്കിൻസിന്റെ അഭിപ്രായത്തിൽ പ്രകൃതിയുടെ തെരഞ്ഞെടുപ്പിന് വിധേയമാവുന്നത് ജീനുകളാണ്. കോശങ്ങൾക്കുള്ളിൽ ജീനുകൾ പരസ്പരം മത്സരിക്കുന്നു എന്നാണദ്ദേഹത്തിന്റെ കണ്ടെത്തൽ. ചില ജീനുകൾ മറ്റുള്ളവയുടെ മേൽ

ആധിപത്യം നേടാൻ ശ്രമിക്കുമ്പോൾ മറ്റുചിലത് ഇവയുടെ പിടിയിൽനിന്ന് രക്ഷനേടാൻ ശ്രമിക്കുന്നു. വേട്ടമൃഗങ്ങൾ അടുക്കുമ്പോൾ ഇരകളായ ജീവികൾ രക്ഷപ്പെടാൻ ശ്രമിക്കുന്നതുപോലെയാണ് ഇതെന്നും അദ്ദേഹം വിവരിക്കുന്നു. ഒരേ സ്പീഷീസിലെ മൃഗങ്ങൾ തമ്മിലുള്ള മത്സരവും ഈ ജീനുകളുടെ മത്സരത്തിലേക്കും അവയുടെ തുടർച്ചയിലേക്കും വിരൽ ചൂണ്ടുന്നു. ഇതിന് ജനിതക ഡാർവിനിസം എന്നൊരു പേരും ഡാക്കിൻസ് കൊടുത്തിട്ടുണ്ട്.

ഡാർവിന് അറിയാത്ത ഒട്ടേറെ കാര്യങ്ങൾ ഇന്ന് കൊച്ചു കുട്ടികൾക്ക് പോലുമറിയാം. അദ്ദേഹം സങ്കല്പിച്ചിട്ടു പോലുമില്ലാത്ത ഫോസിലുകൾ കണ്ടെത്തിയിട്ടുണ്ട്. ലിവിംഗ് ഫോസിലുകളെ തിരിച്ചറിഞ്ഞിട്ടുണ്ട്. എങ്കിലും ഡാർവിനും ഡാർവിനിസവും ശാസ്ത്രത്തിന്റെ ചരിത്രവഴിയിൽ ഇന്നും ഒരു വിളക്കുമരം പോലെ ഉയർന്നു നില്ക്കുന്നു. എന്താണിതിന് കാരണം? എന്താണ് *ജീവജാതികളുടെ ഉത്ഭവം* എന്ന പുസ്തകത്തിന്റെ പ്രാധാന്യം?

12

ജീവശാസ്ത്രത്തിലെ ന്യൂട്ടൺ

ജീവശാസ്ത്രത്തിന്റെ വിവിധ മേഖലകളിലായി പതിനാറ് കനപ്പെട്ട കൃതികളുടെ കർത്താവാണ് ചാൾസ് ഡാർവിൻ. അതിൽ എട്ടെണ്ണം അദ്ദേഹമെഴുതിയത് 1859 ന് ശേഷമാണ്. അവയിൽ രണ്ടെണ്ണം മാത്രമാണ് പരിണാമവുമായി ബന്ധമുള്ളവ. ബാക്കി ആറും സസ്യങ്ങളുമായി ബന്ധപ്പെട്ടതാണ്. പവിഴപ്പുറ്റുകളെക്കുറിച്ചും മണ്ണിരയെക്കുറിച്ചും ഡാർവിൻ എഴുതിയ കൃതികൾ *ജീവജാതികളുടെ ഉത്ഭവത്തെക്കാൾ* മൗലികമാണെന്ന് വാദിക്കുന്നവരും കുറവല്ല. സസ്യചലനങ്ങളെക്കുറിച്ചും വളരെ ശ്രദ്ധേയമായ പഠനങ്ങൾ ഡാർവിൻ നടത്തിയിട്ടുണ്ട്. ഈ രംഗത്ത് പിന്നീട് കാര്യമായ കണ്ടുപിടുത്തങ്ങൾ നടത്തിയത് ഭാരതീയ ശാസ്ത്രജ്ഞനായ ജഗദീഷ്ചന്ദ്രബോസാണ്. *ജീവജാതികളുടെ ഉത്ഭവ*ത്തിന്റെ പ്രസിദ്ധീകരണത്തിനു ശേഷം ഡാർവിൻ ഈ രംഗത്ത് തുടർ ഗവേഷണങ്ങളൊന്നും കാര്യമായി നടത്തിയിരുന്നില്ല എന്നതാണ് സത്യം. എന്നാൽ മരണം വരെ അദ്ദേഹം നിഷ്ക്രിയനായിരുന്നില്ലതാനും. 1882 ഏപ്രിൽ 19നാണ് ഡാർവിൻ മരിച്ചത്. അതിന് പതിമൂന്ന് ദിവസം മുമ്പാണ് അദ്ദേഹം തന്റെ അവസാനത്തെ ഗവേഷണ പ്രബന്ധം പ്രസിദ്ധീകരിച്ചത്. ഈ പ്രബന്ധവുമായി ബന്ധപ്പെട്ട് കൗതുകകരമായ ഒരു കാര്യമുണ്ട്. ഇതിന് ആസ്പദമായ വിവരം ഡാർവിന് നല്കിയത് ഫ്രാൻസിസ് ക്രിക്കിന്റെ മുത്തച്ഛനാണ്. വാട്സനോടൊപ്പം ചേർന്ന് ഡി എൻ എ യുടെ ഘടന കണ്ടുപിടിച്ച ഫ്രാൻസിസ് ക്രിക്ക് തന്നെ. ഉങ്ങനെയൊക്കെ ഗവേഷണവുമായി ജീവിതം നയിച്ച ഡാർവിൻ പിന്നീടെന്തേ പ്രകൃതിനിർദ്ധാരണത്തെക്കുറിച്ച് തുടർന്ന് ഒന്നും എഴുതിയില്ല. തന്റെ സിദ്ധാന്തം സ്വയം സമ്പൂർണ്ണമെന്ന് കരുതിയതു കൊണ്ടോ അതിനകത്തെ പോരായ്മകൾ

തുടർചർച്ചയ്ക്ക് വിധേയമാക്കാനുള്ള ഇഷ്ടക്കുറവുകൊണ്ടോ? അത് കൗതുകകരമായ ഒരു സമസ്യയായി അവശേഷിക്കട്ടെ.

കാര്യമെങ്ങനെയായാലും ശാസ്ത്രലോകത്ത് ഡാർവിൻ സ്ഥിര പ്രതിഷ്ഠ നേടിയത് പരിണാമസിദ്ധാന്തത്തിന്റെ പേരിലാണ്. ഡാർവിന്റെ ഏറ്റവും കൂടുതൽ ചർച്ച ചെയ്യപ്പെട്ട ഗ്രന്ഥവും *ജീവജാതികളുടെ ഉത്ഭവം* തന്നെയാണ്. മതവും പൗരോഹിത്യമേധാവിത്ത്വവും നിശ്ചയിച്ച വഴിയിൽ നിന്നും കുതറി മാറി ശാസ്ത്രം സ്വതന്ത്രമായ സഞ്ചാരഗതി കണ്ടെത്തുന്നത് കോപ്പർനിക്കസിലൂടെയാണ്. ആ സ്വാതന്ത്ര്യ പ്രഖ്യാപനം അതിന്റെ പൂർണ്ണതയിലെത്തുന്നത് ചാൾസ് ഡാർവിനിലാണ്. ഡാർവിൻ മുമ്പോട്ട് വച്ച ജീവപരിണാമത്തെക്കുറിച്ചുള്ള ആശയങ്ങൾ ഒരു കേവലമായ ശാസ്ത്രസിദ്ധാന്തത്തിനപ്പുറം മാനവരാശിയുടെ ചിന്തകളുടെ ഗതി തിരിച്ചുവിട്ട ദർശനം കൂടിയായിരുന്നു. ഈ പ്രപഞ്ചത്തിൽ മനുഷ്യന് ഒരു സവിശേഷ സ്ഥാനമുണ്ടെന്ന വിശ്വാസത്തെ ഡാർവിൻ കടപുഴക്കി യെറിഞ്ഞു. ബാക്കിയെല്ലാ ജീവജാലങ്ങൾക്കുമുള്ള അവകാശം മാത്രമേ മനുഷ്യനും ഈ ലോകത്തുള്ളൂ. പരിണാമത്തിന്റെ അസംഖ്യം പടവുകൾ പിന്നിട്ട് ലക്ഷക്കണക്കിന് വർഷങ്ങളിലൂടെ രൂപംകൊണ്ട ഒരു ജീവി മാത്രമാണ് മനുഷ്യനും എന്ന അറിവാണ് ഡാർവിന്റെ കൃതിയിലൂടെ ലോകത്തിന് ലഭിച്ചത്. ഗ്രന്ഥത്തിന്റെ അവസാനത്തെ അദ്ധ്യായത്തിൽ ഡാർവിൻ അത് കൃത്യമായി സൂചിപ്പിക്കുന്നുണ്ട്. ഇങ്ങനെയാണ് അദ്ദേഹം എഴുതുന്നത്: "വിദൂരഭാവിയിൽ മനുഷ്യന്റെ ഉത്ഭവത്തെക്കുറിച്ചും ചരിത്രത്തെക്കുറിച്ചും തെളിവുകൾ ലഭിക്കുമെന്നത് തീർച്ചയാണ്."

പരിണാമ വൃക്ഷത്തിന്റെ പല ശാഖകളിൽ ഒന്ന് പട്ടിയിലും മറ്റൊന്ന് നാടവിരയിലും മൂന്നാമതൊന്ന് മാവിലും അവസാനിക്കുമ്പോൾ നാലാമത്തെ ശാഖയുടെ അറ്റത്ത് മനുഷ്യനായിരിക്കും. എല്ലാം രൂപം കൊണ്ടത് പ്രകൃതിനിർദ്ധാരണത്തിലൂടെയും. ഇതിൽ ഏതെങ്കിലും ഒന്ന് ഉയർന്നതാണെന്നോ മഹത്വമേറിയതാണെന്നോ എങ്ങനെ പറയും? ഊർജതന്ത്രത്തെയും രസതന്ത്രത്തെയുംപോലെ ജീവശാസ്ത്രവും പ്രകൃതിനിയമങ്ങൾകൊണ്ട് വിശദീകരിക്കാവുന്ന ഒന്നാണെന്ന ഒരു പുതിയ പാഠവും തന്റെ ഗ്രന്ഥത്തിലൂടെ ഡാർവിൻ നല്കുന്നു. അതുവരെ ജീവവസ്തുക്കളെക്കുറിച്ച് വിശദീകരിക്കാൻ ദൈവത്തെ കൂട്ടുവിളിക്കുകയായിരുന്നു പതിവ്.

ക്രമമായുണ്ടാവുന്ന മാറ്റങ്ങളിലൂടെയാണ് പുതിയ ജീവിവർഗ്ഗങ്ങൾ ഉണ്ടാവുന്നത് എന്നാണല്ലോ ഡാർവിനും വാലസും കണ്ടെത്തിയത്. അതുവരെ ശാസ്ത്രലോകത്തിലെ മാറ്റം രാസമാറ്റങ്ങൾ മാത്രമായിരുന്നു. രാസമാറ്റങ്ങൾക്ക് സമാനമായ മാറ്റങ്ങൾ ജീവലോകത്തും ഉണ്ടാവുന്നു എന്ന അറിവ്, ജീവശാസ്ത്രത്തെ കേവലമായൊരു ശാസ്ത്രശാഖയെന്ന നിലയിൽ കാണാൻ ആളുകളെ പ്രേരിപ്പിച്ചു. ഇന്ന് നമ്മൾ അങ്ങനെയാണല്ലോ അതിനെ സമീപിക്കുന്നത്. അക്കാര്യത്തിൽ നമ്മൾ ഡാർവിനോട് കടപ്പെട്ടിരിക്കുന്നു.

പാരമ്പര്യസ്വഭാവങ്ങൾ എങ്ങനെയാണ് മാതാപിതാക്കളിൽനിന്ന് സന്താനങ്ങളിലേക്ക് കൈമാറപ്പെടുന്നത് എന്നതിനെപ്പറ്റി ഡാർവിന് ഒന്നുമറിയില്ലായിരുന്നു എന്ന് നമ്മൾ കണ്ടു. അതുപോലെ തന്നെ അദ്ദേഹത്തിന് ഒട്ടുമറിയാത്ത ഒരു വിഷയമായിരുന്നു ജീവനെങ്ങനെ ഉണ്ടായി എന്നതും. അചേതന വസ്തുക്കളിൽനിന്നും ജീവികൾ ഉണ്ടാവുന്നു എന്ന വിശ്വാസം തെറ്റാണെന്ന് ഡാർവിന് മുൻപുതന്നെ തെളിയിക്കപ്പെട്ടിരുന്നു. ഫ്രാൻസിസ് കോ റെഡി ആദ്യമായി കണ്ടെത്തിയ ഈ വസ്തുത പതിനെട്ടാം നൂറ്റാണ്ടിൽ ഇറ്റാലിയൻ പുരോഹിതനായ സ്പല്ലാൻസാനിയും മഹാനായ ലൂയി പാസ്ചറും ശരിവച്ചു. ലീവാൻഹുക്ക് 18-ാം നൂറ്റാണ്ടിൽ സൂക്ഷ്മദർശിനി കണ്ടുപിടിച്ചതോടെ സൂക്ഷ്മജീവികളുടെ സാന്നിദ്ധ്യം സംശയാതീതമായി തെളിയിക്കപ്പെട്ടിരുന്നു. ഡാർവിന്റെ പൊതു പൂർവ്വികനെന്ന ആശയത്തെ പിന്തുടർന്ന് ചെന്നാൽ ഏകകോശ ജീവികളിലെത്തിപ്പെടാം. അവിടെ അന്വേഷണം വഴിമുട്ടി നില്ക്കുന്നു. എങ്ങനെയാണ് ആദ്യത്തെ ഏകകോശ ജീവി ഉണ്ടായത്? എന്തായിരുന്നു അതിന്റെ ഘടന? എന്തെല്ലാം പദാർത്ഥങ്ങൾ കൂടിച്ചേർന്നാണ് ആദിമ കോശം ഉണ്ടായത്? ഇതിന്റെയൊന്നും ഉത്തരം ഡാർവിൻ തരുന്നില്ല. ജീവന്റെ രാസപരിണാമം എന്ന് ഇന്ന് നമ്മൾ വിളിക്കുന്ന ആ പ്രക്രിയയെക്കുറിച്ച് അദ്ദേഹം ആലോചിച്ചതായി തോന്നുന്നില്ല. എങ്കിലും ജീവൻ എങ്ങനെ ഉത്ഭവിച്ചു എന്ന ചോദ്യത്തിനും ഒരു ഉത്തരം ലഭിക്കുമെന്ന ആത്മവിശ്വാസം ശാസ്ത്രലോകത്തിന് ഉണ്ടാവാൻ കാരണമായതും ഡാർവിന്റെ സിദ്ധാന്തമാണ്. *ജീവജാതികളുടെ ഉത്ഭവം* പ്രസിദ്ധീകരിച്ച് ഏകദേശം നൂറുവർഷത്തിനുശേഷം കൃത്യമായി പറഞ്ഞാൽ 1953 ൽ ശാസ്ത്രം അതിന്റെ ഉത്തരം കണ്ടെത്തുകയും ചെയ്തു.

ആദിമഭൂമിയിലേതിന് സമാനമായ ഒരന്തരീക്ഷം പരീക്ഷണശാലയിൽ സൃഷ്ടിച്ച് ജലം, അമോണിയ, മിഥേൻ എന്നിവയുടെ സംയോജനത്താൽ അമിനോ ആസിഡ് തന്മാത്ര നിർമ്മിച്ചതാണ് ആ മഹാസംഭവം. ഹാരോൾഡ് യൂറേ, സ്റ്റാൻലി മില്ലർ എന്നീ ജൈവരസതന്ത്രജ്ഞരാണ് ഈ പരീക്ഷണങ്ങൾക്ക് നേതൃത്വം നല്കിയത്. അമിനോ ആസിഡുകൾ ചേർന്നാണ് മാംസ്യം ഉണ്ടാവുന്നത്. മാംസ്യം അഥവാ പ്രോട്ടീനാണ് ജീവകോശങ്ങളിലെ ഏറ്റവും പ്രധാന ഘടകം.

ജൈവ-അജൈവ പദാർത്ഥങ്ങളെ തമ്മിൽ എങ്ങനെ തിരിച്ചറിയാം? അവ തമ്മിലുള്ള വ്യത്യാസമെന്ത്? ഈ ചോദ്യങ്ങളുടെ ഉത്തരങ്ങൾ പലതും ആശയക്കുഴപ്പമുണ്ടാക്കുന്നവയായിരുന്നു. ഇത്തരം ചോദ്യങ്ങൾക്കും സംശയാതീതമായ മറുപടി ഡാർവിന്റെ സിദ്ധാന്തത്തിലുണ്ട് എന്ന് വിശ്വസിക്കുന്നവരുണ്ട്. അവരുടെ അഭിപ്രായത്തിൽ പ്രകൃതിനിർദ്ധാരണത്തിലൂടെ ജീവപരിണാമത്തിന് വിധേയമാവുന്നവയെല്ലാം ജീവവസ്തുക്കളാണ്.

ഊർജതന്ത്രം, രസതന്ത്രം തുടങ്ങിയ ശാസ്ത്രശാഖകൾക്ക് തുല്യമായ ഒരു സ്ഥാനം ജീവശാസ്ത്രം നേടിയെടുത്തെന്ന് പറഞ്ഞല്ലോ. ചില പ്രത്യേക നിയമങ്ങൾക്ക് വിധേയമായി പ്രവർത്തിക്കുന്നവയാണ് ശാസ്ത്രശാഖകളെല്ലാം. ന്യൂട്ടന്റെ ചലനനിയമങ്ങൾ അനുസരിക്കുന്ന ഒരു വസ്തു എങ്ങനെ പെരുമാറുമെന്ന് ഊർജതന്ത്രം പഠിച്ച ആർക്കും പ്രവചിക്കാൻ കഴിയും. ഇത്തരമൊരു പ്രവചനം ജീവശാസ്ത്രത്തിൽ അസാദ്ധ്യമാണ്. കാരണം വ്യതിയാനങ്ങൾ പ്രത്യക്ഷപ്പെടുന്നത് അപ്രതീക്ഷിതമായ രീതിയിലാണ്. അത് എല്ലായ്പ്പോഴും ജീവികൾക്ക് ഗുണകരമാകണമെന്നില്ല. എങ്കിലും വ്യതിയാനങ്ങൾ ഉണ്ടാവുന്നു എന്ന യാഥാർത്ഥ്യത്തെ അംഗീകരിക്കലാണ് പ്രകൃതിനിർദ്ധാരണത്തെ മനസ്സിലാക്കാനുള്ള ആദ്യത്തെ ചവിട്ടുപടി. ഏത് വ്യതിയാനത്തെയാണ് പ്രകൃതിനിർദ്ധാരണത്തിലൂടെ പ്രോത്സാഹിപ്പിക്കുക എന്ന് പറയാനാവാത്തതിനാൽ പരിണാമത്തിൽ ആകസ്മികതയ്ക്കും ഒരു പങ്കുണ്ടെന്ന് വരുന്നു. എന്നാൽ രസതന്ത്രത്തിലോ ഊർജതന്ത്രത്തിലോ ഇത്തരമൊരു യാദൃച്ഛികതയ്ക്ക് സാദ്ധ്യതയില്ല.

ഒരു പ്രത്യേക ശാസ്ത്രശാഖയായി ജീവശാസ്ത്രത്തെ മാറ്റിയെടുക്കുക മാത്രമല്ല ഡാർവിൻ ചെയ്തത്. വളരെ കൃത്യമായ ചട്ടപ്പടിയുള്ള ഒരു ഗവേഷണ പദ്ധതി, ആർക്കും മാതൃകയായി സ്വീകരിക്കാവുന്ന ഒന്ന് ശാസ്ത്രജ്ഞരുടെ മുന്നിൽ വയ്ക്കുകകൂടിയാണ്. വളരെ ലളിതമായ ഭാഷയിൽ ഡാർവിൻ എഴുതിയ *ജീവജാതികളുടെ ഉത്ഭവം* പിന്നീടുണ്ടായ ഏത് ഗവേഷണ പ്രബന്ധത്തോടും കിടപിടിക്കുന്ന ഒന്നാണ്. "എത്ര ലളിതം! എനിക്ക് ഇതുവരെയും ഇങ്ങനെ തോന്നിയില്ലല്ലോ" എന്നാണ് അത് വായിച്ചശേഷം ഇംഗ്ലീഷ് പ്രകൃതിശാസ്ത്രജ്ഞനായ തോമസ് ഹെൻറിഹക്സലി പ്രതികരിച്ചത്. ഡാർവിന്റെ സുഹൃത്തും സഹപ്രവർത്തകനുമായിരുന്ന ഹക്സലി പിന്നീട് ഡാർവിനിസത്തിന്റെ സജീവ പ്രചാരകനായി മാറി. നാം ഇന്നറിയുന്ന ജീവശാസ്ത്രത്തിന്റെ ശാഖകളായ ഭ്രൂണശാസ്ത്രം, പരിസ്ഥിതിശാസ്ത്രം, ജൈവരസതന്ത്രം, മനുഷ്യ ഫോസിലുകളെക്കുറിച്ചുള്ള പഠനം തുടങ്ങിയവയുടെ ഹരിശ്രീ മാത്രം കുറിച്ചിരുന്ന ഒരു കാലത്താണ് ഇത്തരമൊരു പഠനം ഡാർവിൻ നടത്തിയതെന്നുമോർക്കണം.

ജീവശാസത്രത്തെ ഈശ്വരസഹായമില്ലാതെ സ്വന്തം കാലുകളിൽ നിവർന്നു നില്ക്കാവുന്ന ഒരു ശാസ്ത്രമാക്കി മാറ്റിയത് ഡാർവിനാണ്. എന്നാൽ അദ്ദേഹം പറഞ്ഞതെല്ലാം ശരിയാണെന്ന് കടുംപിടുത്തക്കാരായ ഡാർവിനിസ്റ്റുകൾ പോലും പറയില്ല. ഡാർവിനും അങ്ങനെ അവകാശപ്പെട്ടിട്ടില്ല. പക്ഷേ ഡാർവിന്റെ സിദ്ധാന്തം നിഷേധിക്കപ്പെടാനാവാത്ത ഒരു ശാസ്ത്രവസ്തുതയായി അംഗീകാരം നേടി. യാഥാസ്ഥിതികത്വത്തിന്റെ കൂടാരത്തിൽ വിശ്രമിച്ചിരുന്ന വിക്ടോറിയൻ പൊതുബോധത്തിലേ

ക്കാണ് അതൊരു കൊടുങ്കാറ്റായി ചെന്നടിച്ചത്. അത്യധികം ലളിതവും നേർക്കുനേർ സംവദിക്കുന്നതുമായതിനാൽ ആർക്കുമത് നിഷേധിക്കാനുമായില്ല. കാരണം, ചോദിക്കാൻ സാദ്ധ്യതയുള്ള മിക്ക ചോദ്യങ്ങൾക്കും ഡാർവിൻ ഉത്തരങ്ങൾ പറഞ്ഞു കഴിഞ്ഞിരുന്നു.

ഡാർവിനിസത്തെക്കുറിച്ചെഴുതിയ തന്റെ കൃതിയിൽ ആൽഫ്രഡ് വാലസ് ഡാർവിനെ ജീവശാസ്ത്രത്തിലെ ന്യൂട്ടൺ എന്നാണ് വിശേഷിപ്പിച്ചത്. നല്ലൊരു താരതമ്യമാണത്. ഊർജതന്ത്രത്തെ ന്യൂട്ടന് മുൻപും ന്യൂട്ടന് ശേഷവും എന്ന് വിഭജിക്കുന്നതുപോലെ നമുക്ക് ജീവശാസ്ത്രത്തെ ഡാർവിന് മുൻപും ഡാർവിന് ശേഷവും എന്ന് വിഭജിക്കാം. ന്യൂട്ടന്റെ കാര്യത്തിൽ ഒരു പ്രശ്നമേയുള്ളൂ. അദ്ദേഹം എഴുതിയ കാര്യങ്ങൾ മനസ്സിലാക്കണമെങ്കിൽ സാധാരണക്കാർക്ക് ഒരു അദ്ധ്യാപകന്റെയോ എഴുത്തുകാരന്റെയോ വ്യാഖ്യാനങ്ങൾ വേണം. എന്നാൽ ഡാർവിനിസത്തിലേക്ക് ഒരു വ്യാഖ്യാതാവിന്റെ കൈത്താങ്ങില്ലാതെ ഏത് സാധാരണക്കാരനും കടന്നുചെല്ലാം.

മെൻഡലിസം വീണ്ടും കണ്ടെത്തുകയും ജനിതകശാസ്ത്രം കരുത്തോടെ വളരാൻ തുടങ്ങുകയും ചെയ്ത ഇരുപതാം നൂറ്റാണ്ടിന്റെ ആദ്യദശകങ്ങളിൽ, ഏകദേശം 1925 വരെ ഡാർവിനിസത്തിന്റെ യശസ്സിന് അല്പം മങ്ങലേറ്റതായി കണ്ടല്ലോ. ഡാർവിനിസം മരിച്ചു കഴിഞ്ഞു എന്നുവരെ ചില വിവരദോഷികൾ പറയുകയുണ്ടായി. എന്നാൽ നിയോഡാർവിനിസത്തിലൂടെ ഡാർവിൻ ഉയിർത്തെഴുന്നേല്ക്കുന്നതാണ് കഴിഞ്ഞ നൂറ്റാണ്ട് പിന്നീട് കണ്ടത്. ജീവശാസ്ത്രത്തിൽ പിന്നീട് വന്ന ഒരു സിദ്ധാന്തവും ഡാർവിനിസത്തെ പൂർണ്ണമായും നിഷേധിച്ചിട്ടില്ല എന്നതാണ് സത്യം. ജനിതകശാസ്ത്രവും ജൈവരസശാസ്ത്രവുമെല്ലാം ഡാർവിനിസവുമായി തികഞ്ഞ സഹവർത്തിത്വം പുലർത്തിയാണ് മുന്നേറിയത്.

തന്റെ സിദ്ധാന്തത്തിന്റെ ഭാവിയെക്കുറിച്ച് ഡാർവിന് വലിയ ഉൽക്കണ്ഠയൊന്നും ഉള്ളതായി തോന്നുന്നില്ല. തന്റെ അഭിപ്രായങ്ങൾ പ്രകൃതിവിജ്ഞാന രംഗത്ത് വിപ്ലവാത്മകമായ പരിവർത്തനങ്ങൾ വരുത്തുമെന്ന കാര്യത്തിൽ അദ്ദേഹത്തിന് സംശയമേ ഉണ്ടായിരുന്നില്ല. സ്പീഷീസുകൾക്കിടയിൽ നിലവിലുള്ള വംശപരമായ ബന്ധങ്ങൾ മനസിലാവുന്നതോടെ വിവിധയിനം ജീവികൾക്കിടയിൽ ശരീരഘടനയുടെയും, മറ്റു കാര്യങ്ങളിലുമുള്ള സാദൃശ്യങ്ങളുടെയും വ്യത്യാസങ്ങളുടെയും കാരണങ്ങളും വ്യക്തമാവും. ഒരു ബൃഹത്തായ യന്ത്രം കാണുമ്പോൾ അത് രൂപകല്പന ചെയ്ത് നിർമിക്കാൻ വേണ്ടി വന്നിട്ടുള്ള ആലോചനകളുടേയും പരിശ്രമങ്ങളുടെയും പരാജയങ്ങളുടെയും നീണ്ട ചരിത്രം നമ്മുടെ മനസ്സിലൂടെ കടന്നുപോവുന്നു. അതുപോലെ ഒരു ജീവിയെ കാണുമ്പോൾ അവ പ്രദർശിപ്പിക്കുന്ന നൈസർഗ്ഗിക വാസനകളും അതിന്റെ സങ്കീർണ്ണമായ അവയവഘടനയും നിരീക്ഷിക്കുമ്പോൾ പ്രകൃതിയിൽ

അനേക വർഷങ്ങളായി നടക്കുന്ന ആസൂത്രണ പുനരാസൂത്രണ പ്രക്രിയയെക്കുറിച്ച് നമ്മൾ ഓർത്തുപോവുന്നു. നമുക്ക് മനസ്സിലാക്കാൻ പറ്റാത്തതായി ഒന്നും ആ ജീവിയിലില്ല എന്ന അറിവ് പ്രകൃതിശാസ്ത്ര പഠനം കൂടുതൽ രസകരമാകുന്നു. ഇതോടൊപ്പം പ്രകൃതിശാസ്ത്രത്തിൽ അനേകം പുതിയ പഠനമേഖലകളും വരുമെന്ന് ഡാർവിൻ പ്രവചിക്കുന്നു. ശാരീരികമായ സവിശേഷതകൾ മാത്രമല്ല, മാനസികമായ കഴിവുകളും പടിപടിയായി ഉണ്ടായതാണെന്ന് ബോദ്ധ്യപ്പെടുന്നതോടെ മനഃ ശാസ്ത്രം പുതിയൊരടിത്തറ നേടിയെടുക്കും. ഇനിയും ഗവേഷണമർഹിക്കുന്ന അനേകം പുതിയ മേഖലകൾ നമ്മുടെ മുന്നിൽ വെട്ടിത്തുറക്കപ്പെടും എന്ന് പറയുമ്പോൾ തനിക്കു പിന്നാലെ തന്നേക്കാൾ പ്രഗത്ഭരായ അനേകം ഗവേഷകർ കടന്നുവരുമെന്ന് പറയാതെ പറയുകയല്ലേ അദ്ദേഹം ചെയ്യുന്നത്? അപ്പോൾ ഡാർവിൻ ന്യൂട്ടനല്ല, തന്റെ പ്രഗത്ഭരായ പിൻഗാമിക്ക് വഴിയൊരുക്കാൻ വന്ന സ്നാപകയോഹന്നാനാണെന്ന് പറയാം. എന്നാൽ പിൻഗാമികൾ ഒരുപാട് വന്നെങ്കിലും അവരാരും ഡാർവിനോളം മാനവ ചരിത്രത്തിൽ ഇടം നേടിയില്ലെന്നും നമുക്കറിയാം.

ശാസ്ത്രത്തിൽ താല്പര്യമുള്ളവർ മാത്രമല്ല ഡാർവിന്റെ പ്രകൃതി നിർദ്ധാരണ സിദ്ധാന്തത്തിലേക്ക് ആകർഷിക്കപ്പെട്ടത്. ചരിത്രകാരന്മാർക്കും സാമൂഹ്യശാസ്ത്രജ്ഞർക്കും രാഷ്ട്രീയരംഗത്ത് പ്രവർത്തിക്കുന്നവർക്കും ഈ പുതിയ സിദ്ധാന്തത്തിൽ താല്പര്യമുണ്ടായി. ആദ്യമായിട്ടാണ് ഒരു ശാസ്ത്രജ്ഞൻ പഴയതിൽനിന്നും പുതിയതിലേക്കുള്ള മാറ്റത്തെക്കുറിച്ച് അല്ലെങ്കിൽ പുരോഗതിയെക്കുറിച്ച് പറയുന്നത്. ഊർജതന്ത്രത്തിലും രസതന്ത്രത്തിലും പണ്ടെങ്ങനെയായിരുന്നു എന്നറിയാതെ തന്നെ ഇന്നൊരു കണ്ടുപിടുത്തം നടത്താം. അതിന്റെ ഗുണഫലങ്ങൾ അനുഭവിക്കാം. എന്നാൽ പ്രകൃതിചരിത്രത്തിലെ തുടർച്ചയെക്കുറിച്ചറിയാതെ ഒരാൾക്കും പരിണാമമെന്ന ആശയം ഉൾക്കൊള്ളാനാവില്ല.

ഡാർവിന് മുൻപ് പരിണാമം നടന്നു എന്ന് പറഞ്ഞവരെല്ലാം തന്നെ എവിടെയോ എല്ലാം നിയന്ത്രിക്കുന്ന നിഗൂഢമായൊരു ശക്തിയുടെ സാന്നിദ്ധ്യം സൂചിപ്പിക്കുന്നുണ്ട്. ഡാർവിന്റെ മുൻഗാമികളിൽ ലാമാർക്കും റോബർട്ട് ചേംബേഴ്സുമാണ് ഒന്ന് മറ്റൊന്നിൽ നിന്നുണ്ടായി എന്ന് പറഞ്ഞത്. എന്നാൽ അവരും പുതിയ ജീവിവർഗ്ഗങ്ങളുണ്ടാവുന്നതിന്റെ പിന്നിൽ പ്രവർത്തിക്കുന്ന അദൃശ്യഹസ്തത്തെ നിഷേധിക്കുന്നില്ല. ഡാർവിൻ പറഞ്ഞതുപോലെ ഒരു പൊതു പൂർവ്വികനെക്കുറിച്ച് ഇതുവരെ മറ്റാരും പറഞ്ഞിട്ടുമില്ല.

ഡാർവിന് താൻ ജീവിച്ച കാലഘട്ടത്തിന്റെ ആനുകൂല്യവും ലഭിക്കുകയുണ്ടായി. ഫ്രഞ്ച് വിപ്ലവത്തിൽനിന്ന് ഉയിർക്കൊണ്ട സ്വാതന്ത്ര്യത്തെയും സമത്വത്തെയും കുറിച്ചുള്ള ആശയങ്ങൾ ഇംഗ്ലീഷ് ചാനൽ കടന്ന് ഇംഗ്ലണ്ടിലുമെത്തിയിരുന്നു എന്ന് മുൻപേ പറഞ്ഞല്ലോ. ഭരണകൂ

ടത്തിനും ആംഗ്ലിക്കൻ ചർച്ചിനും തടഞ്ഞുനിർത്താനാവാത്ത തരത്തിൽ ഈ ആശയങ്ങൾ ജനങ്ങൾക്കിടയിൽ, പ്രത്യേകിച്ചും തൊഴിലാളികൾക്കിടയിൽ പ്രചരിച്ചിരുന്നു. ജനാധിപത്യവാദികളും സോഷ്യൽ ഡെമോക്രാറ്റുകളും പള്ളിയെയും ഭരണവർഗ്ഗത്തെയും വിമർശിക്കാൻ ലാമാർക്കിനെ കൂട്ടുപിടിച്ചിരുന്നു. ആന്തരിക ശക്തികൊണ്ട് താഴ്ന്ന പടിയിലുള്ള ജീവികൾക്ക് സ്വയം മാറ്റത്തിന് വിധേയമായി മെച്ചപ്പെട്ട ജീവിവർഗ്ഗമാവാൻ കഴിയുമെന്നാണല്ലോ ലാമാർക്ക് പറയുന്നത്. സ്വയം സംഘടിതരാവുന്ന തൊഴിലാളിവർഗ്ഗത്തിനും സ്വന്തം കരുത്തിന്റെ ബലത്തിൽ, അടിച്ചമർത്തപ്പെട്ട അവസ്ഥയിൽനിന്നും ഉയിർത്തെഴുന്നേല്ക്കാം എന്നൊരു സന്ദേശം അവർ ഇതിൽ കണ്ടെത്തി. ഒരു ജീവിയും ദൈവത്താൽ പ്രത്യേകം സൃഷ്ടിക്കപ്പെട്ടതല്ലെന്നും ഒരു പൊതു പൂർവ്വികന്റെ പിൻഗാമികളാണ് എല്ലാ സ്പീഷീസുകളുമെന്ന ഡാർവിന്റെ ആശയം അവരെ ആവേശഭരിതരും ആഹ്ലാദചിത്തരുമാക്കി.

ജീവശാസ്ത്രത്തെ തത്ത്വശാസ്ത്രത്തോട് കൂടുതൽ അടുപ്പിച്ചു എന്നതാണ് ഡാർവിന്റെ മറ്റൊരു വലിയ സംഭാവന. പത്തൊൻപതാം നൂറ്റാണ്ട് അനേകം ശാസ്ത്രീയ കണ്ടുപിടുത്തങ്ങൾക്ക് സാക്ഷ്യം വഹിച്ചിട്ടുണ്ട്. അവയിൽ അധികവും വ്യവസായങ്ങളുമായി നേരിട്ട് ബന്ധമുള്ള ശാസ്ത്രശാഖകളിലും സാങ്കേതിക വിദ്യാരംഗത്തുമായിരുന്നു. മുതലാളിത്ത ഉല്പാദന രീതികൾക്കും ഉല്പാദന ശക്തികൾക്കും വികാസമുണ്ടാക്കാനാണവ ഉപയോഗിക്കപ്പെട്ടത്. അതുകൊണ്ട് തന്നെ മാനവികതയുടെ എതിർപക്ഷത്തായിട്ടാണ് അവയെ തത്ത്വചിന്തകന്മാർ കണ്ടത്. എന്നാൽ ഉല്പാദന മേഖലയ്ക്ക് ചൂഷണം ചെയ്യാനാവാത്ത ഒരു ദർശനവുമായാണ് ഡാർവിൻ അവതരിച്ചത്. അമീബ മുതൽ മനുഷ്യൻവരെ സർവ്വജീവജാലങ്ങളെയും സ്പർശിക്കുന്ന ഒന്നായിരുന്നു അത്. എന്നാൽ അത് മനസ്സിലാക്കാൻ നിങ്ങൾക്ക് പരീക്ഷണശാലകളോ കൂറ്റൻയന്ത്രങ്ങൾ കറങ്ങുന്ന വ്യവസായശാലകളോ വേണ്ട. പുൽനാമ്പുകളും പൂക്കളും പറവകളും പുൽച്ചാടികളും ഡാർവിന്റെ സിദ്ധാന്തത്തിന്റെ തെളിവുകളായി വായനക്കാരെ തേടി വന്നു. മുൻപൊരിക്കലും ഉണ്ടായിട്ടില്ലാത്ത അപൂർവ്വമായ അനുഭവം രാഷ്ട്രീയക്കാരും തത്ത്വചിന്തകരും മാനവികതാവാദികളുമെല്ലാം ഡാർവിന്റെ പുസ്തകം തേടിച്ചെന്നു.

ചാൾസ് ഡാർവിന്റെ കൃതിയുടെ ഒന്നാം പതിപ്പ് അച്ചടിച്ച ദിവസം തന്നെ വിറ്റുപോയി എന്ന് പറഞ്ഞല്ലോ. അതിലൊന്ന് സ്വന്തമാക്കിയത് എംഗൽസായിരുന്നു. ശാസ്ത്രത്തിന്റെ വികാസവഴിയിലെ മൂന്ന് സുപ്രധാന നാഴികക്കല്ലുകളിൽ ഒന്നായിട്ടാണ് എംഗൽസ് ഡാർവിന്റെ പരിണാമസിദ്ധാന്തത്തെ വിശേഷിപ്പിക്കുന്നത്.

എംഗൽസിന്റെ അഭിപ്രായത്തിൽ ഊർജ്ജസംരക്ഷണത്തെക്കുറിച്ചും ഊർജ്ജത്തിന്റെ രൂപാന്തരണത്തെക്കുറിച്ചും മനുഷ്യൻ നേടിയ അറി

വാണ് അതുവരെ നിഗൂഢമായിക്കരുതപ്പെട്ടിരുന്ന പലതിനേയും കേവല പ്രകൃതിശാസ്ത്ര വസ്തുതകളാക്കി മാറ്റിയത്. ചൂട്, പ്രകാശം, വൈദ്യുതി, കാന്തികബലം തുടങ്ങിയവയൊക്കെ വിശദീകരിക്കാനാവാത്തതും രഹസ്യാത്മകത നിറഞ്ഞതുമാണെന്ന വിശ്വാസത്തെ അത് തകർത്തുകളഞ്ഞു. എല്ലാം ഒരേ ഊർജ്ജത്തിന്റെ പ്രത്യേക രൂപങ്ങളും അസ്തിത്വരീതികളുമാണെന്ന് തെളിയിക്കപ്പെട്ടതോടെ പ്രകൃതിയിലെ എല്ലാ ചലനത്തിന്റെയും ഏകത്വത്തിന് ശാസ്ത്രീയ വിശദീകരണം ലഭിക്കുകയായി.

1838 ലും 39 ലുമായി കണ്ടെത്തിയ കോശസിദ്ധാന്തമാണ് മറ്റൊരു വലിയ സംഭവം. എം ജെ ഷ്‌ളീഡൻ, തിയോഡർ ഷ്വാൻ എന്നീ ജർമ്മൻ ശാസ്ത്രജ്ഞരാണ് എല്ലാ സസ്യങ്ങളുടെയും ജന്തുക്കളുടെയും ശരീരം കോശങ്ങളാൽ നിർമ്മിതമാണെന്ന് പ്രസ്താവിച്ചത്. എന്നുമാത്രമല്ല പഴയ കോശങ്ങളുടെ വിഭജനത്തിലൂടെയാണ് പുതിയ കോശങ്ങളുണ്ടാവുന്നതെന്നും അവർ പ്രസ്താവിച്ചു. ജീവികളുടെ ഘടന, വളർച്ച എന്നിവയെ ആവരണം ചെയ്തിരുന്ന നിഗൂഢതയാണ് ഇതോടെ ഇല്ലാതായത്. ഒരു ബഹുകോശജീവിയുടെ വളർച്ച ചില പ്രകൃതിനിയമങ്ങൾക്കനുസരിച്ച് നടക്കുന്ന കോശവിഭജനങ്ങളാണെന്ന് അതോടെ വ്യക്തമായി. അപ്പോഴും ഒരു ചോദ്യം അവശേഷിക്കുന്നുണ്ടായിരുന്നു.

മനുഷ്യനുൾപ്പെടെയുള്ള എല്ലാ ബഹുകോശജീവികളും കോശവിഭജനമനുസരിച്ച് ഒരൊറ്റ കോശത്തിൽനിന്നാണ് വളർന്നുവരുന്നതെങ്കിൽ ഈ ജീവികൾക്കിടയിൽ കാണുന്ന അനന്തമായ വൈവിദ്ധ്യത്തിന്റെ കാരണമെന്താണ്?

ഈ ചോദ്യത്തിന്റെ ഉത്തരം നല്കുന്നതുകൊണ്ടാണ് എംഗൽസ് പരിണാമ സിദ്ധാന്തത്തെ മൂന്നാമത്തെ മഹത്തായ കണ്ടുപിടുത്തമായി എണ്ണുന്നത്. ഏറ്റവും ലളിതമായ രൂപങ്ങൾതൊട്ട് ഇന്ന് നാം കാണുന്ന വൈവിദ്ധ്യപൂർണ്ണവും സങ്കീർണ്ണവുമായ രൂപങ്ങൾ വരെയുള്ളതും മനുഷ്യനിൽ അവസാനിക്കുന്നതുമായ ഒരു പരിണാമ പരമ്പര സ്ഥാപിക്കപ്പെട്ടു കഴിഞ്ഞതായി എംഗൽസ് മനസ്സിലാക്കി. എന്നുമാത്രമല്ല, അതിന്റെ ഫലമായി പ്രകൃതിയുടെ നിലവിലുള്ള ജൈവവ്യവസ്ഥയ്ക്ക് ഒരു വിശദീകരണം നല്കാൻ കഴിയുമെന്നും മനുഷ്യമനസിന്റെ വികാസത്തെക്കുറിച്ചുള്ള പഠനത്തിന് ഒരടിത്തറ ലഭിക്കുന്നുണ്ടെന്നും ഏംഗൽസ് എഴുതി.

കാൾ മാർക്സിന്റെ അടുത്ത സുഹൃത്തും രാഷ്ട്രീയ പ്രവർത്തനങ്ങളിലെ സഹപ്രവർത്തകനുമായിരുന്നു എംഗൽസ്. 1843 ലാണ് ഇരുവരും കണ്ടുമുട്ടിയത്. 1883 ൽ മാർക്സ് മരിക്കുന്നതുവരെ അവരുടെ സൗഹൃദം നിലനിന്നു. ലോകചരിത്രത്തിൽത്തന്നെ സമാനതകളില്ലാത്ത ഒരു ചങ്ങാത്തമായിരുന്നു അത്. ഏത് പുതിയ ആശയവും അവർ പരസ്പരം പങ്കിട്ടിരുന്നു. സ്വാഭാവികമായും ഡാർവിന്റെ പുസ്തകം വായിച്ചുകൊണ്ടിരിക്കെ എംഗൽസ് മാർക്സിന് ഇങ്ങനെ എഴുതി.

> ഞാനിപ്പോൾ വായിച്ചുകൊണ്ടിരിക്കുന്ന ഡാർവിന്റെ കൃതി ഉജ്ജ്വലമായിട്ടുണ്ട്. പ്രകൃതിയുടെ പരിണാമപരമായ ചരിത്രത്തെ അവതരിപ്പിക്കാൻ ഇത്ര മഹത്തായൊരു ശ്രമം ഇതുവരെ നടന്നിട്ടില്ല. ഇത് ഫലപ്രദമായിട്ടുണ്ട്.

തന്റെ വായന കഴിഞ്ഞയുടൻ എംഗൽസ് പുസ്തകം മാർക്സിന് കൈമാറി. പുസ്തകം വായിച്ച ശേഷം 1860 ഡിസംബർ 19-ാം തീയതി മാർക്സ് എംഗൽസിനെഴുതി: "പരുക്കൻ ഇംഗ്ലീഷ് മട്ടിലാണ് വാദഗതികളെങ്കിലും, നമ്മുടെ വീക്ഷണത്തിന് പ്രകൃതി ചരിത്രപരമായ ഒരടിത്തറ നല്കുന്ന ഗ്രന്ഥമാണിത്."

13

എല്ലാം മാറിക്കൊണ്ടിരിക്കുന്നു

ആയിരത്തി എണ്ണൂറ്റി നാൽപ്പത്തിഒൻപതിലാണ് മാർക്സ് കുടുംബസമേതം സ്ഥിരതാമസത്തിനായി ലണ്ടനിലെത്തുന്നത്. അതിന് മുൻപ് 1845 ൽ അദ്ദേഹം ഇംഗ്ലണ്ടിൽ വരികയും വ്യവസായ നഗരമായ മാഞ്ചസ്റ്റർ സന്ദർശിക്കുകയും ചെയ്തിരുന്നു. ഗാലപ്പാഗോസ് ദ്വീപുകളിൽ ഡാർവിൻ കണ്ടതുപോലെ ഒരു വിചിത്രമായ ലോകമാണ് മാർക്സ് അവിടെ കണ്ടത്. മനുഷ്യാവസ്ഥകളുടെ ഏറ്റവും ദുരിതപൂർണ്ണമായ കാഴ്ചകളാണ് മാർക്സ് കണ്ടത് എന്ന വ്യത്യാസം മറന്നുകൊണ്ടല്ല ഇങ്ങനെയെഴുതുന്നത്.

ദരിദ്രരായ തൊഴിലാളികളുടെ ദയനീയമായ ജീവിതസാഹചര്യങ്ങൾ മാർക്സിനെ ഞെട്ടിച്ചു. സമൂഹത്തിലെ ഉന്നത സ്ഥാനത്തിരിക്കുന്നവർ പവിത്രമെന്നും മഹത്തരമെന്നും കരുതിയിരുന്ന മൂല്യങ്ങൾക്കൊന്നും അവരുടെ ജീവിതത്തിൽ ഒരു സ്ഥാനമുണ്ടായിരുന്നില്ല. കുടുംബബന്ധങ്ങൾ അക്ഷരാർത്ഥത്തിൽ തന്നെ തകർന്നടിയുകയായിരുന്നു. ജോലിക്ക് പോവുമ്പോൾ അമ്മമാർ മക്കൾക്ക് കഞ്ചാവ് കൊടുത്ത് ഉറക്കുന്നത് മാർക്സ് കണ്ടു. ഭാരമൊഴിവാക്കാൻ മാതാപിതാക്കൾ പെൺകുട്ടികളെ പന്ത്രണ്ടാം വയസ്സിൽ കല്യാണം കഴിച്ചയക്കുന്നു. നേരത്തെ തന്നെ വ്യക്തമായ ഒരു രാഷ്ട്രീയ ചിന്താഗതി രൂപപ്പെടുത്തിയിരുന്ന മാർക്സിന് താനെവിടെ നില്ക്കണം എന്ന കാര്യത്തിൽ സംശയാതീതമായ ഒരു തീരുമാനമെടുക്കാൻ ദയാരഹിതമായ ദാരിദ്ര്യത്തിന്റെ ഈ നേർക്കാഴ്ചകൾ സഹായിച്ചിരിക്കണം.

ഡാർവിൻ മാർക്സിന് ഒരു പ്രചോദനമോ വഴികാട്ടിയോ ഒന്നുമായിരുന്നില്ല. കാരണം ഡാർവിന്റെ കൃതി വായിക്കുന്നതിനും വളരെ മുൻപെ മാർക്സും എംഗൽസും തങ്ങളുടെ രാഷ്ട്രീയസിദ്ധാന്തം രൂപപ്പെടുത്തി

യിരുന്നു. മനുഷ്യഭാഗധേയം നിർണ്ണയിച്ച വിശ്വാസപ്രമാണമായ *കമ്യൂണിസ്റ്റ് മാനിഫെസ്റ്റോ* ഇരുവരും ചേർന്നെഴുതിയത് 1848 ലാണ്. ഈ ലോകത്തിന്റെ മനസ്സാണ് മാർക്സ് മാറ്റിയത് എന്ന് ബർണാഡ്ഷാ പറഞ്ഞു. ലോകത്തിന്റെ മനസ്സുമാറ്റിയ മാർക്സിന് 1860 ൽ ഡാർവിന്റെ സിദ്ധാന്തങ്ങൾ വായിച്ച് മാറ്റം വരാനൊന്നുമുണ്ടായിരുന്നില്ല. അതേസമയം തങ്ങളുടെ സിദ്ധാന്തത്തിന് ശാസ്ത്രരംഗത്തു നിന്ന് കിട്ടിയ ഒരു ശക്തമായ പിൻബലമായിട്ടാണ് മാർക്സും ഡാർവിനിസത്തെ കണ്ടത്. അതുകൊണ്ടാണ് തങ്ങളുടെ വീക്ഷണത്തിന് പ്രകൃതിശാസ്ത്രപരമായ അടിത്തറ ഡാർവിന്റെ കൃതി നല്കുന്നു എന്ന് മാർക്സ് എഴുതിയത്. എന്നു മാത്രമല്ല, തന്റെ *മൂലധന*ത്തിൽ ഡാർവിന്റെ *ജീവജാതികളുടെ ഉത്ഭവ*ത്തെ ഒരു നവയുഗത്തിന് നാന്ദി കുറിക്കുന്ന കൃതി എന്ന് മാർക്സ് വിശേഷിപ്പിക്കുകയും ചെയ്തു.

എംഗൽസിനെപ്പോലെ ശാസ്ത്രവിഷയങ്ങളിൽ അഗാധജ്ഞാനമുള്ള ആളായിരുന്നില്ല മാർക്സ്. “താങ്കളെപ്പോലെ ഞാനും ഇനി ശാസ്ത്രവിഷയങ്ങളിൽ കൂടുതൽ ശ്രദ്ധയൂന്നാൻ പോവുകയാണ്” എന്ന് ഒരിടയ്ക്ക് അദ്ദേഹം എംഗൽസിന് എഴുതുന്നുമുണ്ട്. എങ്കിലും സമകാലിക ശാസ്ത്രരംഗത്തുണ്ടായ എല്ലാ മുന്നേറ്റങ്ങളും അദ്ദേഹം ശ്രദ്ധിച്ചിരുന്നു. ഒരു ശാസ്ത്രജ്ഞന്റെ തീക്ഷ്ണമായ അന്വേഷണബുദ്ധി എല്ലാകാര്യങ്ങളിലും പ്രകടിപ്പിച്ചിരുന്ന മാർക്സ് ഒരിക്കലും സൃഷ്ടിവാദത്തിൽ വിശ്വസിച്ചിരുന്നില്ല. എന്നാൽ ഡാർവിന് മുൻപ് നിലവിലുണ്ടായിരുന്ന പരിണാമസിദ്ധാന്തങ്ങളൊന്നും തന്നെ അദ്ദേഹത്തെ ആകർഷിച്ചതായും തോന്നുന്നില്ല. ചാൾസ് ലയലിന്റെ *ഭൂവിജ്ഞാനീയത്തിന്റെ അടിസ്ഥാന തത്വങ്ങൾ* എന്ന കൃതിയെ വളരെ മതിപ്പോടെയാണ് മാർക്സ് കണ്ടത്. ഭൂമിയും അതിലുള്ള എല്ലാ ഭൗതികവസ്തുക്കളും അതാതിന്റെ രൂപത്തിൽ ദൈവത്താൽ സൃഷ്ടിക്കപ്പെട്ടതാണെന്ന വാദത്തെ പൂർണ്ണമായും നിരാകരിക്കുന്നതായിരുന്നു ലയലിന്റെ ആശയങ്ങൾ.

തന്റെ കപ്പൽ യാത്രക്കിടയിൽ ലയലിന്റെ കൃതി ഡാർവിൻ ആവർത്തിച്ചു വായിച്ചതായി നാലാമദ്ധ്യായത്തിൽ പറഞ്ഞല്ലോ. ലയൽ ഡാർവിനെ നന്നായി സ്വാധീനിച്ചിരുന്നു. ഭൂമിക്ക് രൂപാന്തരണം സംഭവിച്ചുകൊണ്ടിരിക്കുന്നു എന്ന് ലയൽ കണ്ടെത്തി. ഭൂമിയുടെ രൂപാന്തരണത്തോടൊപ്പം ജീവികൾക്കും രൂപാന്തരണം സംഭവിച്ചിരിക്കണം എന്ന നിഗമനത്തിലെത്താൻ ഡാർവിനെ പ്രേരിപ്പിച്ചത് ലയലിന്റ കൃതിയുടെ ആവർത്തിച്ചുള്ള വായനയാണ്. “എന്റെ പുസ്തകങ്ങൾ പലതും ലയലിന്റെ മസ്തിഷ്കത്തിൽനിന്ന് വന്നതായിത്തോന്നും” എന്ന് തുറന്നു പറഞ്ഞുകൊണ്ട് ലയലിന്റെ സ്വാധീനം അംഗീകരിക്കാനുള്ള മഹാമനസ്കത ഡാർവിൻ കാണിക്കുന്നുണ്ട്. എന്നാൽ ലയൽ, തുടക്കത്തിൽ ജീവികളുടെ പരിണാമത്തെക്കുറിച്ച് ഡാർവിൻ പറഞ്ഞത് അംഗീകരിക്കാൻ തയ്യാറായിരുന്നില്ല എന്നത് ഒരു തമാശയായി തോന്നാം. പക്ഷേ, പിന്നീടദ്ദേഹം അഭിപ്രായം മാറ്റുകയും *ജീവജാതികളുടെ ഉത്ഭവം* പ്രസിദ്ധീക

രിക്കാൻ ഡാർവിൻ വളരെയധികം നിർബന്ധിക്കുകയും ചെയ്തു.

പതിനെട്ടാം നൂറ്റാണ്ടിൽ ജീവിച്ചിരുന്ന ജയിംസ് ഹട്ടന്റെ ആശയങ്ങളുടെ തുടർച്ചയാണ് ലയലിലൂടെ പുറത്തു വന്നത്. ആധുനിക ഭൂവിജ്ഞാനീയത്തിന്റെ പിതാവായിട്ടാണ് ഹട്ടൻ പരിഗണിക്കപ്പെടുന്നത്. ഭൂമിയുടെ ഉപരിതലത്തിലും അന്തർഭാഗത്തും നിരന്തരം മാറ്റങ്ങൾ നടന്നുകൊണ്ടിരിക്കുന്നു എന്നൊരു വാദഗതിയാണ് ഹട്ടൻ അവതരിപ്പിച്ചത്. കാറ്റ്, മഴ, ജലപ്രവാഹം, ഭൂമിയുടെ അന്തർഭാഗത്തുണ്ടാവുന്ന താപം, മർദ്ദം തുടങ്ങിയ ഭൗതിക ശക്തികളാണ് ഈ മാറ്റങ്ങൾക്ക് കാരണമാവുന്നത്. ലഡു പോലെ ഏതോ ഒരാൾ ഉണ്ടാക്കിവച്ചതാണ് ഈ ഭൂമിയെങ്കിൽ ഇത്തരം മാറ്റങ്ങൾ ഉണ്ടാവുകയില്ലല്ലോ. ഈ പരിണാമ പ്രക്രിയകൾ അനന്തമായി നടക്കുന്നു എന്നു മാത്രമല്ല, എല്ലാ കാലത്തും ഒരേ തോതിൽ നടക്കുന്നു എന്നും ഹട്ടൻ പറഞ്ഞു വച്ചു. "ഞാൻ നോക്കിയിട്ട് ഒരു തുടക്കത്തിന്റെയോ അവസാനത്തിന്റെയോ ലക്ഷണങ്ങൾ കാണുന്നില്ല" എന്ന് ഹട്ടൻ ഭൂമിയെക്കുറിച്ച് പറഞ്ഞ വാചകം വളരെ പ്രസിദ്ധമാണ്.

പാറക്കെട്ടുകളും പർവതങ്ങളുമെല്ലാം ഉണ്ടാവുന്നത് ലക്ഷക്കണക്കിന് വർഷങ്ങൾ നീണ്ടുനിന്ന പ്രക്രിയകൾ കൊണ്ടാണെന്ന് ഹട്ടൺ കണ്ടുപിടിച്ചു. അപ്പോൾ ഭൂമിയുടെ സൃഷ്ടി നടന്നത് ബിഷപ്പ് ലൈറ്റ്ഫുട്ട് പറഞ്ഞതിലും വളരെ മുൻപായിരിക്കുമല്ലോ. അത് മതമൗലികവാദികൾ സഹിക്കുമോ? ഫ്രഞ്ച് വിപ്ലവാനന്തര ഇംഗ്ലണ്ടിലെ യാഥാസ്ഥിതിക നേതൃത്വം പുതുചിന്തകളെ ശക്തമായി പ്രതിരോധിച്ചിരുന്നു എന്ന് നമ്മൾ കണ്ടല്ലോ. ഈ മനോഭാവവും ഹട്ടന്റെ ആശയങ്ങൾക്ക് പ്രചാരം കിട്ടാതിരിക്കാൻ കാരണമായി.

സ്വന്തം നിഗമനങ്ങൾക്ക് ഹട്ടന്റെ കണ്ടെത്തലുമായി സാമ്യമുണ്ടെന്ന് മനസ്സിലാക്കിയ ലയൽ പിന്നീട് ഹട്ടന്റെ സിദ്ധാന്തത്തിന്റെ പ്രധാന വക്താവായി മാറി. ഹട്ടന്റെ കാഴ്ചപ്പാട് വിപുലീകരിക്കുകയും പ്രചരിപ്പിക്കുകയും ചെയ്തതാണ് ലയലിന്റെ ഏറ്റവും വലിയ സംഭാവന. അപ്പോഴേക്കും ഇംഗ്ലണ്ടിലെ അന്തരീക്ഷവും മാറിത്തുടങ്ങിയിരുന്നു. അതിനാൽ പുതുചിന്തകളുടെ നാമ്പുകളെ അത്രയെളുപ്പത്തിൽ പിഴുതെറിയാൻ കഴിഞ്ഞിരുന്നില്ല. 1848 ൽ ലയലിന് ബ്രിട്ടീഷ് രാജ്ഞി 'സർ' ബഹുമതി നല്കുകയും അദ്ദേഹത്തിന്റെ ജീവിതകാലത്ത് തന്നെ *ഭൂവിജ്ഞാനത്തിന്റെ അടിസ്ഥാന തത്ത്വങ്ങൾ* പന്ത്രണ്ട് പതിപ്പുകൾ ഇറങ്ങുകയും ചെയ്തു എന്നത് തന്നെ ഇതിനൊരു തെളിവായി കണക്കാക്കാമല്ലോ.

ഭൂമിയുടെ ഉപരിതലത്തിലും എല്ലാ ജീവിത സാഹചര്യങ്ങളിലും അനുക്രമമായ പരിണാമം സംഭവിച്ചുകൊണ്ടിരിക്കുകയാണെങ്കിൽ, അവിടെയുള്ള സസ്യങ്ങളും ജന്തുക്കളും സ്ഥിരമായ നിലനില്ക്കുമോ? അവയ്ക്കും മാറ്റമുണ്ടാവില്ലേ? ലയലിന്റെ ഗ്രന്ഥവുമായി പരിചയമുണ്ടായിരുന്ന മാർക്സിന് പരിണാമത്തെക്കുറിച്ചുള്ള ഡാർവിന്റെ ആശയങ്ങൾ വിസ്മയകരമെന്നൊന്നും തോന്നിയിട്ടുണ്ടാവില്ല. ഭൂമിയുടെ അന്തരീക്ഷത്തിന് പരിവർത്തനം സംഭവിക്കുമ്പോൾ അവിടെയുള്ള ജീവികൾക്കും

മാറ്റം വരുന്നത് സ്വാഭാവികമാണ്.

ഡാർവിന് മുൻപുണ്ടായിരുന്ന പരിണാമസിദ്ധാന്തങ്ങളോടൊന്നും മാർക്സിന് വലിയ മതിപ്പുണ്ടായിരുന്നില്ല. അവയെല്ലാം കേവലം ആശയവാദങ്ങളായിരുന്നു എന്ന് അദ്ദേഹം തന്നെ പറഞ്ഞിട്ടുണ്ട്. പരിണാമ സംബന്ധിയായ തെളിവുകൾ ശേഖരിച്ചവർപോലും മതമൗലിക വാദികളെയും പൗരോഹിത്യത്തെയും ഭയന്ന് അവ പുറത്ത് വിട്ടില്ല, ഡാർവിനാകട്ടെ ശാസ്ത്രീയമായ തെളിവുകളുടെ വെളിച്ചത്തിലാണ് തന്റെ പരിണാമസിദ്ധാന്തം അവതരിപ്പിച്ചത്. എതിരാളികൾക്കുപോലും നിഷേധിക്കാനാവാത്ത തെളിവുകൾ. ഡാർവിന് മുൻപോ പിൻപോ മറ്റൊരു ശാസ്ത്രീയ സിദ്ധാന്തത്തിനും മനുഷ്യന്റെ ചിന്തയെയും ഭാവനയെയും ഒരേപോലെ സ്വാധീനിക്കാൻ കഴിഞ്ഞിട്ടില്ല. ജീവിത വീക്ഷണത്തെ അപ്പാടെ മാറ്റിമറിക്കാൻ കഴിവുള്ള ഈ സിദ്ധാന്തത്തിന്റെ സാമൂഹ്യ പ്രസക്തി ആദ്യം തിരിച്ചിറിഞ്ഞവരിൽ ഒരാൾ മാർക്സാണ്.

ഡാർവിന്റെ സിദ്ധാന്തങ്ങളെ വിശദീകരിക്കാൻ ടി എച്ച് ഹക്സലി നടത്തിയ പ്രഭാഷണപരമ്പരയിൽ ശ്രോതാവായി ചെന്നതും തന്റെ രാഷ്ട്രീയ സുഹൃത്തുക്കളെ അത് കേൾക്കാൻ മാർക്സ് പ്രേരിപ്പിച്ചതും അതിന്റെ സാമൂഹ്യ പ്രസക്തി കാരണമാണ്. രാഷ്ട്രീയവും സാമ്പത്തികശാസ്ത്രവും സാമൂഹ്യശാസ്ത്രവുമായിരുന്നു മാർക്സിന്റെ ഇഷ്ട വിഷയങ്ങൾ. മനുഷ്യന്റെ പ്രശ്നങ്ങളുമായി നേരിട്ട് ബന്ധപ്പെടുന്നവയാണ് ഇവ മൂന്നും. ഇവയുടെ ഇടയിൽ ഡാർവിൻ ജീവശാസ്ത്രത്തിനും ഒരിടം നേടിക്കൊടുത്തു. ജീവന്റെ ചരിത്രവും മനസ്സിന്റെ വികാസവും മാനവികതാ വിഷയമല്ലെന്ന് ആർക്കെങ്കിലും പറയാൻ കഴിയുമോ? നരവംശ ശാസ്ത്രത്തിലുണ്ടായ വളർച്ച ഈ ബന്ധത്തെ കൂടുതൽ ദൃഢമാക്കേണ്ടതായിരുന്നു. നിർഭാഗ്യവശാൽ ജീവശാസ്ത്രം വളരുകയും പുതിയ മേഖലകൾ കണ്ടെത്തുകയും ചെയ്തപ്പോൾ അത് സാമൂഹ്യശാസ്ത്രങ്ങളിൽനിന്ന് അകലുകയും നമ്മൾ ഇന്ന് കാണുന്നതുപോലെ പരസ്പരം തൊടാതെ അറകളിലേക്ക് മാറ്റപ്പെടുകയും ചെയ്തു.

തൊഴിലാളിവർഗ്ഗത്തിന്റെ മോചനത്തിനായി മാർക്സ് ഉയർത്തിയ മുദ്രാവാക്യങ്ങൾ നിലവിലുള്ള എല്ലാ വ്യവസ്ഥാപിത സിദ്ധാന്തങ്ങളേയും പിടിച്ചുകുലുക്കി. ജൈവപ്രകൃതി മാറ്റാനാവാത്തവിധം സ്ഥിരമാണെന്ന ധാരണയെ നിലംപരിശാക്കുകയാണ് ഡാർവിൻ ചെയ്തത്. പ്രകൃതി ശാസ്ത്രത്തെ മതതത്ത്വശാസ്ത്രത്തിൽനിന്നും മോചിപ്പിക്കാനുള്ള ശ്രമമെന്ന നിലയിലാണ് അത് മാർക്സിനെ ആകർഷിച്ചത്. സ്വന്തം കാലഘട്ടത്തിൽ നിലവിലുണ്ടായിരുന്ന വിശ്വാസങ്ങളെയാണ് ഇരുവരും കടപുഴക്കിയെറിഞ്ഞത്. ജീവശാസ്ത്രത്തിലെ നിലവിലുള്ള സിദ്ധാന്തങ്ങളെ ഡാർവിൻ തിരുത്തിയപ്പോൾ രാഷ്ട്രീയ സാമ്പത്തിക ബന്ധങ്ങളിൽ അംഗീകരിക്കപ്പെട്ട നിയമങ്ങളെ മാർക്സ് പൊളിച്ചെഴുതി. ബൂർഷ്വാ ലോക വീക്ഷണത്തെ തിരുത്തുകയാണ് ഇരുവരും ചെയ്തത്.

മനുഷ്യചരിത്രത്തിന്റെ വികാസത്തിന്റെ നിയമങ്ങളാണ് മാർക്സ്

കണ്ടെത്തിയതെന്ന് 1883 ൽ മാർക്സിന്റെ ചരമോപചാര പ്രസംഗം നടത്തവെ എംഗൽസ് പറഞ്ഞു. ചരിത്രത്തിന്റെ ഗതിയിലൂടെ സാമൂഹ്യ സാമ്പത്തിക വ്യവസ്ഥകളിലുണ്ടായ മാറ്റമാണ് മാർക്സ് അന്വേഷിച്ചത്. ജീവികളിൽ തുടർച്ചയായി വ്യതിയാനങ്ങളുണ്ടാവുകയും പഴയവയിൽ നിന്ന് പുതിയ ജീവജാതികൾ ഉണ്ടാവുകയും ചെയ്യുന്നു എന്നാണല്ലോ ഡാർവിന്റെ കണ്ടെത്തൽ. ഒന്നും സ്ഥിരമല്ല, അപ്പോൾ ഏറ്റവും വലിയ ചൂഷണോപാധിയായി മാർക്സ് കണ്ട മുതലാളിത്ത വ്യവസ്ഥിതിയോ? അതും മാറും. പുതിയത്, മെച്ചപ്പെട്ട മറ്റൊന്ന് അതിന്റെ സ്ഥാനത്ത് ഉയർന്നുവരും. ഡാർവിൻ മാർക്സിന് പുതിയ ആശയങ്ങൾ നല്കിയിട്ടുണ്ടാവില്ല. എന്നാൽ ശുഭപ്രതീക്ഷകൾ നല്കിയിരിക്കുമെന്നത് തീർച്ചയാണ്.

1873 ൽ മാർക്സ് *മൂലധന*ത്തിന്റെ ജർമ്മൻ ഭാഷയിലുള്ള ഒരു പ്രതി ഡാർവിന് അയച്ചുകൊടുക്കുകയുണ്ടായി. മൂന്നു മാസങ്ങൾക്ക് ശേഷം 1873 ഒക്ടോബർ 1 എന്ന് തീയതി വച്ച്, പുസ്തകം അയച്ചതിന് നന്ദി പറഞ്ഞുകൊണ്ട് തികച്ചും ഔപചാരികമായ ഒരു മറുപടി ഡാർവിൻ മാർക്സിന് എഴുതി. അവിടെ തീരുന്നു ഒരു കാലഘട്ടത്തിന്റെ ചിന്തകളിൽ അഗ്നിപടർത്തിയ രണ്ട് മഹാപുരുഷന്മാരുടെ പരസ്പര പരിചയം. ഒരേ നഗരത്തിൽ അടുത്തടുത്ത സ്ഥലങ്ങളിൽ മൂന്ന് പതിറ്റാണ്ടിലധികം ജീവിച്ചിട്ടും അവർ തമ്മിൽ ഒരിക്കൽപ്പോലും കണ്ടുമുട്ടിയതായി എവിടെയും പറയുന്നില്ല.

തന്റെ കൈയിൽ കിട്ടിയ മാർക്സിന്റെ പുസ്തകം ഡാർവിൻ വായിച്ചോ? ഇല്ലെന്നാണ് അധികമാളുകളും വിശ്വസിക്കുന്നത്. കാരണം ഡാർവിന്റെ പുസ്തകശേഖരണത്തിലുണ്ടായിരുന്ന *മൂലധനം* പല താളുകളും ഒട്ടിപ്പിടിച്ച അവസ്ഥയിൽ തന്നെയായിരുന്നു. താളുകളുടെ അരികുകളിൽ വായിക്കുന്ന സമയത്ത് പെൻസിൽ കൊണ്ട് കുറിപ്പുകൾ എഴുതുന്ന ശീലം ഡാർവിനുണ്ടായിരുന്നു. അതും ഇതിൽ കാണാനില്ലായിരുന്നു. ഡാർവിന് ജർമ്മൻ ഭാഷയിൽ വലിയ ഗ്രാഹ്യം ഉണ്ടായിരുന്നില്ല എന്നത് ഇതിനൊരു കാരണമായി പറയുന്നു. ഡാർവിൻ ഒരിക്കലും രാഷ്ട്രീയത്തിൽ താല്പര്യം കാണിച്ചിരുന്നില്ല എന്നതാണ് മറ്റൊരു കാരണമായി പറയുന്നത്.

14

ഡാർവിനും മനുഷ്യനും

ആയിരത്തി തൊള്ളായിരത്തി മുപ്പത്തിഎട്ടു മുതൽ ഇംഗ്ലണ്ടിൽ വൻ തോതിലുള്ള പണിമുടക്കുകളും പ്രക്ഷോഭങ്ങളും നടക്കുന്നുണ്ടായിരുന്നു. ഈ കാലത്താണ് ഡാർവിൻ തന്റെ വിപ്ലവകരമായ ആശയങ്ങൾ ഗ്രന്ഥരൂപത്തിലാക്കാൻ തപസ്സിരുന്നത്. ഭൗതികവാദം അന്ന് ഫാഷനായി സമൂഹത്തിൽ പടർന്നു തുടങ്ങിയിരുന്നു. അതേസമയം തന്നെ ഈ ഭൗതികവാദത്തെ രാഷ്ട്രീയവുമായി കൂട്ടിക്കുഴച്ചാലുണ്ടാവുന്ന അപകടത്തെക്കുറിച്ച് സമൂഹത്തിന്റെ മേൽത്തട്ടിലുള്ളവർ മനസ്സിലാക്കുകയും ചെയ്തിരുന്നു.

സാധാരണക്കാരായ തൊഴിലാളിവർഗ്ഗങ്ങൾക്കിടയിലാണ് ഈ ഭൗതികവാദത്തിന്റെ ആശയങ്ങൾ നന്നായി പ്രചരിച്ചത്. അതോടൊപ്പം കലയും സാഹിത്യവും സാധാരണക്കാരന്റെ കഥകൾ പറയാനും അവർക്കുംകൂടി ആസ്വദിക്കാനുമുള്ളതാണെന്ന ധാരണയ്ക്കും ശക്തികൂടി. വിപ്ലവകരമായ മാറ്റങ്ങളുണ്ടാക്കാവുന്ന ഈ നവീനാശയങ്ങളെ സമ്പന്നവർഗ്ഗം സ്വാഭാവികമായും ഭയപ്പെട്ടു. ഇങ്ങനെ ഭയന്നുനില്ക്കുന്ന സമ്പന്നവർഗ്ഗത്തിലായിരുന്നു ഡാർവിന്റെ സ്ഥാനം. ഈ മദ്ധ്യവർഗ്ഗ സമ്പന്ന കുടുംബവേരുകൾ കാരണമാവാം ഡാർവിൻ ഒരിക്കലും കമ്യൂണിസ്റ്റ് സോഷ്യലിസ്റ്റ് ആശയങ്ങളിലേക്ക് ആകർഷിക്കപ്പെട്ടില്ല. എല്ലാ ജീവജാലങ്ങളും ഏതാനും ചില പൊതുപൂർവ്വികരിൽനിന്നും പരിണമിച്ചുണ്ടായതാണെന്ന് ദൃഢമായി വിശ്വസിച്ചിരുന്ന ആളാണ് ഡാർവിൻ. എല്ലാ മനുഷ്യരും തുല്യരാണെന്ന രാഷ്ട്രീയദർശനത്തോട് താല്പര്യം തോന്നിയാൽത്തന്ന, ഡാർവിനെ അത് തുറന്നുപറയാൻ അദ്ദേഹത്തിന്റെ സാഹചര്യങ്ങൾ അനുവദിച്ചിരിക്കില്ല.

വിപ്ലവകരമായ ശാസ്ത്രചിന്തകൾ അവതരിപ്പിച്ച ഡാർവിൻ വ്യക്തി

ജീവിതത്തിൽ തികഞ്ഞ ബൂർഷ്വാ മദ്ധ്യവർഗ്ഗത്തിന്റെ പ്രതിനിധിയായിരുന്നു. ഡാർവിൻ മാത്രമല്ല, അക്കാലത്ത് ജീവിച്ചിരുന്ന മിക്കവാറും എല്ലാ ശാസ്ത്രജ്ഞരും ഈ വിഭാഗത്തിലായിരുന്നു. പൂർണ്ണമായും ശരിയാണെന്ന ഉത്തമ ബോദ്ധ്യത്തോടെയാണ് ഡാർവിൻ തന്റെ സിദ്ധാന്തങ്ങൾ രൂപപ്പെടുത്തിയത്. എന്നാൽ അവ സമൂഹത്തിൽ എങ്ങനെ സ്വീകരിക്കപ്പെടുന്നു എന്ന ആശങ്ക അദ്ദേഹത്തെ സദാ വേട്ടയാടിയിരുന്നു. 1844 ൽ ഡാർവിൻ തന്റെ ഗ്രന്ഥരചന പൂർത്തിയാക്കിയിരുന്നു എന്നതായിരുന്നു സത്യം. എന്നാൽ ആ കൃതി തന്റെ മരണശേഷം മാത്രമേ പ്രസിദ്ധീകരിക്കേണ്ടതുള്ളൂ എന്നാണത്രേ അന്നദ്ദേഹം തീരുമാനിച്ചത്. തികഞ്ഞ മതഭക്തയായ ഭാര്യ എമ്മാഡാർവിന്റെ നിർബ്ബന്ധവും ഇതിന്റെ പിന്നിലുണ്ടായിരുന്നു എന്ന് കരുതപ്പെടുന്നു. എങ്കിലും താൻ ജീവിക്കുന്ന അഭിജാത സമൂഹത്തിലും സമകാലികരായ ശാസ്ത്രജ്ഞന്മാരുടെ ഇടയിലും തനിക്ക് ഭ്രഷ്ട് വരുമോ എന്നൊരു സ്വകാര്യഭയം ഡാർവിൻ സൂക്ഷിച്ചിരുന്നോ? ആരെങ്കിലും അങ്ങനെ കരുതിയാൽ അവരെ കുറ്റം പറയാനാവില്ല. അല്ലെങ്കിൽ എന്തിനാണ് ശാസ്ത്രഗവേഷണത്തിൽ ഇത്ര ചിട്ടയും കണിശതയും വച്ചു പുലർത്തിയിരുന്ന ആ മഹാശാസ്ത്രജ്ഞൻ തന്റെ പ്രിയപ്പെട്ട ആശയങ്ങൾ മറ്റുള്ളവരുടെ സമക്ഷം അവതരിപ്പിക്കാൻ ഇങ്ങന മടിച്ചു നിന്നത്? 1859 ൽ *ജീവജാതികളുടെ ഉത്ഭവം* പ്രസിദ്ധീകരിക്കാനുണ്ടായ സാഹചര്യങ്ങൾ നാലാം അദ്ധ്യായത്തിൽ വായിച്ചല്ലോ.

ശാസ്ത്ര വിഷയങ്ങളിൽ നവീനാശയങ്ങൾ അവതരിപ്പിച്ച ഡാർവിൻ സാമൂഹ്യ സാമ്പത്തിക രാഷ്ട്രീയ മേഖലകളിൽ പുത്തൻ ആശയങ്ങളുമായി വന്ന മാർക്സുമായി എന്തുകൊണ്ട് ബന്ധപ്പെട്ടില്ല എന്ന ചോദ്യത്തിന് അദ്ദേഹത്തിന്റെ ജീവിത പശ്ചാത്തലം തന്നെയായിരുന്നു മറുപടി.

ജീവജാതികളുടെ ഉത്ഭവത്തിനു ശേഷം ഡാർവിൻ *മനുഷ്യന്റെ വംശപരമ്പര* എന്നൊരു ഗ്രന്ഥം രചിച്ചിട്ടുണ്ട്. മറ്റെല്ലാ ജീവികളുടെയും പോലെ തൊട്ട് മുൻപുള്ള ജീവികളിൽനിന്ന് പ്രകൃതിനിർദ്ധാരണം ഉണ്ടായതാണ് മനുഷ്യനുമെന്ന് സ്ഥാപിക്കുകയായിരുന്നു അദ്ദേഹത്തിന്റെ ലക്ഷ്യം. മനുഷ്യനിൽ കാണുന്ന ധാർമ്മികതയുടെയും സാമൂഹികാവബോധത്തിന്റെയും വിത്തുകൾ ജൈവവാസനകളുടെ രൂപത്തിൽ മറ്റു ജീവികളിലും കാണപ്പെടുന്നു എന്നാണദ്ദേഹം പറയുന്നത്. മനുഷ്യനിലെത്തുമ്പോൾ പ്രകൃതിനിർദ്ധാരണത്തിലൂടെ കൂടുതൽ മെച്ചപ്പെട്ട നിലയിൽ പ്രത്യക്ഷമാവുന്നു എന്നുമാത്രം. ജീവികളുടെ സാമൂഹിക ജീവിതം തന്നെ ഇതിനൊരു ഉദാഹരണമാണ്. സാമൂഹിക ജീവിതം നയിക്കുന്ന ജീവികൾ ആഹാരസമ്പാദനത്തിനും സംരക്ഷണത്തിനും പരസ്പരം ആശ്രയിക്കുന്നു. നിലനില്പിന്റെ സമരത്തിൽ സാമൂഹിക ജീവിതമില്ലാത്ത ജന്തുക്കളേക്കാൾ ജീവിത വിജയം നേടാൻ ഈ സ്വഭാവങ്ങൾ സഹായിക്കുന്നു. സ്വാഭാവികമായും പ്രകൃതി നിർദ്ധാരണത്തിലൂടെ ഈ സ്വഭാവങ്ങൾ സംരക്ഷിക്കപ്പെടുമല്ലോ.

മനുഷ്യവർഗ്ഗങ്ങൾക്കിടയിൽ പരസ്പരമത്സരം വരുമ്പോൾ കൂടുതൽ

ബുദ്ധിശക്തിയും സാമൂഹ്യബോധവുമുള്ള വിഭാഗങ്ങൾ വിജയം നേടുന്നു. പ്രകൃതിയുടെ എല്ലാ വികാസപരിണാമങ്ങളും മനുഷ്യനും ബാധകമാവും എന്നാണ് ഡാർവിന്റെ വാദം. താഴ്ന്നപടിയിലുള്ള ജീവികളിൽ പ്രത്യക്ഷപ്പെടുന്ന ഗുണവിശേഷങ്ങൾ പൂർണ്ണമായി വികാസം പ്രാപിക്കുന്നത് മനുഷ്യനിലാണ്. ഇവിടെയും ഒരു അതീതശക്തിയുടെ സാന്നിദ്ധ്യം ഡാർവിൻ നിഷേധിക്കുന്നു. ഡാർവിൻ മാർക്സിനെ പരിചയപ്പെടുകയും മാർക്സിന്റെ കൃതികൾ വായിക്കുകയും ചെയ്തിരുന്നെങ്കിലോ? ഓരോ വ്യക്തിയും എന്തായിത്തീരണമെന്ന് തീരുമാനിക്കുന്നത് അയാളുടെ ഉള്ളിലെ ജൈവവാസനകളാണെന്ന് ഡാർവിൻ. മുകളിൽ പറഞ്ഞതുപോലെ ഈ വാസനകൾ മനുഷ്യനിൽ പൂർണ്ണതയിലെത്തുന്നത് വളരെ സാവധാനത്തിലാണ്. എന്നാൽ സാമൂഹ്യ സാമ്പത്തിക ചുറ്റുപാടുകളിൽ മാറ്റം വരുമ്പോൾ മനുഷ്യനിലും വളരെ വേഗം മാറ്റം വരുന്നുവെന്നായിരുന്നു മാർക്സിന്റെ വാദം. *മൂലധനം* വായിച്ചിരുന്നെങ്കിൽ, ഡാർവിൻ മനുഷ്യന്റെ ജൈവപരിണാമത്തോടൊപ്പം സാമൂഹ്യ-സാമ്പത്തിക പരിണാമത്തെയും പരിഗണിക്കുമായിരുന്നു എന്ന് തോന്നുന്നു.

ഡാർവിന്റെ പ്രശസ്തമായ കൃതി പ്രസിദ്ധീകരിച്ച വർഷം, അതായത് 1859 മാർക്സിന്റെ ഒരു പുസ്തകവും വെളിച്ചം കണ്ടിരുന്നു. കമ്യൂണിസ്റ്റ് വീക്ഷണത്തിലൂടെ ചരിത്രത്തെ അവലോകനം ചെയ്യുന്ന *എ ക്രിട്ടിക്ക് ഓഫ് പൊളിറ്റിക്കൽ ഇക്കോണമി* എന്ന ഈ കൃതി ഏറെ വായനക്കാരെയൊന്നും അന്ന് ആകർഷിച്ചില്ല. ഡാർവിന്റെ പുസ്തകമാകട്ടെ ചൂടപ്പം പോലെ വിറ്റുപോവുകയും ചെയ്തു. മാർക്സ് ജീവിച്ചിരുന്ന കാലത്ത് അദ്ദേഹത്തിന്റെ ഒരു കൃതി ആ രീതിയിൽ വില്ക്കപ്പെട്ടിരുന്നില്ല. അദ്ദേഹത്തിന്റെ *മൂലധന*മടക്കമുള്ള കൃതികൾ അദ്ധ്വാനിക്കുന്ന ജനവിഭാഗത്തിന്റെ വേദഗ്രന്ഥമായതും വില്പനയിൽ ചരിത്രം സൃഷ്ടിച്ചതും പിൽക്കാല ചരിത്രം.

ഇംഗ്ലണ്ടിൽ കുടുംബസമേതം താമസിച്ചിരുന്ന മാർക്സ് അക്കാലത്ത് കടുത്ത സാമ്പത്തിക ബുദ്ധിമുട്ട് അനുഭവിച്ചിരുന്നു. ഡാർവിന്റെ പുസ്തകത്തിന്റെ വില്പന കണ്ടപ്പോൾ തന്റെ ഭർത്താവിന്റെ ഒരു പുസ്തകമെങ്കിലും ഇങ്ങനെ വിറ്റുപോവുകയും അദ്ദേഹം പ്രസിദ്ധനാവുകയും ചെയ്തെങ്കിൽ എന്ന് മാർക്സിന്റെ ഭാര്യ ജെന്നി മാർക്സ് ആഗ്രഹം പ്രകടിപ്പിച്ചതായി മേരി ഗബ്രിയേലി എന്ന എഴുത്തുകാരി തന്റെ *ലവ് ആന്റ് ക്യാപിറ്റൽ* എന്ന കൃതിയിൽ പറയുന്നുണ്ട്.

മാർക്സിന് ഡാർവിനിൽനിന്ന് പുതിയതായൊന്നും പഠിക്കാനുണ്ടായിരുന്നില്ല എന്ന് പറഞ്ഞു കഴിഞ്ഞല്ലോ. എന്നാൽ ഡാർവിനിസത്തിന് പ്രചാരണം കിട്ടണമെന്ന് ഡാർവിൻ ആഗ്രഹിച്ചിരുന്നു. സമൂഹത്തെ താൻ ആഗ്രഹിക്കുന്ന രീതിയിൽ മാറ്റിയെടുക്കാൻ ഡാർവിന്റെ സിദ്ധാന്തങ്ങൾ സഹായിക്കുമെന്ന് അദ്ദേഹം കരുതി. തന്നെ “സാമൂഹ്യശാസ്ത്രത്തിന്റെ ഡാർവിൻ” എന്ന് ചിലർ വിശേഷിപ്പിച്ചപ്പോഴും മാർക്സ് എതിർപ്പ് പ്രകടിപ്പിക്കാതിരുന്നത് അതുകൊണ്ടാണ്.

പഴയകാലത്തെ അറിഞ്ഞുകൊണ്ട് പുതിയതിനെക്കുറിച്ച് പഠിക്കുക എന്ന വഴിയിലൂടെയാണ് രണ്ടുപേരും സഞ്ചരിച്ചത്. പഴയതിനെ നിഷേധിച്ചുകൊണ്ടാണ് പുതിയവ വളരുന്നത്. എന്നാൽ ഓരോ പുതിയ സിദ്ധാന്തവും പഴയതിന്റെ തുടർച്ച തന്നെയാണ്. ഒരു ജീവിവർഗ്ഗവും മാറ്റങ്ങൾക്കതീതമല്ല എന്ന് ഡാർവിൻ പറഞ്ഞു. മാറ്റത്തെക്കുറിച്ച് തന്നെയാണ് മാർക്സും പറഞ്ഞത്. എല്ലാം മാറിക്കൊണ്ടിരിക്കും. മുതലാളിത്ത വ്യവസ്ഥിതിയും സ്ഥിരമല്ല. ഒരുദിവസം അതും ഈ ഭൂമിയിൽനിന്ന് അപ്രത്യക്ഷമാവും എന്നുതന്നെ മാർക്സ് ഉറച്ചു വിശ്വസിച്ചു. പല ജീവിവർഗ്ഗങ്ങളും അപ്രത്യക്ഷമായതുപോലെ.

എന്നാൽ, പലരും എഴുതിയതുപോല മാർക്സിന് ഡാർവിനോട് ഒരിക്കലും അന്ധമായ ആരാധനയോ വിധേയത്വമോ ഉണ്ടായിരുന്നില്ല. ആദരപൂർവ്വം എന്നെഴുതി ഒപ്പിട്ട *മൂലധന*ത്തിന്റെ ഒരു കോപ്പി മാർക്സ് ഡാർവിന് അയച്ചുകൊടുത്തു എന്നത് നേരാണ്. പക്ഷേ, ഇത് തന്റെ ആശയങ്ങൾ അന്നത്തെ ഇംഗ്ലണ്ടിലെ ബൗദ്ധികലോകത്ത് പരമാവധി പ്രചരിപ്പിക്കുക എന്ന ഉദ്ദേശ്യം വച്ച് ചെയ്തതാണ്. തത്ത്വചിന്തകനായ ഹെർബർട്ട് സ്പെൻസർക്കും ഒരു പുസ്തകം അയച്ചിരുന്നു എന്നത് ഇതിനൊരു തെളിവാണ്. ആശയപരമായി മാർക്സും എംഗൽസും കഠിനമായി എതിർത്തുപോന്നിട്ടുള്ള ആളായിരുന്നു സ്പെൻസർ. സ്പെൻസറിൽ നിന്നാണ് 'അർഹതയുള്ളവയുടെ അതിജീവിക്കൽ' എന്ന ശൈലി ഡാർവിന് ലഭിച്ചത് എന്നോർക്കുന്നുണ്ടല്ലോ. എന്നു മാത്രമല്ല, മാർക്സ് ഡാർവിന് തന്റെ പുസ്തകം അയച്ചുകൊടുത്തത് 1873 ലാണ്. 1860 ലെ ആദ്യ വായനയ്ക്ക് ശേഷം മാർക്സ് ഡാർവിന്റെ കൃതി വീണ്ടും വായിക്കുകയുണ്ടായി. ആദ്യ വായനയിൽ തോന്നിയ ആവേശം പിന്നീടങ്ങോട്ട് കുറയുകയാണ് ചെയ്തത്. ഡാർവിന്റെ പല ആശയങ്ങളോടും മാർക്സ് വിയോജിപ്പ് പ്രകടിപ്പിക്കുകയും ചെയ്തിരുന്നു.

ഓരോ ജീവിയും പ്രകൃതിനിർദ്ധാരണത്തിലൂടെ കൂടുതൽ മെച്ചപ്പെട്ട തലത്തിലേക്ക് ഉയരുന്നു എന്ന ഡാർവിന്റെ ആശയം മാർക്സിന് ഇഷ്ടമായിരുന്നു. കൂടുതൽ മെച്ചപ്പെട്ട തലത്തിലേക്കാണ് ചരിത്രത്തിന്റെ ഗതി എന്നാണല്ലോ അദ്ദേഹം വിശ്വസിച്ചിരുന്നത്. അദ്ധ്വാനിക്കുന്ന ജനവിഭാഗത്തിന്റെ ജീവിതത്തെക്കുറിച്ച് അവർ എത്തിച്ചേരേണ്ട ലക്ഷ്യത്തെക്കുറിച്ച് മാർക്സിന് വ്യക്തമായ ധാരണ ഉണ്ടായിരുന്നു. പ്രകൃതിക്ക് അത്തരമൊരു ലക്ഷ്യമില്ല എന്നാണ് ഡാർവിൻ പറയുന്നത്. ജീവന്റെ വികാസത്തിനായി പിന്നിട്ട സുദീർഘമായ ഭൂതകാലംപോലെ അനന്തമായൊരു ഭാവികാലവും അദ്ദേഹം കാണുന്നുണ്ട്. കാലത്തിന്റെ വഴികളിലൂടെ സാവധാനം അത് പുരോഗതിയിലേക്കും പൂർണ്ണതയിലേക്കും നീങ്ങുന്നു എന്നേ അദ്ദേഹം തന്റെ കൃതിയിൽ പറയുന്നുള്ളൂ. അദ്ധ്വാനിക്കുന്ന ജനതയുടെ മോചനം സ്വപ്നം കാണുന്ന മാർക്സ് അത്തരമൊരു നീണ്ട കാത്തിരിപ്പിന് തയ്യാറായിരുന്നില്ല. ഒരു മുതലാളിത്തവ്യവസ്ഥിതിയിൽ ഉല്പാദനത്തിന്റെ ഗുണഫലങ്ങൾ ഉല്പാദകരായ തൊഴിലാളികൾക്ക് നിഷേധി

ക്കപ്പെടുന്നതാണ് തനിക്ക് ചുറ്റും മാർക്സ് കണ്ടത്.

അവിടെ കാലം, സാവധാനം മാറ്റങ്ങൾ കൊണ്ടുവരുമെന്ന് കരുതി ക്ഷമിച്ചിരിക്കുന്നതിൽ അർത്ഥവുമില്ല. ഉല്പാദനോപാധികളുടെ നിയന്ത്രണം അധ്വാനിക്കുന്ന ജനങ്ങളുടെ കൈയിലെത്തുന്ന ഒരു സോഷ്യലിസ്റ്റ് വിപ്ലവമാണ് മാർക്സ് സ്വപ്നം കണ്ടത്. മനുഷ്യനൊഴികെ മറ്റൊരു ജീവിക്കും ഇത്തരം സ്വപ്നങ്ങൾ കാണാനുള്ള കഴിവില്ലല്ലോ.

സാമൂഹ്യജീവിയായ, ചിന്താശക്തിയുള്ള മനുഷ്യനെയും മറ്റു സസ്യജന്തുജാലങ്ങളെയും ഒരേ നിയമത്തിൻ കീഴിലൊതുക്കാൻ ശ്രമിച്ചു എന്നായിരുന്നു ഡാർവിനെക്കുറിച്ച് മാർക്സിന്റെ വലിയ പരാതി. നമ്മുടെ ഭാഷയിൽ പറഞ്ഞാൽ തെങ്ങിനും കവുങ്ങിനും ഒരേ തളപ്പ് ഉപയോഗിക്കുകയാണ് ഡാർവിൻ ചെയ്തത്. അതിനേക്കാളധികം ഡാർവിനോട് മാർക്സിന് എതിർപ്പ് തോന്നിയത് മറ്റൊരു കാര്യത്തിലാണ്. ഡാർവിൻ മാൽത്തൂസിന് നല്കിയ അമിത പ്രാധാന്യമാണത്. സസ്യങ്ങളുടെയും താഴ്ന്ന പടിയിലുള്ള ജന്തുക്കളുടെയും വികാസത്തിന്റെ ചില ഘട്ടങ്ങളിൽ മാത്രമേ നിലനില്പിനു വേണ്ടിയുള്ള സമരം നടക്കുകയുള്ളൂ എന്ന് എംഗൽസും പറയുന്നുണ്ട്. എല്ലാവരും എല്ലാവരോടും മത്സരിക്കുക എന്ന ബൂർഷ്വാ സാമ്പത്തികസിദ്ധാന്തവും മാൽത്തൂസിന്റെ ജനസംഖ്യാ സിദ്ധാന്തവും സമൂഹത്തിൽനിന്ന് ജൈവപ്രകൃതിയിലേക്ക് പറിച്ചു നടുക മാത്രമേ ഡാർവിൻ ചെയ്തിട്ടുള്ളൂ എന്നും എംഗൽസ് ആരോപിക്കുന്നു. ഭൂമിശാസ്ത്രപരമായ മാറ്റങ്ങൾ വരുമ്പോൾ മാൽത്തൂസിയനിസത്തിന്റെ സഹായമില്ലാതെ തന്നെ പരിണാമപ്രക്രിയ തുടരുമെന്ന് മാർക്സും എംഗൽസും വിശ്വസിച്ചു.

15

ഇനിയും ഏത് വഴി

ജീവനെക്കുറിച്ചുള്ള അജ്ഞതയും അന്ധവിശ്വാസവും അകറ്റാൻ ഡാർവിന്റെ സിദ്ധാന്തം സഹായിച്ചു. പക്ഷേ, മുതലാളിത്ത സമൂഹത്തിന് ബോധപൂർവ്വം ചില അന്ധവിശ്വാസങ്ങൾ വളർത്തിയെടുക്കാനും ഡാർവിനിസം കാരണമായി. ഇതിനിടയാക്കിയത് ഡാർവിൻ സ്ഥാപിച്ച നിലനില്പിനുവേണ്ടിയുള്ള സമരവും അർഹതയുള്ളവരുടെ അതിജീവിക്കലുമാണ്. നിലനില്പിനു വേണ്ടിയുള്ള ആശയം ഡാർവിന് ലഭിച്ചതോ, മാൽത്തൂസിന്റെ ലേഖനത്തിൽനിന്നും. മാൽത്തൂസ് പ്രധാനമായും വിഷയമാക്കിയത് ജനസംഖ്യാ പ്രശ്നമാണ്. ജനസംഖ്യാ വർദ്ധനവിന്റെ തോതിൽ ഒരിക്കലും വിഭവങ്ങൾ വർദ്ധിക്കുകയില്ലല്ലോ. അവിടെയാണ് മത്സരം നടത്തേണ്ടിവരുന്നതെന്ന് നമുക്കറിയാം. ഈ മത്സരത്തിൽ മാൽത്തൂസ് പ്രവചിച്ചതുപോലെ ദരിദ്രർ പിന്തള്ളപ്പെടും. ഭക്ഷ്യോല്പാദനം വർദ്ധിപ്പിക്കുകയും സാമൂഹ്യ സുരക്ഷാ സംവിധാനങ്ങൾ ശക്തിപ്പെടുത്തുകയുമാണ് ഇതൊഴിവാക്കാനുള്ള മാർഗ്ഗം. മാൽത്തൂസ് അതിലൊന്നും വിശ്വസിക്കുന്നയാളായിരുന്നില്ല. ദരിദ്രരെ ഏതെങ്കിലും കോളനികളിലേക്ക് കപ്പൽ കയറ്റി അയക്കണമെന്ന് പറഞ്ഞയാളല്ലേ? മനുഷ്യസ്നേഹത്തിന്റെ സിദ്ധാന്തവുമായി വന്ന മാർക്സിനും എംഗൽസിനും ഇതിനോടെങ്ങനെ യോജിക്കാൻ കഴിയും? ജീവിക്കാനുള്ള അവകാശം എല്ലാവർക്കും ഒരുപോലെയാണെന്നതാണ് കമ്യൂണിസത്തിന്റെ കാതൽ.

മാൽത്തൂസിന്റെ സിദ്ധാന്തത്തെ പ്രകൃതിയിലേക്ക് പറിച്ചുനടുകയാണ് ഡാർവിൻ ചെയ്തത്. അവിടെ മത്സരം നടക്കുമ്പോൾ പരിസ്ഥിതിയോട് നന്നായി ഇണങ്ങിച്ചേരാൻ കഴിയുന്ന വ്യതിയാനങ്ങളോടു കൂടിയവ നിലനിൽക്കുകയും മറ്റുള്ളവ സന്താനങ്ങളെ അവശേഷിപ്പിക്കാതെ

നശിച്ചു പോവുകയും ചെയ്യുന്നു. മുതലാളിത്ത സമൂഹത്തിലെ മിടുക്കന്മാർ ഡാർവിനിസത്തെ അന്നത്തെ സമൂഹത്തിലേക്ക് കൊണ്ടുവന്നു. അന്ന് ഇംഗ്ലണ്ടിൽ നിലവിലുണ്ടായിരുന്ന രാഷ്ട്രീയ സാമ്പത്തിക വ്യവസ്ഥിതിയിലേക്ക് ഡാർവിനിസത്തെ ഒതുക്കാനാണവർ ശ്രമിച്ചത്. നിലനില്പിനു വേണ്ടിയുള്ള സമരത്തിൽ ഏറ്റവും മെച്ചപ്പെട്ട അനുകൂലനങ്ങളോടു കൂടിയവയാണ് ജയിക്കുന്നത്. മുതലാളിത്ത സമൂഹത്തിൽ അതിജീവിക്കാനുള്ള അർഹത സമ്പന്നവിഭാഗത്തിന് മാത്രമായിരിക്കും. കാരണം രോഗം, വറുതി, കാലാവസ്ഥാ വ്യതിയാനം തുടങ്ങിയവയെ ചെറുക്കാൻ കഴിയുന്ന ചുറ്റുപാടുകളാണ് അവർക്കുള്ളത്. പ്രകൃതിനിർദ്ധാരണത്തിലൂടെ കുറേക്കൂടി മെച്ചപ്പെട്ട ഇംഗ്ലീഷ് സമൂഹമുണ്ടാവും എന്ന് പറയാൻ തത്ത്വചിന്തകനായ ഹെർബർട്ട് സ്പെൻസർ മടിച്ചില്ല. ജീവിക്കാൻ അർഹതയില്ലാത്തവരെ ഉന്മൂലം ചെയ്യണം എന്നുവരെ സ്പെൻസർ പറഞ്ഞു. അതിനുള്ള വഴിയും അദ്ദേഹം കണ്ടെത്തിയിരുന്നു. സൗജന്യ വിദ്യാഭ്യാസം, നിർബ്ബന്ധിത വസൂരി കുത്തിവയ്പ്, തൊഴിലിടങ്ങളിലെ സുരക്ഷാ സംവിധാനങ്ങൾ, ദരിദ്രർക്കുള്ള സഹായങ്ങൾ എന്നിവ നിർത്തിവെക്കുക! എങ്ങനെയുണ്ട് പരിപാടി?

'സോഷ്യൽ ഡാർവിനിസം' എന്നിതിന് പേര് കൊടുക്കാനും ഈ ആശയങ്ങൾ പ്രചരിപ്പിക്കാനും മുതലാളിത്തത്തിന്റെ വക്താക്കൾ തയ്യാറായി. ഡാർവിൻ ആവിഷ്കരിച്ച പ്രകൃതിനിയമങ്ങളെ അവർ വീണ്ടും ദൈവത്തിന്റെ നിയമങ്ങളായി വ്യാഖ്യാനിച്ചു. വലിയ കോടീശ്വരന്മാർ തങ്ങളുടെ വളർച്ച അർഹതയുള്ളവയുടെ അതിജീവിക്കലിന്റെ തെളിവാണെന്ന് സ്വയം പ്രഖ്യാപിച്ചു. ഈ സാഹചര്യത്തിലാണ് ഡാർവിനെ വിമർശിച്ചുകൊണ്ട് മാർക്സും എംഗൽസും മുന്നോട്ട് വന്നത്.

പാവം ഡാർവിൻ! ഒരു ശാസ്ത്രജ്ഞന്റെ നിസ്സംഗതയോടെ മനുഷ്യനെ പ്രകൃതിയിലെ മറ്റു ജീവികളുടെ ഒപ്പം നിർത്തുമ്പോൾ ഇങ്ങനെയൊരു വ്യാഖ്യാനം പ്രതീക്ഷിച്ചിട്ടേ ഉണ്ടാവില്ല. അടിമത്ത വ്യവസ്ഥയെ എന്നും എതിർത്തിട്ടുള്ള ഡാർവിൻ, ഒരുവിഭാഗം പാവപ്പെട്ട മനുഷ്യർ ചത്തുതീരട്ടെ എന്നൊരു ക്രൂരമനഃസ്ഥിതി വച്ചുപുലർത്താൻ ഒരു സാദ്ധ്യതയുമില്ല.

തുടർച്ചയായി നടക്കുന്ന വർഗ്ഗസമരങ്ങളെക്കുറിച്ചാണ് മാർക്സും എംഗൽസും എന്നും പറഞ്ഞുപോന്നിട്ടുള്ളത്. ഉല്പാദനത്തിന്റെയും വിതരണത്തിന്റെയും നിയന്ത്രണം ഉല്പാദകരായ ബഹുജനങ്ങളുടെ കൈകളിലെത്തിക്കുകയാണ് അതിന്റെ അന്തിമലക്ഷ്യം - തുടർച്ചയായ ജനകീയ സമരങ്ങളിലൂടെയാണ് അത് ഫലപ്രാപ്തിയിലെത്തുന്നത്. ഉള്ളവനും ഇല്ലാത്തവനും തമ്മിലുള്ള ഈ സമരം മുതലാളിത്ത സമൂഹത്തിന് ഒരിക്കലും സ്വീകാര്യമാവുകയില്ല. ഡാർവിൻ രംഗപ്രവേശം ചെയ്യുന്നതുവരെ സഹകരണത്തിന്റെയും സമവായത്തിന്റെയും വക്താക്കളായവർ തന്നെയാണ് പെട്ടെന്ന് നിലനില്പിനു വേണ്ടിയുള്ള സമരത്തെക്കുറിച്ച്

സംസാരിക്കാൻ തുടങ്ങിയത്. ഈ രാഷ്ട്രീയ ഡാർവീനിയന്മാർ മോശം ശാസ്ത്രജ്ഞരും മോശം തത്ത്വചിന്തകരും മോശം സാമ്പത്തിക വിദഗ്ദ്ധരുമാണെന്ന് എംഗൽസ് കളിയാക്കുന്നു.

പ്രകൃതിയിലെ വൈരുദ്ധ്യാത്മകത എന്ന തന്റെ അവസാന കൃതിയിൽ എംഗൽസ് പറയുന്നതിങ്ങനെയാണ്. ഡാർവിൻ വരുന്നതുവരെ ഇപ്പോഴത്തെ ഡാർവിൻപക്ഷക്കാർ ജൈവപ്രകൃതിയിലെ സഹകരണത്തെക്കുറിച്ചാണ് പറഞ്ഞിരുന്നത്. സസ്യലോകം ജന്തുക്കൾക്ക് ആഹാരവും ഓക്സിജനും നല്കുന്നതും മറിച്ച് ജന്തുക്കൾ സസ്യങ്ങൾക്ക് പോഷണം നല്കുന്നതും ഈ സഹകരണത്തിന്റെ തെളിവാണ്. എന്നാൽ ഡാർവിന്റെ സിദ്ധാന്തം അംഗീകാരം നേടിയതോടെ ഇവർ പറയുന്നതു മുഴുവൻ സമരത്തെക്കുറിച്ചായി. എംഗൽസിന്റെ അഭിപ്രായത്തിൽ രണ്ട് വീക്ഷണവും ഏകപക്ഷീയമാണ്. ജീവലോകത്തിലെ പ്രവർത്തനങ്ങളിൽ സമരവും സഹകരണവും ഉൾപ്പെടുന്നു. പ്രകൃതിയിൽ സമരം മാത്രമായി കാണുകയില്ല.

ബുദ്ധി, ചിന്താശക്തി, സാമൂഹ്യ സാംസ്കാരിക ജീവിതം എന്നിവയെല്ലാം മനുഷ്യനെ മറ്റു ജീവജാലങ്ങളിൽനിന്ന് വ്യത്യസ്തനാക്കുന്നു. അതുകൊണ്ടുതന്നെ ജീവിതാവശ്യങ്ങൾക്കായി മറ്റു ജീവികളെപ്പോലുള്ള സമരങ്ങളിൽ മനുഷ്യൻ ഏർപ്പെടുന്നില്ല. മനുഷ്യന് അവനാവശ്യമുള്ള വസ്തുക്കൾ ഉല്പാദിപ്പിക്കാൻ കഴിയും. മറ്റു ജീവികൾക്കൊന്നും ഈ കഴിവില്ല. അവയ്ക്ക് പരമാവധി സാധിക്കുന്നത് സംഭരിക്കാനാണ്. ഈ ലോകത്തിന്റെ ഉല്പാദനക്ഷമത നിലനില്ക്കുന്നത് മനുഷ്യന്റെ അദ്ധ്വാനശേഷിയുടെ പുറത്താണ്. സസ്യങ്ങളുടെയും ജന്തുക്കളുടെയും ജീവിതനിയമങ്ങളെ ഒരിക്കലും മനുഷ്യസമൂഹത്തിലേക്ക് അതേപടി മാറ്റി സ്ഥാപിക്കാനാവില്ല.

പരിസ്ഥിതിയിലുണ്ടാവുന്ന മാറ്റങ്ങൾ ജീവികളിൽ മാറ്റങ്ങളുണ്ടാവുന്നതിന് കാരണമാവും. എന്നാൽ പരിസ്ഥിതിയിൽ മാറ്റങ്ങളുണ്ടാക്കുകയും അതുവഴി മറ്റു ജീവികളുടെ ജീവിതഗതിയെ സ്വാധീനിക്കാനും കഴിവുള്ള ജീവി മനുഷ്യൻ മാത്രമാണ്. വളർത്തുജീവികളിലെ വ്യതിയാനങ്ങളെ മനുഷ്യൻ സ്വന്തം താല്പര്യങ്ങൾക്കായി ഉപയോഗപ്പെടുത്തുന്നതിനെക്കുറിച്ച് ഡാർവിൻ *ജീവജാതികളുടെ ഉത്ഭവ*ത്തിൽ വളരെ വിശദമായി പറയുന്നുണ്ടല്ലോ. മനുഷ്യരുടെ ഇടയിലുള്ള സാമൂഹ്യ സാമ്പത്തിക ബന്ധങ്ങളെക്കുറിച്ച് ചിന്തിച്ചില്ല എന്ന് നമുക്ക് ഡാർവിനെ വിമർശിക്കാം. ഒരുപക്ഷെ, ഒരു ജീവശാസ്ത്രജ്ഞനെന്ന നിലയിൽ അത് തന്റെ പരിധിയിൽ വരുന്നതല്ലെന്ന് അദ്ദേഹം കരുതിയിരിക്കാം. ഒരു ജീവിയെന്ന നിലയിൽ മനുഷ്യനുണ്ടാവുന്ന വ്യതിയാനങ്ങളിൽ മാത്രമായിരുന്നു ഡാർവിന് താല്പര്യം. മാർക്സ് ആഗ്രഹിച്ചത് സമൂഹത്തിന്റെ മാറ്റമാണ്.

നിശിതമായി വിമർശിക്കുമ്പോഴും മാർക്സും ഡാർവിനെ തള്ളിപ്പറയുന്നില്ല. ഒരു യഥാർഥ കമ്യൂണിസ്റ്റിന് ഡാർവിനെ നിഷേധിക്കാനാവി

ല്ല. പോൾ ഹെയർ എന്ന ചിന്തകൻ പറയുന്നത് കേൾക്കുക. "ഒരു ജീവശാസ്ത്രജ്ഞന് മാർക്സിസത്തെക്കുറിച്ച് ഒന്നുമറിയാതെ തന്നെ ഒരു ഡാർവിനിസ്റ്റാവാം. എന്നാൽ ഡാർവിനിസത്തെ നിഷേധിച്ചുകൊണ്ട് ഒരാൾക്ക് മാർക്സിസ്റ്റായി തുടരാനാവില്ല."

1882 ൽ ഡാർവിൻ ഈ ലോകത്തോട് വിട പറഞ്ഞു. തൊട്ടടുത്തുള്ള വർഷം മാർക്സും. എന്നാൽ ലോകചരിത്രത്തിൽ ഈ പേരുകൾക്ക് മരണമില്ല. ജനിതകശാസ്ത്രം വികാസം പ്രാപിക്കാൻ തുടങ്ങിയപ്പോൾ ഡാർവിനിസം മരിച്ചു എന്ന് പറഞ്ഞവരുടെ കാലത്ത് തന്നെ നിയോ -ഡാർവിനിസത്തിലൂടെ ഡാർവിൻ തിരിച്ചുവന്നു. ആഗോളവൽക്കരണം തുടങ്ങിയ എൺപതുകളിൽ ലോകമാകെ തങ്ങളുടെ കമ്പോളമാക്കാൻ കുത്തകകൾ ശ്രമം തുടങ്ങി. മുതലാളിത്തത്തിന്റെ പുതിയ രൂപത്തിലുള്ള തിരിച്ചുവരവാണ് ഇവിടെ പലരും ഇതിൽ കണ്ടത്. കോളനികൾ സ്ഥാപിക്കേണ്ട. വിദൂരദേശങ്ങളിലെ ജനങ്ങളെ ഭരിച്ച് കഷ്ടപ്പെടേണ്ട. വ്യാപാരം നടത്താം. ലാഭമുണ്ടാക്കാം, മൂലധനത്തിന്റെ ശക്തിയിൽ പരസ്പരം മത്സരിക്കാം. ഇനി മാർക്സിനെന്തു പ്രസക്തി എന്നു ചോദിച്ചവരുണ്ട്. എന്നാൽ ഒരു പതിറ്റാണ്ട് കഴിയുമ്പോഴേക്കും കുത്തകകളുടെ ചൂഷണത്തിനെതിരായി ലോകമെങ്ങും പ്രതിഷേധമുയരാൻ തുടങ്ങി. 'മാർക്സാണ് ശരി' എന്ന് ലോകം വീണ്ടും കണ്ടെത്തിയിരിക്കുന്നു.

ജീവനുള്ള കാലത്തോളം ജീവപരിണാമവും സംഭവിച്ചുകൊണ്ടിരിക്കും. അതിനാൽ ഡാർവിനിസം എല്ലാകാലത്തേക്കും ബാധകമായ ഒരു സിദ്ധാന്തമാണ്. പെട്ടെന്ന് ഒരുദിവസം നമ്മുടെ മുന്നിൽ ഒരു സ്പീഷീസ് പ്രത്യക്ഷപ്പെടില്ലായിരിക്കും. കാരണം ഇക്കാണുന്ന ജീവജാലങ്ങളെല്ലാം ഉണ്ടായത് ലക്ഷക്കണക്കിന് വർഷങ്ങളിലൂടെ നടന്ന പ്രകൃതിനിർദ്ധാരണം വഴിയാണ്. അതിനു മുന്നിൽ ഒരു മനുഷ്യായുസ്സ് എത്ര തുച്ഛം! ഒരു പുതിയ ജീവിയുടെ ഉദയത്തിന് സാക്ഷിയാവാൻ മനുഷ്യന് കഴിയുമോ എന്നും ചിലർ ശ്രമിക്കുന്നുണ്ട്. ഡാർവിൻ പര്യവേക്ഷണം നടത്തിയ ഗാലപ്പാഗോസ് ദ്വീപുകളിൽ രണ്ട് ശാസ്ത്രജ്ഞന്മാർ - പീറ്റർ ഗ്രാന്റും റോസ്മേരി ഗ്രാന്റും - 1973 മുതൽ ഡാർവിന്റെ കുരുവികളിലുണ്ടാവുന്ന സൂക്ഷ്മങ്ങളായ മാറ്റങ്ങൾ നിരീക്ഷിച്ച് കഴിഞ്ഞുകൂടുന്നുണ്ട്. ചെറിയ കൊക്കുകളുള്ള കുരുവിക്കൂട്ടങ്ങൾക്കിടയിൽ വലിയ കൊക്കുള്ള ചിലവ പ്രത്യക്ഷപ്പെട്ടതായി അവർ അവകാശപ്പെടുന്നുണ്ട്. പരിണാമത്തിന് സാക്ഷികളായവരുടെ തെളിവുകൾ സമീപ ഭാവിയിൽത്തന്നെ നമുക്ക് കിട്ടുമെന്ന് പ്രതീക്ഷിക്കാം.

നമ്മുടെ ചുറ്റുപാടുകളിലേക്ക് നോക്കിയാൽ ഡാർവിൻ പറഞ്ഞ കാര്യങ്ങൾ മുഴുവൻ ശരിയാണോ എന്ന് നമുക്കും ചിലപ്പോൾ സംശയം തോന്നും. പ്രകൃതിനിർദ്ധാരണത്തിലൂടെ തെരഞ്ഞെടുക്കപ്പെടുന്ന എല്ലാ ജീവികളും അവയുടെ മുൻഗാമികളേക്കാൾ മെച്ചപ്പെട്ട ഗുണങ്ങളോടു

കൂടിയവയാണോ? നട്ടെല്ലുള്ള ജീവികൾക്ക് ഏറ്റവും സൗകര്യപ്രദമായ നില നാലുകാലിലാണ്. എന്നാൽ പരിണാമശ്രേണിയുടെ അറ്റത്ത് എന്ന് കരുതപ്പെടുന്ന മനുഷ്യൻ രണ്ട് കാലിലാണ് സഞ്ചരിക്കുന്നത്. എന്തു കൊണ്ടാണ് ഇങ്ങനെ സംഭവിച്ചത്? മനുഷ്യനല്ലാതെ നാൽക്കാലി കൾക്കൊന്നും നടുവേദന വരാറില്ലെന്നും അറിയുക. അതുപോലെ തന്നെ കാഴ്ച, കേൾവി, മണം എന്നിവയുടെ കാര്യത്തിൽ ആധുനിക മനുഷ്യൻ തന്റെ മുൻഗാമികളേക്കാൾ മോശമാണ്. ആധുനിക ജീവിതത്തിൽ ആവ ശ്യമില്ലാത്തതിനാൽ ഈ കഴിവുകൾ നഷ്ടപ്പെട്ടുപോയതായിരിക്കുമോ? ജീവിത സാഹചര്യങ്ങൾ ജന്മവാസനകളെ ദുർബ്ബലമാക്കുന്നുണ്ടാവണം. വനത്തിൽ പലതരത്തിലുള്ള അപകടങ്ങൾ നേരിടേണ്ടിയിരുന്ന ആദിമ മനുഷ്യന് സൂക്ഷ്മമായ കാഴ്ചയും കേൾവിയും ഘ്രാണശക്തിയുമെല്ലാം അത്യാവശ്യമായിരുന്നു. ഇന്ന് ആധുനിക ചുറ്റുപാടിൽ അതിന്റെ ആവശ്യം വരുന്നില്ല. ഗുഹാജീവികളുടെ കാഴ്ചശക്തി ഇല്ലാതായ അതേ പ്രകൃതി നിയമമാവാം ഇവിടെയും പ്രവർത്തിച്ചത്.

കമ്പ്യൂട്ടർ ചിപ്സിന്റെ കണ്ടുപിടിത്തത്തോടെ മനുഷ്യൻ കാര്യങ്ങൾ ഓർത്തുവയ്ക്കുന്ന ശീലം തീരെ കുറഞ്ഞിരിക്കുന്നു. ഒരു കൊച്ചു മൊബൈൽ ഫോണിൽ എന്തെല്ലാം കാര്യങ്ങൾ നമുക്ക് ശേഖരിച്ചു വയ്ക്കാം! പണ്ട് ലാൻഡ്ഫോൺ മാത്രമുള്ള കാലത്ത് എത്രമാത്രം നമ്പ രുകൾ ഓരോരുത്തരും ഓർത്തു വയ്ക്കുമായിരുന്നു. ഇന്ന് ആരും അതിന് മിനക്കെടാറില്ല. ഒരുപക്ഷെ ഇനി വരാൻ പോവുന്ന തലമുറയെ സംബ ന്ധിച്ചിടത്തോളം ഓർമ്മശക്തി അത്രയൊന്നും ആവശ്യമുള്ള ഒന്നായി രിക്കില്ല. അതേസമയം മസ്തിഷ്കം കൂടുതൽ വിസ്മയകരമായ മറ്റെ ന്തെങ്കിലും കഴിവുകൾ വികസിപ്പിച്ചെടുക്കുകയും ചെയ്യും. ഇതും പ്രകൃതി നിർദ്ധാരണം തന്നെയാണ്. ജൈവപരിണാമത്തിലുള്ള ഓരോ മുന്നേറ്റവും അതേസമയം ഒരു പിൻവാങ്ങൽ കൂടിയാണെന്ന് എംഗൽസ് പറയുന്നുണ്ട്.

ഡാർവിൻ തന്റെ ഗ്രന്ഥം അവസാനിപ്പിക്കുന്നത് ഇങ്ങനെയാണ്: വിവി ധതരത്തിലുള്ള സസ്യങ്ങൾകൊണ്ട് ആവരണം ചെയ്യപ്പെട്ട ഒരു ഭൂപ്ര ദേശം സങ്കല്പിക്കൂ. ചില്ലകളിലെല്ലാമിരുന്ന് പക്ഷികൾ പാടുന്നു. പല തരം ഷഡ്പദങ്ങൾ എങ്ങും പാറിക്കളിക്കുന്നു. നനഞ്ഞ മണ്ണിൽ പുഴു ക്കൾ ഇഴയുന്നു. തികച്ചും വ്യത്യസ്തമെങ്കിലും പരസ്പരം ആശ്രയിച്ചു കഴിയുന്ന ഇവയെല്ലാം നമുക്കു ചുറ്റും പ്രവർത്തിക്കുന്ന ഏതോ ചില നിയമങ്ങളുടെ ഫലമായി ഉണ്ടായതാണെന്ന് ചിന്തിക്കൂ. വളർച്ച, പ്രത്യുല് പാദനം, പാരമ്പര്യഗുണങ്ങളുടെ കൈമാറ്റം, ജീവിത സാഹചര്യങ്ങളുടെ സ്വാധീനത്താലുണ്ടാവുന്ന വ്യതിയാനങ്ങൾ, നിലനില്പിനു വേണ്ടി സമരം ചെയ്യേണ്ടിവരുന്ന രീതിയിൽ അംഗസംഖ്യയിലുണ്ടാവുന്ന വർദ്ധനവ് എന്നി വയുമായി ബന്ധപ്പെട്ടവയാണ് ആ നിയമങ്ങൾ. സമരത്തിലൂടെ, ക്ഷാമത്തി ലൂടെ, മരണത്തിലൂടെ കൂടുതൽ ഉയർന്ന ഇനത്തിൽപ്പെട്ട ജീവികൾ ഉണ്ടാ

യിക്കൊണ്ടിരിക്കുന്നു. ആദിമ ജൈവാവസ്ഥയിൽ സ്രഷ്ടാവ് ഒന്നിലേക്കോ ഏതാനും ചിലതിലേക്കോ പകർന്ന ജീവന്റെ തുടിപ്പ് അത്ഭുതകരമായ രൂപവൈവിദ്ധ്യങ്ങൾ ആർജ്ജിക്കുകയായിരുന്നു എന്ന വീക്ഷണം മഹത്തരമല്ലേ? നിശ്ചിതമായ ഗുരുത്വാകർഷണ നിയമമനുസരിച്ച് ഈ ഗ്രഹം ഭ്രമണം ചെയ്തുകൊണ്ടിരിക്കെയാണ് മനോഹരവും വിസ്മയകരവുമായ എണ്ണമറ്റ ജീവജാതികൾ ഇവിടെ രൂപംകൊണ്ടത്.

ഡാർവിൻ പറഞ്ഞ ആ ജീവന്റെ തുടിപ്പ് അഥവാ ആദ്യത്തെ ജീവകണം തേടിയുള്ള അന്വേഷണമാണ് ഇന്നും മനുഷ്യൻ നടത്തിക്കൊണ്ടിരിക്കുന്നത്.

റഫറൻസ്

1. *Origin of Species* - Charles Darwin
2. *Autobiography* - Charles Darwin
3. *Charles Darwin* - Susan Philip
4. *Marx, Engels and Darwin* - Ian Angus (www.socialistvoice.ca)
5. *Evolution in Action* - Julian Huxely
6. *Evolution - Process and Product* - Edward O Dodson
7. *Revolutions in Evolutionary thought* - Darwin and After - Renee Borges
8. *The Origin of Species after 150 years* - Vidyanand Nanjundiah
9. *No Saint Darwin* - Jhon S Wilkins
10. *ശാസ്ത്രചരിത്രം ജീവചരിത്രങ്ങളിലൂടെ* - ശാസ്ത്ര സാഹിത്യ പരിഷത്ത്
11. *സോഫിയുടെ ലോകം* - ജസ്റ്റിൻ ഗാർഡർ
12. *ജീവജാതികളുടെ ഉത്ഭവം* (പുനരാഖ്യാനം) - ഫിലിപ്പോസ് ജോൺ
13. 'ശാസ്ത്രവും വിശ്വാസവും കലഹിക്കുമ്പോൾ' - ഡോ. ബി അശോക് (*സമകാലിക മലയാളം വാരിക,* 2012 ഡിസംബർ 21)
14. 'പ്രേമവും മൂലധനവും' - എസ് ജയചന്ദ്രൻ നായർ (*മാതൃഭൂമി ആഴ്ചപ്പതിപ്പ്,* പുസ്തകം 90, ലക്കം 49, 50, 51)

9 789385 045592

Printed by Libri Plureos GmbH in Hamburg,
Germany